LƯỢC SỬ PHẬT GIÁO

LƯỢC SỬ PHẬT GIÁO

NGUYỄN MINH TIẾN

Việt dịch và chú giải

NGUYỄN MINH TIẾN
dịch và chú giải

LƯỢC SỬ PHẬT GIÁO

A SHORT HISTORY OF BUDDHISM

TRÌNH BÀY SONG NGỮ
ANH - VIỆT

UNITED BUDDHIST PUBLISHER
NHÀ XUẤT BẢN LIÊN PHẬT HỘI

Lời giới thiệu

Khi nhận được nguyên tác tiếng Anh tập sách này từ một người bạn ở Đức gửi tặng, tôi tự nói ngay với mình rằng: "Lịch sử Phật giáo ư? Với chừng này trang sách thì chỉ có thể là cưỡi ngựa xem hoa thôi!"

Nhưng khi đọc qua tập sách, tôi biết là sự đánh giá ban đầu của mình đã có phần nào hơi vội vã, thiếu chính xác. Edward Conze quả thật đã làm được điều tưởng như không thể làm được là giới thiệu tổng quát về lịch sử phát triển của Phật giáo bằng một cách ngắn gọn nhất có thể được, mà vẫn thâu tóm được đầy đủ những gì cần thiết.

Mặc dù bản thân là một Phật tử, Conze vẫn luôn giữ được khoảng cách khách quan cần thiết khi trình bày các vấn đề về lịch sử Phật giáo. Hơn thế nữa, ngay khi đề cập đến các bộ phái khác nhau, ông cũng không bao giờ để cho ngòi bút của mình nghiêng về theo những khuynh hướng tư tưởng mà mình đã chọn. Và đây chính là yếu tố đã tạo được sự tin cậy cần thiết cho một tác phẩm có tính cách sử học như thế này.

Conze cũng tạo được cho tập sách của mình một cấu trúc rất chặt chẽ. Mặc dù với những sự kiện khá dày đặc diễn ra trong hơn 2.500 năm mà chỉ với không đầy 150 trang sách Anh ngữ, ông đã không làm cho người đọc phải choáng ngợp bởi sự dồn nén của chúng. Bằng một sự liên kết khéo léo, ông đã trình bày tất cả theo một cách khái quát nhất mà vẫn bao hàm được những chi tiết cốt lõi cần thiết nhất. Trong một

chừng mực nào đó, tôi có cảm giác liên tưởng nghệ thuật trình bày của ông như những nét chấm phá độc đáo của một nhà danh họa thủy mặc.

Nhưng lịch sử phát triển của một tôn giáo, nhất là khi tôn giáo ấy là Phật giáo, không thể chỉ bao gồm những sự kiện, mà điều cần thiết và thậm chí còn quan trọng hơn nữa chính là các khuynh hướng tư tưởng với sự hình thành và phát triển của chúng. Và việc trình bày ngắn gọn những vấn đề vô cùng phức tạp, đa dạng, đôi khi rất trừu tượng này thật không dễ dàng chút nào. Người viết nếu không nắm vững tất cả mọi vấn đề và tuân theo một phương pháp trình bày hết sức khoa học, thì chắc chắn sẽ không tránh được sự lạc lối trong khu rừng tư tưởng đầy bí ẩn của Phật giáo. Conze đã làm được điều khó làm, và thậm chí còn làm rất tốt, khi ông giới thiệu hầu như tất cả những khuynh hướng tư tưởng lớn khác nhau trong Phật giáo, và nêu lên được sự khác biệt cơ bản nhất của chúng.

Chỉ với tác phẩm này, Conze đã hoàn toàn xứng đáng được xếp vào một trong những người có công lớn trong việc truyền bá Phật giáo sang phương Tây. Nhưng ngoài ra, cùng với bậc tiền bối Daisetz Teitaro Suzuki, ông còn góp phần quan trọng hơn nữa trong việc trình bày những tư tưởng Đại thừa, nhất là Thiền tông, theo cách mà người phương Tây có thể tiếp nhận được.

Tuy nhiên, tôi vẫn giữ quan điểm cho rằng việc đọc tập sách này để tìm hiểu về lịch sử Phật giáo là việc cưỡi ngựa xem hoa. Điều kỳ lạ ở đây là, với sự hướng dẫn của Conze, người "xem hoa" theo cách này đã có được những kiến thức cơ bản nhất về Phật giáo, về sự hình thành và phát triển, về những trào lưu tư tưởng xưa và nay của nó, không phải từ góc độ một tín đồ, mà từ góc độ hoàn toàn khách quan của

một nhà khoa học. Với những hiểu biết này, người đọc xem như đã có đủ những hướng dẫn cần thiết để có thể mạnh dạn dấn bước vào khu rừng Phật giáo, với hơn 2.500 năm tuổi, để viếng thăm những nơi thích hợp nhất đối với mình. Và quan trọng hơn nữa là có thể thu hái được ít nhiều hoa thơm cỏ lạ từ khu rừng ấy.

Điều tất nhiên là, cũng như bao nhiêu tác phẩm khác, dù hoàn thiện đến đâu cũng không thể tránh khỏi một vài tỳ vết, cho dù là rất nhỏ. Điều này đôi khi cũng có thể là do những lỗi in ấn. Trong quá trình chuyển dịch sang tiếng Việt, chúng tôi đã cẩn thận đối chiếu và ghi nhận rõ ràng những sai sót ấy (về niên đại, về quan điểm, về sự kiện...) để người đọc tiện xem xét. Và một điều đáng tiếc ở đây là tác giả đã sử dụng các tên riêng chữ Hán phần lớn theo phiên âm tiếng Anh, mà không đưa kèm được phần Hán tự. Điều này đặc biệt gây khó khăn cho người đọc, vì rất nhiều người trong chúng ta có thể vô cùng quen thuộc với ngài Huyền Trang, nhưng lại không biết Yuan-tsang là ai. Để giảm bớt khó khăn này, chúng tôi đã cố gắng trong phạm vi có thể được để đưa kèm vào bản dịch những tên gọi quen thuộc hơn với độc giả Việt Nam. Tuy nhiên, để đảm bảo tính chính xác, phần Hán ngữ hoặc Phạn ngữ liên quan sẽ được thêm vào trong các chú giải. Ngoài ra, chúng tôi cũng thực hiện nhiều chú giải khác, nhằm mục đích cung cấp thêm những thông tin liên quan cho người đọc, để có thể giúp cho những ai chưa từng làm quen với Phật giáo có thể tiếp nhận một cách dễ dàng hơn. Tất cả chú giải trong sách đều là do chúng tôi biên soạn, và được trình bày ở cuối trang, cả phần tiếng Anh lẫn tiếng Việt, để tạo sự cân đối. Bản dịch tiếng Việt và nguyên tác được trình bày theo lối song ngữ để tiện đối chiếu, nhưng thỉnh thoảng cũng không tránh khỏi có đoạn chênh nhau

một vài dòng. Ở những nơi nguyên tác có vấn đề đáng ngờ đều có sự lưu ý để độc giả tiện xem xét.

Điều cuối cùng muốn nói ở đây là, từ khi Conze hoàn thành tác phẩm này đến nay cũng đã khá lâu. Trong quãng thời gian vừa trôi qua này, nhiều tư liệu mới được phát hiện, đặc biệt là những thành tựu vượt bực của khoa Khảo cổ học, đã cho phép chúng ta hiểu được nhiều hơn về giai đoạn khởi nguyên của Phật giáo. Việc bổ sung những kiến thức mới này là điều không thích hợp lắm trong quá trình chuyển dịch tập sách, nên chúng tôi chỉ muốn lưu ý thêm để độc giả có một sự đánh giá khách quan hơn về những gì được trình bày trong tác phẩm.

Mong rằng với tập sách này, người đọc có thể có được một cái nhìn khái quát về Phật giáo. Tất cả những gì tiếp theo sau nữa, hẳn còn tùy thuộc ở nỗ lực tự thân của mỗi người.

Dù đã hết sức thận trọng trong công việc, nhưng với những hạn chế nhất định về năng lực và trình độ, chắc hẳn không thể tránh được ít nhiều sai sót. Kính mong các bậc cao minh rộng lòng chỉ giáo.

Trân trọng,

NGUYỄN MINH TIẾN

Đôi nét về tác giả

Edward Conze sinh ngày 18 tháng 3 năm 1904 tại Forest Hill, Lewisham, London, Anh Quốc, trong một gia đình gốc Đức. Ông là triết gia và là một nhà nghiên cứu Phật học lỗi lạc, đã phiên dịch và sắp xếp bộ kinh Bát-nhã Ba-la-mật-đa theo hệ thống và góp phần truyền bá tư tưởng Đại thừa khắp châu Âu, châu Mỹ. Đối với Phật tử châu Âu, những trước tác của ông là tài liệu nghiên cứu tu tập Phật pháp quý báu không thể bỏ qua được.

Cha ông trước là một nhân viên ngoại giao, sau chuyển sang ngành tòa án, làm việc tại Düsseldorf, CHLB Đức. Conze trưởng thành và được giáo dục tại Đức với tên gọi là Eberhard. Nơi đây, ông sớm biểu hiện những cá tính đặc thù: sự cảm nhận nhạy bén trước những vấn đề xã hội, lòng căm phẫn trước những trào lưu ái quốc cực đoan của Đức quốc xã, lòng yêu thiên nhiên và cuộc sống tĩnh mịch ở thôn quê.

Năm lên 13 tuổi, Conze có dịp biết về Phật giáo. Ông học triết, tâm lý và Ấn Độ học tại những đại học Tbingen, Heidelberg, Kiel và Koln. Tại Heidelberg, vào khoảng những năm 1924-1925, ông được Max Walleser, một trong những

người đầu tiên dịch kinh Bát-nhã Ba-la-mật-đa sang tiếng Đức, hướng dẫn đi vào Phật giáo Đại thừa. Sau đó, nhờ Heinrich Rickert, ông có dịp làm quen với Thiền tông. Năm 1928, ông làm luận án tiến sĩ tại Koln.

Năm 1932, ông cho xuất bản tác phẩm Phương thức đối lập. Bình luận về lý thuyết Duy vật biện chứng.[1] Vì những hành vi chống Đức quốc xã nên ông phải rời CHLB Đức vào năm 1933, sang tị nạn tại Anh quốc, và không lâu sau, ông nhập quốc tịch Anh.

Từ năm 1933 trở đi, ông dạy tâm lý và triết học tại Oxford và London. Các tác phẩm của Daisetz Teitaro Suzuki và một học giả Ấn Độ là Har Dayal lại hướng dẫn ông trở về với Phật giáo. Từ năm 1943 đến 1949, ông nghiên cứu rất nhiều về Ấn Độ học, gia nhập Hội Phật giáo[2] tại London và cũng tổ chức nhiều buổi thuyết giảng. Trong những năm sau chiến tranh thế giới lần thứ hai, ông cho xuất bản khoảng 20 quyển sách và hơn 100 tiểu luận về những vấn đề của Phật giáo, và chính những tác phẩm này đã làm cho tên tuổi ông lan truyền khắp thế giới. Ông đã từng thuyết giảng tại Wisconsin, Madison, Washington, Seattle, Bonn, Berkeley, Santa Barbara...

Năm 1973, Conze ngưng việc thuyết giảng, lui về sống tại Sherborne, Somerset, và từ đó chuyên chú vào việc nghiên cứu Phật học. Trọng tâm nghiên cứu của ông là triết lý Bát-nhã, và về chủ đề này, ông đã xuất bản hàng loạt tiểu luận. Ông cũng đã dịch sang Anh ngữ và xuất bản nhiều kinh văn thuộc hệ này.

---

[1] Der Satz von Widerspruch. Zur Theorie des Dialektischen Materialismus.

[2] Buddhist Society

Năm 1979, ông cho ra đời quyển hồi ký với tựa đề "The Memoirs of a Modern Gnostic", trong đó ông tự cho mình là một người có cá tính mâu thuẫn. Conze có một cái nhìn, một cảm nhận sâu sắc cho những vấn đề, nhân sinh quan khác biệt của thế kỷ này. Quyển hồi ký của ông đã chứng tỏ khả năng nghệ thuật dung hợp nhiều quan điểm của ông.

Ông mất ngày 24 tháng 9 năm 1979 tại Yeovil, Somerset, London. Những tác phẩm quan trọng nhất của ông là Buddhism, Its Essence and Development - Oxford 1951; Buddhist Meditation - London 1956; Buddhist Thought in India - London 1962; A Short History of Buddhism - London 1980. Ngoài ra, ông còn dịch nhiều kinh điển từ Phạn ngữ (Sanskrit) sang Anh ngữ, như Kinh Kim cang, Tâm kinh Bát-nhã, Kinh Đại Bát-nhã...

Bối cảnh lịch sử và các thời đại trong lịch sử Phật giáo

A. Bối cảnh lịch sử [1]

Tín đồ Phật giáo tin rằng có một con người thật được tôn xưng là đức Phật, hay *Đấng Giác Ngộ*, đã nhận ra được trí tuệ sáng suốt xa xưa, hay nói đúng hơn là từ vô thủy, của con người. Và ngài đã làm được điều này ở Bihar, Ấn Độ, vào trước Công nguyên, khoảng trước hoặc sau năm 600, hoặc là năm 400 - thời gian thật chính xác chưa được biết.

Trí tuệ giác ngộ mà ngài đạt đến có thể trừ đi ba điều bất thiện, cụ thể là:

1. Tránh dùng bạo lực dưới mọi hình thức, từ việc giết hại con người và các loài động vật, cho đến việc gây sức ép về mặt tinh thần để buộc người khác phải suy nghĩ khác đi.
2. Tính vị kỷ, hay nói đúng hơn là sự *chấp ngã*, nghĩa là cố chấp vào tính hiện hữu của cá nhân mình như một cá thể riêng biệt, được xem như là nguyên nhân của tất cả mọi đau đớn, khổ não mà con người phải gánh chịu, và chỉ có thể chấm dứt khi quá trình tu tập giúp đạt đến một trạng thái hoàn toàn vô ngã, hay còn được gọi bằng một thuật ngữ Phật giáo là *Niết-bàn*.[1]
3. Sự chết, là một trạng thái mê lầm có thể vượt qua được bởi những ai đạt đến chỗ *không còn sự chết*, bước vào ngưỡng cửa *vô sanh*.

Ngoài việc đưa ra những phương pháp đối trị để loại trừ ba điều bất thiện nêu trên, bản thân đức Phật không hề

The Historical Context and the Epochs Of Buddhist History

A.

Buddhism claims that a person called "The Buddha", or "The Enlightened One", rediscovered a very ancient and long-standing, in fact an ageless, wisdom, and that he did so in Bihar in India, round about 600 or 400 BC - the exact date is unknown.

His re-formulation of the perennial wisdom was designed to counteract three evils.

1. Violence had to be avoided in all its forms, from the killing of humans and animals to the intellectual coercion of those who think otherwise.
2. The "self" or the fact that one holds on to oneself as an individual personality, was held to be responsible for all pain and suffering, which would in the end be finally abolished by the attainment of a state of self-extinction, technically known as "Nirvana".
3. Death was an error which could be overcome by those who entered the "doors to the Deathless", "the gates of the Undying".

Apart from providing antidotes to these three ills, the

[1] Trong nguyên tác không có các tiêu đề này, chúng tôi thêm vào để độc giả tiện theo dõi.

dựng nên một học thuyết hay những giáo điều cứng nhắc nào. Thay vì vậy, ngài thu phục được sự tin tưởng hoàn toàn nhờ vào chính những kết quả đạt được thông qua việc chỉ dạy các đệ tử đi theo một tiến trình tu tập gồm ba phần chính là: giữ giới luật, tu tập thiền định và quán chiếu tự tâm.

Về điểm thứ nhất, nói về *bạo lực* - thuật ngữ diễn đạt ý không dùng bạo lực là ahiṃsā, thường dịch là *bất hại*, có nghĩa là tránh tất cả mọi hình thức làm tổn hại đến sự sống của muôn loài.. Chỉ xét riêng về điểm này, Phật giáo là một trong những phong trào chống lại các thế lực chuyên chế tàn bạo vốn đã phát sinh từ khoảng 3.000 năm trước công nguyên, với những dự án phát triển công nghiệp và hoạt động quân sự đã dẫn đến sự lan tràn, thường là vô nghĩa, của bạo lực và hủy hoại sự sống.

Ngay từ những thời kỳ phát triển rất sớm, nền văn minh con người vốn đã đi kèm với những sóng gió của việc tranh giành quyền lực và của cải vật chất. Từ khoảng năm 600 trước công nguyên, một trong những đợt sóng gió này đã tràn qua khắp châu Á, từ Trung Hoa sang các vùng đảo Hy Lạp trên bờ biển Tiểu Á. Điều này đã thúc đẩy mọi sức mạnh tâm linh của con người phải đứng lên chống lại hệ thống bạo lực đương quyền.

Ở Ấn Độ, sự phản kháng này nổi lên trong một vùng nông nghiệp lúa nước, khác với các vùng ở về phía tây vốn sống nhờ vào chăn nuôi và trồng lúa mì. Trong khoảng 2.000 năm qua, Phật giáo vẫn luôn phát triển mạnh mẽ chủ yếu ở các quốc gia trồng lúa nước và không đáng kể lắm ở những nơi khác. Thêm vào đó, và điều này lại càng khó giải thích hơn, Phật giáo chỉ lan truyền ở những quốc gia mà trước đây đã từng sùng bái các linh vật như rắn hoặc rồng, và chưa bao giờ được truyền vào các nước ca ngợi việc giết rồng như một

Buddha formulated no definite doctrines or creeds, but put his entire trust into the results obtained by training his disciples through a threefold process of moral restraint, secluded meditation and philosophical reflection.

As to the first point, that of violence - the technical term for "non-violence" is **ahiṃsā**, which means the avoidance of harm to all life. In this respect Buddhism was one of the many movements which reacted against the technological tyrannies which had arisen about 3000 BC, whose technical projects and military operations had led to widespread and often senseless violence and destruction of life.

From its very beginning the growth of civilization has been accompanied by recurrent waves of disillusion with power and material wealth. About 600 BC onwards one such wave swept through the whole of Asia, through all parts of it, from China to the Greek islands on the coast of Asia Minor, mobilizing the resources of the spirit against the existing power system.

In India the reaction arose in a region devoted to rice culture, as distinct from the areas further West with their animal husbandry and cultivation of wheat. For the last two thousand years Buddhism has mainly flourished in rice-growing countries and little elsewhere. In addition, and that is much harder to explain, it has spread only into those countries which had previously had a cult of Serpents or Dragons, and never made headway in those parts of the

chiến công hiển hách, hoặc quy lỗi cho loài rắn như nguyên nhân gây bệnh tật, rủi ro cho con người.

Về điểm thứ hai, liên quan đến *tự ngã*, trong việc đưa ra sự đối trị với chủ nghĩa cá nhân, Phật giáo chủ yếu nhắm đến tầng lớp thị dân đông đảo. Phật giáo phát triển ở một vùng trên đất Ấn Độ quanh *Benares* và *Patna*, nơi thời đại đồ sắt đã sản sinh ra những ông vua đầy tham vọng xuất thân từ quân đội, đã thiết lập các vương quốc mênh mông với nhiều thành phố rộng lớn và sự phát triển rộng rãi việc giao dịch thương mại, có nền kinh tế tiền tệ khá phát triển và tổ chức cai trị hợp lý. Những thành phố mới này đã thay thế các xã hội bộ tộc quy mô nhỏ bằng những khu đô thị có tầm vóc lớn hơn, với tất cả những tội lỗi phi nhân tính, sự chuyên môn hóa, và cả những hỗn loạn về mặt xã hội mà tất yếu phải dẫn đến.

Phần lớn công việc hoằng hóa của đức Phật được thực hiện ở các thành phố lớn, và điều này giúp lý giải cho tính cách tri thức trong lời dạy của ngài, cũng như phong cách thành thị trong ngôn ngữ được sử dụng và tính hợp lý trong các tư tưởng được ngài truyền dạy. Đức Phật luôn nhấn mạnh rằng ngài là một người chỉ đường, không phải một đấng quyền năng, và rằng mọi sự gợi ý chỉ dẫn đều cần phải được chứng nghiệm, kể cả những chỉ dẫn của chính ngài.

Nhờ được tôi luyện trong một môi trường giáo dục phóng khoáng, các Phật tử luôn phản ứng với những gì chưa được chứng minh bằng cách đặt ra những nghi vấn không mang tính cách đố kỵ, và nhờ vậy mà họ có thể hòa đồng, thích hợp với tất cả những tín ngưỡng phổ biến khác, không chỉ riêng tại Ấn Độ, mà còn là ở khắp những quốc gia mà đạo Phật được truyền đến.

world which view the killing of dragons as a meritorious deed or blame serpents for mankind's ills.

As to the second point, concerning the self, in offering a cure for individualism Buddhism addresses itself to an individualistic city population. It arose in a part of India where, round Benares and Patna, the iron age had thrown up ambitious warrior kings, who had established large kingdoms, with big cities, widespread trade, a fairly developed money economy and a rationally organized state. These cities replaced small-scale tribal societies by large-scale conurbations, with all the evils of depersonalization, specialization and social disorganization that that entails.

Most of the Buddha's public activity took place in cities and that helps to account for the intellectual character of his teachings, the "urbanity" of his utterances and the rational quality of his ideas. The Buddha always stressed that he was a guide, not an authority, and that all propositions must be tested, including his own.

Having had the advantage of a liberal education, the Buddhists react to the unproven with a benevolent scepticism and so they have been able to accommodate themselves to every kind of popular belief, not only in India, but in all countries they moved into.

Về điểm thứ ba, liên quan đến *cái chết*. Có điều gì đó trong vấn đề này mà chúng ta chưa hoàn toàn hiểu hết được. Rõ ràng là đức Phật chia sẻ một quan niệm vốn đã có từ những giai đoạn rất sớm trong lịch sử loài người, rằng cái chết không phải là một yếu tố bắt buộc phải có trong sự sống chân thật, mà là dấu hiệu cho thấy chúng ta đã gặp phải điều gì đó sai lầm. Đó là sai lầm của chính ta, bởi về bản thể chúng ta vốn bất diệt và có khả năng chiến thắng cái chết để đạt đến đời sống vĩnh cửu bằng vào những pháp môn tu tập. Đức Phật cho rằng cái chết dẫn đến là do một sức mạnh của tội lỗi, gọi là *Mara*,[1] hay *thần chết*, là kẻ đã cám dỗ chúng ta rời xa tự thể chân thật bất diệt, lôi kéo chúng ta ra khỏi con đường có thể đưa ta về trạng thái tự do. Dựa trên nguyên tắc "*kẻ yếu hơn phải chết*", chúng ta bị trói buộc vào ảnh hưởng sự lôi cuốn của tội lỗi do *lòng tham* và sự *chấp ngã*, mà *chấp ngã* vốn chính là biểu hiện của *lòng tham*.

Khi rũ bỏ được mọi sự *chấp ngã*, chúng ta có thể vượt ra khỏi ảnh hưởng của cái chết, và đạt đến chỗ thoát ra khỏi sự nối tiếp vô tận của những cái chết, không còn bị cướp đi sự sống miên viễn chân thật.

[1] Tức là Ma vương.

As to the third point, concerning death; there is something here which we do not quite understand. The Buddha obviously shared the conviction, widely held in the early stages of mankind's history, that death is not a necessary ingredient of our human constitution, but a sign that something has gone wrong with us. It is our own fault; essentially we are immortal and can conquer death and win eternal life by religious means. The Buddha attributed death to an evil force, called Mara, "the Killer", who tempts us away from our true immortal selves and diverts us from the path which could lead us back to freedom. On the principle that "it is the lesser part which dies" we are tied to Mara's realm through our cravings and through our attachment to an individual personality which is their visible embodiment.

In shedding our attachments we move beyond "death's realm", "beyond the death-king's sight" and win relief from an endless series of repeated deaths, which each time rob us of the loot of a lifetime.

B. Phân đoạn các thời kỳ Phật giáo

Cho đến nay Phật giáo đã tồn tại hơn 2.500 năm, và trong suốt thời kỳ này, Phật giáo đã trải qua những thay đổi sâu xa và cơ bản. Để thuận tiện trong việc xem xét, lịch sử Phật giáo có thể được tạm chia thành bốn thời kỳ.

Thời kỳ thứ nhất là thời kỳ *Phật giáo nguyên thủy*, phần lớn trùng khớp với giai đoạn mà sau này được gọi là *Tiểu thừa*. *Thời kỳ thứ hai* được đánh dấu bởi sự phát triển của giáo lý *Đại thừa*. *Thời kỳ thứ ba* là sự phát triển của *Mật tông* và *Thiền tông*. Các thời kỳ này kéo dài đến khoảng thế kỷ 11. Sau đó Phật giáo không còn sự thay đổi nội tại nào đáng kể nữa mà chỉ tiếp tục duy trì. Và khoảng thời gian 1.000 năm gần đây có thể được xem như *thời kỳ thứ tư*.[1]

Về mặt địa lý, Phật giáo ở thời kỳ đầu giới hạn gần như chỉ trong phạm vi Ấn Độ. Sang đến thời kỳ thứ hai, Phật giáo bắt đầu cuộc chinh phục sang Đông Á, và bản thân lại cũng chịu ảnh hưởng đáng kể bởi những tư tưởng bên ngoài Ấn Độ. Trong suốt thời kỳ thứ ba, có nhiều trung tâm phát huy một cách sáng tạo các tư tưởng Phật giáo được hình thành ngoài Ấn Độ, đặc biệt là ở Trung Hoa.

Về mặt triết học, thời kỳ đầu tập trung vào những *vấn đề tâm lý*, thời kỳ thứ hai là những vấn đề về *bản chất của sự hiện hữu*, và thời kỳ thứ ba là về các *vấn đề vũ trụ*. Thời kỳ đầu chuyên chú đến việc cá nhân cố gắng tự nhiếp phục tâm ý mình, và sự phân tích tâm lý là phương tiện được dùng để đạt đến sự chế ngự tâm. Thời kỳ thứ hai chuyển sang *bản chất tự nhiên của thực thể*,[1] hay được gọi là *tự tánh*; và sự

---

[1] Nếu có thể bổ sung cho sự phân đoạn của Conze để phù hợp với những gì chúng ta được biết hiện nay, có lẽ phải thêm vào một giai đoạn cận hiện

B.

Buddhism has so far persisted for about 2,500 years and during that period it has undergone profound and radical changes. Its history can conveniently be divided into four periods.

The first period is that of the old Buddhism, which largely coincided with what later came to be known as the "**Hīnayāna**"; the second is marked by the rise of the **Mahāyāna**; the third by that of the Tantra and Ch'an. This brings us to about AD 1000. After that Buddhism no longer renewed itself, but just persisted, and the last 1,000 years can be taken together as the fourth period.

Geographically, first period Buddhism remained almost purely Indian; during the second period it started on its conquest of Eastern Asia and was in its turn considerably influenced by non-Indian thought; during the third, creative centres of Buddhist thought were established outside India, particularly in China.

Philosophically, the first period concentrated on psychological questions, the second on ontological, the third on cosmic. The first is concerned with individuals gaining control over their own minds, and psychological analysis is the method by which self-control is sought; the second turns

đại, trong đó Phật giáo hầu như lan rộng khắp thế giới và đặc biệt phát triển mạnh ở các nước châu Âu, châu Mỹ. Và chính Conze có thể được xem là một trong những người đi tiên phong mở đầu cho giai đoạn này.

nhận thức của tâm về *tự tánh của vạn hữu* được xem là yếu tố quyết định để đạt đến sự giải thoát. Thời kỳ thứ ba xem việc điều chỉnh tự thân cho hài hòa với vũ trụ là đầu mối để đạt đến giác ngộ, và sử dụng những phương thức có tính cách mầu nhiệm, huyền bí từ thời cổ xưa để làm được điều đó.

Trên phương diện giải thoát, các thời kỳ này khác nhau về quan niệm đào luyện con người. Trong thời kỳ đầu, lý tưởng mà sự tu tập nhắm đến là thánh quả *A-la-hán*,[2] nghĩa là bậc đã dứt trừ hết ái nhiễm, mọi dục vọng đều dứt sạch, và không còn phải tái sinh trong luân hồi. Thời kỳ thứ hai, mẫu mực được hướng đến là *Bồ Tát*,[3] người phát nguyện cứu độ toàn thể sinh linh và tin tưởng chắc chắn vào việc tự mình có thể đạt đến sự giác ngộ hoàn toàn để trở thành một vị Phật. Thời kỳ thứ ba, lý tưởng được nhắm đến là các vị *Tất-đạt*,[4] người đạt đến sự hòa hợp hoàn toàn với vũ trụ, không còn bất cứ giới hạn nào, và hoàn toan tự tại trong sự vận dụng những năng lực của vũ trụ trong tự thân cũng như đối với ngoại cảnh.

Những tôn giáo khác có lẽ cũng đều có những thay đổi đáng chú ý như vậy, nhưng điều đặc biệt của Phật giáo là những thay đổi trong mỗi một giai đoạn mới đều được hỗ trợ bởi sự hình thành một loại kinh tạng mới, mặc dù được viết ra nhiều thế kỷ sau khi Phật nhập diệt, nhưng vẫn được xem là lời Phật dạy. Kinh tạng của thời kỳ đầu, đến thời kỳ thứ

---

[1] Svabhāva, Hán dịch nghĩa là tự tánh (自性), bản tánh (本性) hay tự thể (自體).

[2] Arahat, cũng gọi tắt là La-hán.

[3] Nói đủ là Bodhisattva (Bồ-đề-tát-đỏa), Hán dịch nghĩa là Giác hữu tình (覺有情).

to the nature (svabhava) of true reality and the realization in oneself of that true nature of things is held to be decisive for salvation; the third sees adjustment and harmony with the cosmos as the clue to enlightenment and uses age-old magical and occult methods to achieve it.

Soteriologically, they differ in the conception of the type of man they try to produce. In the first period the ideal saint is an Arhat, or a person who has non-attachment, in whom all craving is extinct and who will no more be reborn in this world. In the second it is the Bodhisattva, a person who wishes to save all his fellow-beings and who hopes ultimately to become an omniscient Buddha. In the third it is a Siddha, a man who is so much in harmony with the cosmos that he is under no constraint whatsoever and as a free agent is able to manipulate the cosmic forces both inside and outside himself.

Other religions may perhaps have undergone changes as startling as these, but what is peculiar to Buddhism is that the innovations of each new phase were backed up by the production of a fresh canonical literature which, although clearly composed many centuries after the Buddha's death, claims to be the word of the Buddha Himself. The Scriptures of the first period were supplemented in the second by a large number of **Mahāyāna Sutras** and in the third by a truly enormous number of Tantras. All these writings are anonymous

[4] Siddha (Tất-đạt), Hán dịch nghĩa là Thành tựu giả (成就者), theo giáo lý Mật tông là các vị tu tập đã chứng ngộ.

hai được bổ sung thêm rất nhiều kinh điển Đại thừa, và đến thời kỳ thứ ba là một số lượng khổng lồ các kinh *Tan-tra*.[1] Tất cả những kinh sách xuất hiện về sau này đều vô danh, theo nghĩa là tác giả của chúng không được biết đến. Và việc cho rằng tất cả những kinh sách này đều do chính miệng Phật thuyết sẽ có liên quan đến một quan niệm khá linh hoạt về đức Phật.[2]

Thực ra, trong một quãng thời gian bất kỳ nào đó, những phát triển mới không phải hoàn toàn thay thế hết những cái cũ. Những trường phái cũ vẫn song song tồn tại với những trường phái mới, mặc dù thường phải chịu ảnh hưởng thay đổi rất đáng kể. Phật giáo nguyên thủy trong thời kỳ thứ nhất, khi bước sang thời kỳ thứ hai đã hấp thụ rất nhiều giáo lý của Đại thừa. Và sự tiếp xúc giữa các kinh *Tan-tra* với kinh điển Đại thừa đã dẫn đến một sự tổng hợp diễn ra tại các trường đại học *Bengal* và *Orissa* suốt thời đại Pāla.[3] Tập sách này chỉ tập trung vào những đột biến mang tính sáng tạo, và điều đó sẽ là định hướng trong suốt quá trình hình thành tập sách.

Sự phân chia lịch sử Phật giáo thành những giai đoạn 500 năm không chỉ phù hợp với các sự kiện, mà còn được đề cập đến trong nhiều tác phẩm Phật học ra đời vào khoảng đầu công nguyên. Năm giai đoạn, mỗi giai đoạn là 500 năm, được kể ra như để đánh dấu sự suy yếu liên tục của giáo lý theo thời gian. Và người ta cho rằng, giống như vạn vật ở đời, tăng đoàn Phật giáo và giáo lý rồi cũng sẽ phải chịu sự suy tàn. Trong mỗi thời kỳ, phần tâm linh sẽ sa sút dần. Và sau 2.500 năm, ngọn lửa tâm linh được dự báo là sẽ đi dần đến chỗ sắp tắt hẳn.[4] Cho dù quan sát thực tế có chứng minh được sự suy thoái theo như dự đoán này hay không, nó vẫn có một ảnh hưởng mạnh mẽ về mặt tinh thần đối với tín đồ

in the sense that their authors are unknown and the claim that they were all spoken by the Buddha Himself involves, as we shall see (ch. II sec. 1), a rather elastic conception of the Buddha.

At any given time the newer developments did not entirely supersede the older ones. The older schools coexisted with the new ones, although they were often profoundly modified by them. The old Buddhism of the first period absorbed in the second a good many of the tenets of the **Mahāyāna** and the contact between the Tantras and the **Mahāyāna** led to a synthesis which took place in the universities of Bengal and Orissa during the **Pāla** period (see ch. III sec. 1). In my account I will concentrate on the creative impulses and they will be my guide.

The division of Buddhist history into periods of 500 years does not only agree with the facts, but it is mentioned in many Buddhist writings dating from the beginning of the Christian era. These five periods of 500 years are enumerated as marking the continued degeneration of the doctrine. Like everything else, the Buddhist order and doctrine is bound to decay, in each period its spirituality will be diminished, and after 2,500 years it will be near its extinction (see ch. IV sec. 9). Whether or not observation bears out this diagnosis

---

[1] Tan-tra, âm Hán Việt đọc là Đát-dặc-la (怛特羅), mang nghĩa là "sự liên tục thống nhất thể", thường được hiểu là các kinh sách dạy về việc tu tập Thiền định theo Kim cang thừa, và trong một số kinh được dịch là Nghi quỹ.

[2] Xem chương II, phần 1.

[3] Xem Chương III, phần I.

[1] Xem chương IV, phần 9.

Phật giáo trong những thời đại tiếp theo sau đó, và chúng ta sẽ vẫn còn nghe nhắc lại điều này nhiều lần nữa. Câu chuyện về lịch sử Phật giáo quả thật không chỉ toàn một vẻ huy hoàng, mà còn có cả những bi thương nữa.

Đối với các sử gia hiện đại, Phật giáo là một hiện tượng gây khó khăn về mọi mặt cho công việc của họ. Và chúng ta chỉ có thể an ủi họ rằng, Phật giáo không được hình thành dành cho các sử gia. Họ thiếu hẳn các thông tin chính xác về lịch sử Phật giáo nguyên thủy tại Ấn Độ. Và không những ngày tháng, tác giả, nơi chốn phát sinh của hầu hết các văn bản hiện có đều hầu như hoàn toàn không được biết, mà ngay cả giáo lý đạo Phật cũng tạo cho các sử gia một ấn tượng như là không thỏa mãn và rất khó nắm bắt. Các Phật tử thường có khuynh hướng làm cân bằng một phát ngôn bằng cách đưa ra một phát biểu đối nghịch lại, và chân lý đạt đến không phải bằng cách chọn lựa giữa hai đối nghịch này, mà là sự kết hợp cả hai.

Như vậy thì, ngoài việc sử dụng chung các thuật ngữ đặc thù của Phật giáo, còn có điểm chung nào giữa những giáo lý thuộc các trường phái khác biệt nhau chăng? Và có những yếu tố chung nào giữa những người học Phật để có thể cho phép chúng ta gọi chung tất cả là Phật tử?

1. Trong số những yếu tố ổn định hơn cả, sự tổ chức các tự viện là hiển nhiên và đáng chú ý nhất. Sự kế tục của tính tổ chức này là nền tảng hỗ trợ cho mọi điều khác.[1]

2. Tiếp đến chúng ta có một hệ thống những phương pháp thiền định được truyền nối như là một yếu tố bất biến khác. Chính những phép thiền định này đã tạo nên khuôn mẫu cho các thế hệ Phật tử nối tiếp nhau, và hầu như

of a continuous decay, it had a profound influence on the mentality of the Buddhists in later ages, and we will hear of it again and again. The story of Buddhism is indeed not only a splendid, but also a melancholy one.

To the modern historian, Buddhism is a phenomenon which must exasperate him at every point and we can only say in extenuation that this religion was not founded for the benefit of historians. Not only is there an almost complete absence of hard facts about its history in India; not only is the date, authorship and geographical provenance of the overwhelming majority of the documents almost entirely unknown, but even its doctrines must strike the historian as most unsatisfactory, and elusive. Buddhists tend to cancel out each statement by a counter-statement and the truth is obtained not by choosing between the two contradictory statements, but by combining them.

What then, apart from their characteristic terminology, is common to all this variety of diverse teachings, what are the common factors which allow us to call all of them "Buddhist"?

1. Among the more stable factors the monastic organization is the most obvious and conspicuous. Its continuity is the basis which supports everything else (see ch. I sec. 2).

2. Next we have as a constant element a traditional set of meditations which have moulded all generations of Buddhists and which are bound

[1] Xem chương I phần 2.

chắc chắn mang lại một hiệu quả khá đồng nhất cho bất cứ ai chịu đặt mình vào trong vòng ảnh hưởng của chúng.[1]

3. Thứ ba, tất cả Phật tử đều hướng đến chỉ một mục đích, và hoàn toàn giống nhau, đó là diệt trừ tận gốc sự chấp ngã, từ bỏ quan niệm về *một bản ngã riêng biệt của cá nhân trong toàn thể*. Và những điều được thuyết giảng, cũng như công phu thực tế hành trì của họ đều hướng đến sự vun bồi cho các đức tính tâm linh rất dễ dàng nhận ra, như là tính điềm tĩnh, tính độc lập, hoặc luôn quan tâm và từ ái với kẻ khác. Trong kinh văn, giáo pháp được so sánh như là một mùi vị, nghĩa là để trực tiếp cảm nhận. Lời vàng của Phật trong các kinh điển được xác định là mang lại *mùi vị an lạc, giải thoát* và *Niết-bàn*. Lẽ dĩ nhiên đó là những phẩm chất đặc biệt không dễ gì mô tả được, và chắc chắn sẽ xa lạ với những ai từ chối việc tự mình thể nghiệm trong thực tế.

4. Trong suốt lịch sử của mình, Phật giáo có sự thống nhất của một hệ thống tổ chức, trong đó mỗi một phát triển mới đều diễn ra trong sự kế tục của những gì trước đó. Một con nòng nọc so với con ếch thật vô cùng khác biệt, vậy mà chúng lại là những giai đoạn khác nhau của cùng một loài vật, và đã liên tục tiến hóa từ con này đến con kia. Sự chuyển hóa của Phật giáo chắc hẳn sẽ gây ngạc nhiên cho những ai chỉ nhìn vào kết quả cuối cùng, bị ngăn cách bởi thời gian, đã khác biệt với nhau như giữa con nhộng với con bướm. Thật ra, chúng được liên kết với nhau bởi các giai đoạn chuyển tiếp từ cái cũ đến cái mới mà chỉ có thể nhận ra được qua sự nghiên cứu tường tận. Trong Phật giáo không có gì thực sự là mới. Những gì có vẻ như mới,

[1] Xem chương I, phần 3.

to exert a fairly uniform effect on everyone who subjects himself to their influence (see ch. I sec. 3).

3. Thirdly, all Buddhists have had one and the same aim, which is the "extinction of self, the dying out of separate individuality, and their teachings and practices have generally tended to foster such easily recognizable spiritual virtues as serenity, detachment, consideration and tenderness for others. In the Scriptures, the Dharma has been compared to a taste. The word of the Buddha is there defined as that which has the taste of Peace, the taste of Emancipation, the taste of Nirvāṇa. It is, of course, a peculiarity of tastes that they are not easily described, and must elude those who refuse actually to taste them for themselves.

4. Throughout its history,. Buddhism has the unity of an organism, in that each new development takes place in continuity from the previous one. Nothing could look more different from a tadpole than a frog and yet they are stages of the same animal, and evolve continuously from each other. The Buddhist capacity for metamorphosis must astound those who only see the end-products separated by long intervals of time, as different as chrysalis and butterfly. In fact they are connected by many gradations, which lead from one to the other and which only close study can detect. There is in Buddhism really no innovation, but

thật ra chỉ là sự điều chỉnh một cách tinh tế những ý tưởng đã có từ trước kia.

Sự phát triển liên tục và truyền thừa thích hợp của giáo pháp luôn hết sức được chú trọng. Đây không phải là những luận thuyết rối rắm của những kẻ theo chủ nghĩa cá nhân muốn nỗ lực tạo ra sự độc đáo cho riêng mình bằng mọi giá. Trái lại, chúng ta có các bậc thầy đã hình thành nên những bộ phái, trường phái đa dạng khác nhau, và sự truyền thừa qua các đời tổ sư đã duy trì tính liên tục của Phật giáo trong nhiều thế kỷ.

what seems so is in fact a subtle adaptation of pre-existing ideas.

Great attention has always been paid to continuous doctrinal development and to the proper transmission of the teachings. These are not the anarchic philosophizings of individualists who strive for originality at all costs. Instead, we have groups of teachers, known as "sects" or "schools", and lines of masters which maintain continuity over many centuries.

Chương I: Thời kỳ 500 NĂM trước công nguyên

1. Những đặc điểm của thời kỳ đầu

Điểm nổi bật của thời kỳ đầu là thiếu hẳn các thông tin chính xác. Duy nhất chỉ có một niên đại thật sự chắc chắn, đó là thời kỳ cai trị của hoàng đế *A-dục*, từ năm 274 đến năm 236 trước công nguyên. Vua *A-dục* là người hết sức ủng hộ Phật giáo và đã đưa tôn giáo này từ một tôn giáo nhỏ của các nhà tu khổ hạnh trở thành một tôn giáo lớn trên toàn cõi Ấn Độ.

Ngay cả những ghi chép niên đại liên quan đến cuộc đời của đức Phật cũng là một sự suy đoán không chắc chắn. Người Ấn Độ từ trước đến nay vẫn cho rằng đức Phật đã nhập diệt khoảng 100 năm trước vua *A-dục*. Còn những học giả cận đại nói chung đều đồng ý rằng ngài đã sống vào một quãng thời gian nào đó trong khoảng từ năm 563 đến năm 483 trước công nguyên. Tuy có phần nào miễn cưỡng, nhưng ở đây cũng phải tạm chấp nhận theo niên đại ấy.

Tính chất các văn bản hiện có của chúng ta lại càng làm tăng thêm tính không xác thực của vấn đề. Suốt trong thời kỳ đầu này, kinh điển chỉ được truyền miệng, và phải đến khoảng gần cuối thời kỳ mới bắt đầu có sự ghi chép. Những gì đức Phật đã thật sự nói ra, hầu như không có gì được ghi chép lại ngay. Có thể là vào lúc ấy đức Phật đã giảng dạy bằng ngôn ngữ *Ardhamagadhi*,[1] nhưng không có Phật ngôn nào được ghi lại bằng ngôn ngữ này. Về những kinh điển được ghi chép sớm nhất, ngay cả ngôn ngữ được sử dụng vẫn còn là một vấn đề gây tranh cãi. Những gì chúng ta có chỉ là

Chapter 1: The first five hundred years: 500 - 0 BC

1. THE PECULIARITIES OF THE FIRST PERIOD

The absence of hard facts is particularly marked for the first period. One, and only one, date is really certain and that is the rule of the emperor Aśoka (274-236 BC) whose patronage transformed Buddhism from a small sect of ascetics into an all-Indian religion.

Even the date of the Buddha's life is a matter of conjecture. Indian tradition often tells us that His death took place 100 years before Aśoka. Modern scholars have on the whole agreed to place His life between 563 and 483 BC. With some reluctance I have here followed their chronology.

The nature of our documents gives rise to further uncertainties. During this entire period the Scriptures were transmitted orally and they were written down only towards the end of it. Of the actual words of the Buddha nothing is left. The Buddha may have taught in Ardhamagadhi, but none of His sayings is preserved in its original form. As for the earliest Canon, even its language is still a matter

---

[1] Ngôn ngữ của xứ Ma-kiệt-đà vào thời đó.

bản dịch của những kinh điển đầu tiên ấy sang các thứ tiếng Ấn Độ khác, chủ yếu là tiếng *Pāli*, và một hình thức đặc biệt của tiếng *Sanskrit* dùng riêng cho Phật giáo.

Vốn chưa từng có một hình thức tổ chức tập trung, nên vào một thời điểm không xác định nào đó, Phật giáo đã tự chia tách ra thành một số các bộ phái. Và theo như được biết là đã có khoảng 18 bộ phái. Phần lớn những bộ phái này có kinh điển riêng, nhưng hầu hết đều đã mất. Hoặc là vì chúng chưa bao giờ được ghi chép lại, hoặc là vì sức tàn phá của thời gian đã hủy hoại đi tất cả. Nguyên nhân giúp cho một số kinh điển còn được giữ lại là sau khi Phật giáo suy sụp ở Ấn Độ vào đầu thế kỷ 13, chúng đã tình cờ lọt vào một số vùng bên ngoài Ấn Độ như Tích Lan, Nepal hoặc Trung Á, hoặc là nhờ trước kia đã được dịch sang tiếng Trung Hoa hay tiếng Tây Tạng. Bởi vậy, chúng ta chỉ có một số lượng rất ít những kinh thực sự đã lưu hành trong cộng đồng Phật giáo vào thời kỳ đầu. Và hơn thế nữa, những gì còn được giữ lại có phần là do sự may mắn tình cờ đưa đến, hơn là do sự chọn lọc từ tính chất cổ xưa và giá trị truyền thừa của chúng.

Và những kinh điển mà chúng ta hiện có, có thể đã được biên soạn vào bất cứ thời điểm nào trong suốt 500 năm của thời kỳ đầu. Trước tiên cần phải nói rõ rằng, không có một tiêu chuẩn khách quan nào cho phép chúng ta chọn ra được những phần nào trong số kinh điển này là do chính đức Phật đã nói ra. Một vài cuốn sách hiện nay ở châu Âu đưa ra rất nhiều sự quả quyết về những điều do chính đức Phật thuyết dạy. Nhưng đó chỉ hoàn toàn là sự suy đoán mà thôi. Kinh điển nguyên thủy hiện giờ là nằm ngoài tầm hiểu biết của chúng ta. Thời gian xa xưa nhất mà chúng ta có thể lần theo dấu vết để biết được là thời kỳ mà Phật giáo đã chia tách ra thành các bộ phái riêng.

of dispute. All we have are translations of what may have been the early Canon into other Indian languages, chiefly Pāli and a particular form of Buddhist *Sanskrit*.

Always without a central organization, Buddhism had divided itself at some unspecified time into a number of sects, of which usually eighteen are counted. Most of these sects had their own Canon. Nearly all of them are lost to us, either because they were never written down, or because the depredations of time have destroyed the written record. Only those are left which after the collapse of Buddhism in India about AD 1200 had by some chance got into some region outside India, like Ceylon, *Nepal*, or Central Asia, or which had been previously translated into Chinese or Tibetan. We therefore possess only a small portion of what actually circulated in the Buddhist community during the first period. What is more, the selection of what is preserved is due more to chance than considerations of antiquity and intrinsic merit.

And that which we have may have been composed at any time during the first five hundred years. First of all it must be stated quite clearly that there is no objective criterion which would allow us to single out those elements in the record which go back to the Buddha Himself. Some modern European books abound in confident assertions about what the Buddha Himself has personally taught. They are all mere guesswork. The "original gospel" is beyond our ken now. The farthest we can get back in time is the period when the community split up into separate sects.

Điều mà chúng ta có thể làm được là so sánh những kinh văn của các bộ phái khác nhau, chẳng hạn như so sánh văn bản kinh Dhammapāda[1] của *Thượng tọa bộ* ở Tích Lan với văn bản kinh Udānavarga[2] của *Nhất thiết hữu bộ* được tìm thấy trong sa mạc vùng Tân Cương.[3] Khi nào chúng ta tìm ra được những đoạn trong hai cuốn này, một cuốn viết bằng tiếng *Pāli* và một cuốn bằng tiếng *Sanskrit*, giống nhau chính xác từng chữ một, thì ta có thể cho rằng chúng thuộc về cùng một thời điểm, và đã có trước sự kiện chia tách của hai bộ phái, vốn xảy ra trong thời kỳ cai trị của vua *A-dục*. Còn khi so sánh thấy hai cuốn không giống nhau, chúng ta phải tạm cho là chúng thuộc vào thời gian sau vua *A-dục*, vì không có được bằng chứng ngược lại.

Nhưng cho đến nay cũng chưa có ai làm công việc so sánh đó một cách có hệ thống, và khi việc này chưa được thực hiện, thì chúng ta vẫn chưa thể phân biệt rõ những kinh điển thuộc về một hoặc hai thế kỷ đầu với những kinh điển xuất hiện vào thời kỳ sau vua *A-dục*. Thậm chí chúng ta cũng không thể biết chắc là vào lúc nào và trong hoàn cảnh nào thì sự phân chia các bộ phái đã xảy ra, vì tất cả những tác phẩm mà chúng ta có về vấn đề đó đều được viết sau đến 5 thế kỷ so với những sự việc mà chúng tường thuật, và hầu như các dữ kiện luôn bị bóp méo bởi những thành kiến về bộ phái.

Nhưng cho dù những hiểu biết của chúng ta có đưa ta đến gần thời điểm nhập diệt của đức Phật trong khoảng chừng một thế kỷ, hoặc hai hay ba thế kỷ, thì cũng vẫn còn có một giai đoạn khởi nguyên chìm trong bí ẩn, và chúng ta không thể nào đi xuyên qua giai đoạn ấy.

Hai phần tiếp sau đây sẽ cố gắng giải thích những giáo lý được xem là thuộc thời kỳ đầu của Phật giáo, trong phạm

What we can do is to compare the documents of the various sects, say a **Theravadin Dhammapāda** from Ceylon with a **Sarvastivadin Udānavarga** found in the sands of Turkestan. Where we find passages in which these two texts, the one in Pali and the other in *Sanskrit*, agree word by word, we can assume that they belong to a time antedating the separation of the two schools, which took place during **Aśoka's** rule. Where they do not agree, we may infer their **post-Aśokan** date in the absence of evidence to the contrary.

So far no one has yet systematically undertaken such a comparison and until that is done we are unable to clearly distinguish the doctrines of the first one or two centuries, from those of post **Aśokan** times. It is not even quite certain when and under what circumstances these separations of the sects took place, since all the works we have on the subject are five centuries later than the events they report and the data are everywhere distorted by sectarian bias.

But whether our knowledge gets us to within one century of the neighbourhood of the **Nirvāṇa**, or to within two or three centuries only, there is an initial period which is shrouded in mystery and to which we cannot penetrate.

In the next two sections I will try to explain the doctrines which marked the Buddhism of the first period as far as it

[1] Kinh Pháp Cú
[2] Cảm Hứng Ngữ
[3] Turkestan

vi có thể suy luận được với một phần đáng tin cậy nào đó. Trước tiên sẽ là phần giới luật, sau đó là giáo thuyết căn bản về sự giải thoát và phương thức tu tập để đạt đến giải thoát.

2. Giới luật

Hai tài liệu cổ nhất mà chúng ta có thể xếp vào thời kỳ tiền *A-dục* với phần nào chắc chắn, tình cờ lại đề cập đến giới luật.[1] Từ trước đến nay, giáo pháp của Phật thường được xếp thành hai nhóm chính là *Kinh tạng* và *Luật tạng*.[2] Luật tạng đã tỏ ra có tính chất ổn định và đồng nhất hơn, rất ít gây ra bất đồng, và ít bị sửa đổi hơn. Rất hiếm khi có những tranh cãi về Luật tạng, và cho đến sau này, sự thành lập các bộ phái khác nhau cũng ít khi dẫn đến việc sửa đổi Luật tạng, ngoại trừ những vấn đề chỉ thuộc về hình thức và rất nhỏ nhặt, như y phục... Ngay cả khi nhiều bộ phái mới được lập ra cùng với sự hình thành của Đại thừa trên những nền tảng mang tính giáo điều, thì trong một thời gian dài họ vẫn trung thành về mặt giới luật với một trong những bộ phái Tiểu thừa cổ xưa hơn.

Trong hành trì thực tế, trải qua lịch sử lâu dài của *Tăng-già*, tất nhiên cũng đã có nhiều sự giản lược đối với các điều luật quá khắt khe, phiền hà. Nhưng xét về khuôn mẫu chung thì dường như trong thế kỷ 4 trước công nguyên, Luật tạng đã đạt đến hình thức cuối cùng như hiện nay rồi.

Vào thời kỳ đó, một văn bản rất quan trọng là *Skandhaka*[3] ra đời, phân chia và sắp đặt những tài liệu đồ sộ thu thập được lúc đó theo một kế hoạch rất chu đáo. Tác phẩm này

---

[1] Vinaya-piṭaka

[2] Tam tạng giáo điển bao gồm Kinh, Luật và Luận. Nhưng tạng Luận là sự diễn giải rộng giáo pháp, và không chỉ thuần những lời Phật trực tiếp truyền dạy, mà còn có sự đóng góp, trước tác của các vị tổ sư, luận sư về sau nữa.

can be inferred with some probability. They first concern monastic discipline, and then the basic theory of salvation and the way to it.

2. THE MONASTIC DISCIPLINE

The two oldest documents which we can place with some degree of certainty before **Aśoka** happen to deal with monastic discipline (Vinaya). From fairly early times onwards the traditions concerning the Buddha's teachings were grouped under two principal headings called respectively Dharma and Vinaya. The Vinaya proved the more stable and uniform element of the two, much less subject to disagreements and re-formulations. Discussions on the Vinaya are seldom heard of and even at later times school formations rarely implied modifications in the Vinaya, except in quite external and superficial matters, such as dress, etc. Even when with the **Mahāyāna** quite new schools arose on dogmatic grounds, they adhered for a long time as far as the Vinaya was concerned to one of the older Hinayana schools.

In actual practice there has been, of course, much plain disregard of the more onerous rules in the long history of the order, but as for their formulation it seems to have reached its final form already in the fourth century BC.

At that time a great work, the Skandhaka, was produced, which divided and arranged the enormous material accumulated by then according to a well conceived plan. It

[3] Kiền-độ, một văn bản bao gồm các điều khoản quy định việc an cư, tự tứ, bố-tát, phòng xá, y phục... của tăng sĩ.

quy định những thể chế cơ bản về đời sống trong các tự viện của tăng sĩ, như việc gia nhập tăng đoàn, các nghi lễ *bố-tát*,[1] việc an cư trong mùa mưa,[2] và cùng thảo luận đến những vấn đề liên quan về y phục, thực phẩm, thuốc men cho người bệnh, cũng như các quy định phải tuân theo trong việc xử lý những người vi phạm.

Xưa hơn nữa là văn bản Prātimoksha,[3] ghi lại khoảng 250 giới, là một sự phân loại các hình thức vi phạm trong đời sống tu sĩ. Về văn bản này, chúng ta có khoảng 12 phiên bản khác nhau, nhưng tất cả đều phù hợp với nhau về những điểm quan trọng. Cứ mỗi nửa tháng, những giới luật này phải được tụng đọc lên một lần trước tập thể *Tăng-già*. Trong tất cả các văn bản kinh điển, không có văn bản nào khác có được sự tin cậy của tất cả Phật tử như là những điều không thể bàn cãi, và phổ biến rộng rãi cũng như tồn tại lâu dài như giới luật ghi trong văn bản *Prātimoksha* này. Vì thế, chúng ta cần phải có một ý niệm về nội dung của chúng.

Trước hết là bốn *trọng giới*,[4] người vi phạm phải bị trục xuất khỏi tăng đoàn. Đó là: dâm dục, trộm cắp, giết người[5] và đại vọng ngữ.[6] Tiếp đến là 13 giới *Tăng-tàn*,[7] cần phải tạm đình chỉ tư cách tăng sĩ trong một thời gian ngắn để suy ngẫm và sám hối việc đã làm,[8] trong đó có 5 giới có liên

---

[1] Tức là lễ tụng giới mỗi tháng được tổ chức hai lần trong các tự viện.

[2] Hay còn gọi là trường hương, trường hạ... một quy chế vẫn được tuân thủ nghiêm ngặt cho đến ngày nay.

[3] Prātimoksha, hay thường gọi là Cụ túc giới. Cụ túc nghĩa là đầy đủ. Gọi như vậy là vì trước khi thọ những giới này, người xuất gia phải qua một giai đoạn thọ trì một số những giới luật cơ bản khác (sa-di, sa-di ni), vốn được xem là chưa đầy đủ.

[4] Được gọi là các giới ba-la-di, Hán dịch nghĩa là Bất cộng trụ (不共住), nghĩa là không thể còn sống chung được với tăng chúng.

[5] Có sự khác biệt giữa giới luật nguyên thủy và quan điểm Đại thừa ở điểm này. Trọng giới ở đây đề cập đến việc giết người, còn Đại thừa xem việc sát sanh, tức là sát hại sanh mạng của bất cứ loài nào, đều là trọng tội.

regulates the fundamental institutions of Buddhist monastic life, the admission to the order, the confession ceremonies, the retirement during the rainy season, and it discusses clothing, food and drugs for the sick, as well as the rules to be observed in the punishment of offenders.

Older still are the approximately two hundred and fifty rules of the **Prātimoksha**, a classification of ecclesiastical offences, of which we possess about a dozen different recensions, which agree on all essentials. These rules must be recited every fortnight in front of a chapter of the monks. Among all the texts of the Scriptures there is none that has enjoyed among Buddhists an authority as uncontested, widespread and lasting as these Pratimoksha rules, and it is therefore necessary to give the reader some idea of their contents.

First of all they list four offences which deserve expulsion, i.e. sexual intercourse, theft, murder, and the false claim to either supernatural powers or high spiritual attainments. Then follow thirteen lighter offences, which deserve suspension, and of which five concern sexual misconduct, two the building of huts, and the remaining six dissensions within the Order. The recitation then continues

---

[6] Đại vọng ngữ: dối gạt người khác rằng mình đã chứng đắc thánh trí, đã ngộ đạo... trong khi thật sự không được như vậy. Những điều nói dối khác không được xem là đại vọng ngữ, và được xếp vào điều luật khác.

[7] Được gọi là các giới Tăng-già bà-thi-sa (**Sańghadisesa** - 僧伽婆尸沙), cũng gọi là các giới Tăng tàn. Phạm các giới này cũng như người bị chém mà chưa chết hẳn, còn có thể cứu sống được. Đó là nhờ việc phát lộ sám hối đúng pháp trước Tăng-già.

[8] Khi chịu các hình thức xử lý này, người phạm giới tạm thời bị cách ly khỏi tăng chúng trong một thời gian nhất định, kèm theo một số các quy định khác phải thực hiện, như việc tác pháp sám hối...

quan đến sự dâm dục, 2 giới về việc kiến tạo chỗ ở, và 6 giới còn lại là tội ly gián *Tăng-già*. Tiếp theo nữa là hai trường hợp phạm giới liên quan đến dâm dục, cần xử lý tùy theo hoàn cảnh phạm tội.[1] Ở mức độ nhẹ hơn đôi chút là 30 giới mà người phạm sẽ bị mất quyền chia sẻ phần y phục thuộc về tăng đoàn, và thêm vào đó sẽ phải đọa vào các đường ác.[2] Trong số những điều cấm mà các giới này nêu ra, có việc không được cất giữ vàng bạc, cũng như không được tham gia các hoạt động buôn bán, hoặc chiếm làm của riêng những vật dụng mà lẽ ra phải thuộc về tăng đoàn. Tiếp đến là 90 giới mà người phạm vào nếu không sám hối sẽ phải đọa vào các đường ác. Các giới này liên quan đến những điều như nói dối, chê bai, hủy báng những tăng sĩ khác. Các giới này cũng quy định mối quan hệ giữa người xuất gia và giới cư sĩ, bằng cách nghiêm cấm việc trực tiếp truyền dạy giáo lý cho người chưa xuất gia,[3] hoặc không được đem việc phạm lỗi của một vị tăng nói cho một người thế tục biết v.v... Những giới còn lại đề cập đến rất nhiều sai phạm nhỏ nhặt hơn, như cấm phá hại cây cối, cấm đào đất, cấm dùng các chất gây say, gây nghiện, hoặc ngồi, nằm trên giường quá cao.[4] Tài liệu rất xưa còn đưa ra bốn giới phạm vào phải tự nói ra để sám hối, 13 giới về mẫu mực của người xuất gia, và cuối cùng là 7 quy tắc để giải quyết các tranh cãi.[5]

---

[1] Được gọi là 2 Bất định pháp (不定法). Người phạm giới này rơi vào tình huống không xác định rõ, có thể bị xếp vào nhiều tội danh khác nhau. Việc quyết định xếp vào tội danh nào là tùy theo lời nói của người đã phát hiện ra việc phạm giới ấy, chứ không theo lời tự thú của đương sự.

[2] Được gọi là 30 giới Ni-tát-kỳ ba-dật-đề (Naihsargik-prāyascittika – 尼薩耆波逸提), Hán dịch nghĩa là Xả đọa. Đây là các giới liên quan đến tài vật, người phạm giới trước hết phải xả bỏ tất cả tài vật liên quan trong việc

to enumerate two sexual offences which are "punishable according to the circumstances", and after that come thirty offences which "involve forfeiture" of the right to share in garments belonging to the Order and which, in addition, make the offender liable to an unfavourable rebirth. They forbid, among other things, the handling of gold and silver, as well as trading activities, or the personal appropriation of goods intended for the community. Next there are ninety offences which, unless repented and expiated, will be punished by an unfavourable rebirth. They concern such things as telling lies, belittling or slandering other monks, they regulate the relations with the laity by forbidding "to teach the Scriptures word by word to an unordained person", to tell laymen about the offences committed by monks, and so on. For the rest they concern a huge variety of misdemeanours, e.g. they forbid to destroy any kind of vegetation, to dig the earth, to drink alcoholic beverages, or to have a chair or bed made with legs higher than eight inches. The obviously very archaic document then further gives four offences requiring confession, followed by thirteen rules of decorum, and it concludes with seven rules for the settling of disputes.

---

phạm giới trước chúng tăng, sau đó chân thành sám hối và nhận các hình thức xử lý của tập thể.

[3] Đây là quan điểm của riêng thời kỳ này, như chúng ta sẽ thấy những thay đổi về sau cho phép giáo pháp được truyền bá không có giới hạn.

[4] Quy định theo thước cổ là một thước sáu phân, mỗi thước bằng khoảng 0,33 mét. Như vậy, giường ghế không được cao quá 0,5 đến 0,6 mét.

[5] Tức là Thất diệt tránh pháp (七滅諍法).

Mục đích của Luật tạng là tạo ra những điều kiện lý tưởng cho việc thiền quán và xả ly. Những giới luật này thúc đẩy một sự thoát ly hoàn toàn khỏi đời sống xã hội, khỏi những mối quan tâm và sự lo lắng của thế tục, những ái luyến thường tình với gia đình và họ hàng. Kèm theo đó, việc đòi hỏi một nếp sống cực kỳ đơn giản và cần kiệm là nhằm đảm bảo thoát khỏi sự phụ thuộc, trong khi sự thoát ly gia đình và buông bỏ tất cả tài sản là nhằm thúc đẩy việc dứt trừ tham ái.

Ban đầu, *Tăng-già* dường như chỉ bao gồm những vị tăng khất thực, nhận thức ăn của tín thí trong các bình bát và mặc y phục chắp vá bằng những miếng giẻ đã bỏ đi, ngủ nghỉ trong rừng, trong hang đá hoặc dưới gốc cây. Chỉ vào mùa mưa họ mới ngừng đi khất thực và tập trung lại ở một nơi. Qua các thời kỳ, tuy vẫn còn một số ít các vị tăng sĩ theo đuổi lối sống kham khổ, đơn giản của thời kỳ đầu,[4] nhưng nói chung, với sự phát triển mạnh mẽ của tôn giáo, tăng sĩ đã chọn cách sống tập trung trong những tự viện. Với đời sống tự viện, họ vẫn không bận tâm đến các vấn đề thế tục, nhưng tránh được những bất tiện của một cuộc sống khất thực hằng ngày như trước kia.

Luật tạng chỉ kết tập có một lần, nhưng lịch sử tồn tại về sau là cả một quá trình dung hợp không ngừng giữa hai yếu tố: một bên là tính chất bất biến của giới luật, và một bên là thực tiễn xã hội với bản năng sai phạm của con người.[1]

---

[1] Những vị tăng theo trường phái gọi là Phật giáo nguyên thủy.

[1] Điều này có nghĩa là đã có những thay đổi nhất định không tránh khỏi trong Luật tạng, và những thay đổi này bị giằng co về hai phía đối nghịch nhau. Một mặt, chúng được hạn chế tối đa bởi tính chất bất biến đã được thiết

The purpose of the Vinaya rules was to provide ideal conditions for meditation and renunciation. They try to enforce a complete withdrawal from social life, a separation from its interests and worries, and the rupture of all ties with family or clan. At the same time the insistence on extreme simplicity and frugality was meant to ensure independence, while the giving up of home and all property was intended to foster non-attachment.

Originally, the Order seems to have been conceived as composed of wandering beggars, who ate food obtained as alms in their begging bowls, wore clothes made from rags picked up on rubbish heaps and dwelt in the forest, in caves or at the foot of trees. Only during the rainy season must they cease roaming about and stay in one and the same place. At all times a minority continued to aspire after the rigours of this primitive simplicity, but, generally speaking, with the increasing prosperity of the religion the monks settled down in monasteries which gave aloofness from social concerns without some of the inconveniences of the hand-to-mouth existence originally envisaged.

The text of the Vinaya being fixed once and for all, its further history is one of constant compromises between its sacrosanct provisions on the one hand, and social realities and human fallibility on the other.

đặt từ đầu - tín đồ Phật giáo thừa nhận rằng chỉ có đức Phật là người duy nhất có thể chế định giới luật và sửa đổi giới luật. Mặt khác, thực tiễn xã hội và ngay cả những thay đổi về tâm sinh lý của con người qua các thời đại đòi hỏi phải có những sửa đổi nhất định trong giới luật. Mâu thuẫn xung đột này cuối cùng dẫn đến sự dung hòa hợp lý nhất có thể được chấp nhận, và đó là những thay đổi tất yếu của Luật tạng.

3. Giáo lý cơ bản

Chúng ta đã đề cập khá nhiều đến việc tu tập của tăng sĩ, vậy còn những giáo lý nào được dành cho tất cả tín đồ trong thời kỳ đầu? Và không những thế, còn là dành cho tất cả tín đồ của những thế hệ về sau, cho dù họ có thực hiện những sửa đổi hoặc thêm bớt nhiều đến đâu đi chăng nữa?

Giáo lý cơ bản có thể tóm lại theo hai hướng chính. Trước hết là nhằm đưa ra lý thuyết về sự giải thoát, nói lên sự cần thiết của một đời sống giải thoát, tính chất của giải thoát và các phương pháp cần thiết để đạt đến giải thoát. Tiếp sau đó là đề cập đến *Tam bảo*: *Phật bảo*, *Pháp bảo* và *Tăng bảo*.

Cốt lõi của đạo Phật là giáo lý giải thoát. Nhu cầu giải thoát phát sinh từ tính chất không thỏa mãn một cách vô vọng của đời sống. Phật tử có cái nhìn hết sức ưu tư về những điều kiện khổ đau trong cuộc sống. Chính sự vô thường của vạn vật quanh ta làm cho chúng ta thấy được sự tầm thường của những tham vọng thế gian, mà bản chất của vạn vật không bao giờ có thể đem đến cho chúng ta sự thành tựu lâu dài hay thỏa mãn mãi mãi. Sau cùng, cái chết sẽ lấy đi tất cả những gì chúng ta đã tìm cách tích lũy được, và tách chúng ta ra khỏi những gì đang ôm ấp.

Thật là vô ích khi đi tìm sự an toàn và hạnh phúc trong những hoàn cảnh như vậy! Những niềm vui và lạc thú của con người nhỏ nhoi trong thế giới này thật hết sức tầm thường, và sự chọn lựa, mê đắm của họ bộc lộ rõ sự thiếu khôn ngoan. Họ cư xử chẳng khác gì đứa trẻ con tìm thấy một hòn bi tuyệt đẹp, quá vui mừng khi có được hòn bi, và để đảm bảo là không bị mất đi nên đã nuốt ngay hòn bi ấy, để rồi phải súc ruột...

3. THE BASIC DOCTRINES

So much about the practices of the monks. What then were the doctrines common to all the Buddhists of the first period, and shared not only by them but by all later Buddhists however much they might modify them by additions and reservations?

They can be grouped under two main headings. They first of all propound a theory of salvation, showing the need for it, its nature and the methods necessary to attain it. They secondly concern the three "Jewels" or "Treasures", i.e. the Buddha, the Dharma and the Saṅgha.

In its core, Buddhism is a doctrine of salvation. The need for it arises from the hopelessly unsatisfactory character of the world in which we find ourselves. Buddhists take an extremely gloomy view of the conditions in which we have the misfortune to live. It is particularly the impermanence of everything in and around us that suggests the worthlessness of our worldly aspirations which in the nature of things can never lead to any lasting achievement or abiding satisfaction. In the end death takes away everything we managed to pile up and parts us from everything we cherished.

How futile is the search for security in such surroundings, for happiness with such unsuitable materials! The joys and pleasures of the children of the world are exceedingly trivial and their choices and preferences betray little wisdom. They behave rather like the small child who finds a marble of exceeding beauty with a green spot on it, is overjoyed at having found it, and who, so as to make quite sure of not losing it again, proceeds straightaway to swallow the marble, with the result that his stomach has to be pumped out.

Hơn thế nữa, có ai lại không sợ hãi nếu nhận thức được tất cả những nỗi đau đớn và kinh hoàng mình đang phải gánh chịu khi có một xác thân! Nỗi đau khổ vô tận trong một chuỗi luân hồi triền miên vô ích là số phận của những con người tầm thường. Và sự ghê sợ những đau khổ đó chính là động lực thôi thúc đi đến sự giải thoát. Những tu sĩ Phật giáo là những người ghê sợ nỗi khổ sanh tử, nên đã từ bỏ đời sống gia đình để có thể đạt được giải thoát.

Nếu chúng ta hỏi tiếp về nguyên nhân của tình trạng khổ đau không thể tránh khỏi trong cuộc đời này, thì câu trả lời là không do bất cứ một thế lực bên ngoài nào, hoặc một số phận, một thần linh ác độc nào áp đặt, mà nguyên nhân đích thực là do yếu tố tự tâm của chúng ta. Yếu tố này được mô tả theo những cách khác nhau như là *lòng tham dục*, *sự chấp ngã*, *vô minh*, hay cũng được gọi là *tà kiến*.

Không chỉ lòng ham muốn dục lạc, tiền bạc, địa vị xã hội hay quyền lực được cho là có khuynh hướng biến chúng ta thành nô lệ cho những sức mạnh mà không có chút hy vọng nào có thể dùng vào mục đích có lợi, mà bất cứ hình thức ham muốn nào cũng bị người Phật tử quy cho là nguyên nhân hủy diệt sự tự do trong nội tâm và tính độc lập của chúng ta.

Từ một góc độ khác hơn, chúng ta có thể nói rằng toàn bộ những đau khổ của chúng ta được sinh ra từ thói quen muốn chiếm hữu một phần của vũ trụ như thể đó là của riêng mình, và lúc nào cũng muốn đưa ra những tuyên bố chiếm hữu kiểu như “*Cái này của tôi*”, “*Tôi là thế này...*”, “*Đây là bản thân tôi.*”...

Giáo lý căn bản của Phật giáo cho rằng từ ngữ “*tôi*” mà chúng ta nói ra đó không hề có ý nghĩa chân thật, rằng bản

Further, who would not be frightened if he realized all the pains and terrors to which he exposes himself by having a body! Suffering without end in a futile round of rebirths after rebirths (**samsāra**), that is the lot of ordinary people and the revulsion from it is the spur to salvation. The Buddhist ascetics were men who in fear of birth and death had left home life to gain salvation.

If next we ask for the cause of this unsatisfactory state of affairs, we are told that it is not imposed upon us by any outside force, by some fate or malevolent deity, but that it is due to some factor in our own mental constitution. This factor is variously described as "craving", the "belief in a separate self, "ignorance" or adherence to the "perverted views".

Not only the craving for sense-pleasures, for money, social position or power is apt to put us in bondage to the forces which we vainly hope to use for our own ends, but any form of desire whatsoever is condemned by Buddhists as destructive of our inward freedom and independence.

From another angle we may say that the whole of our unhappiness stems from the habit of trying to appropriate some part of the universe as if it were our "*own*" and to say of as many things as we can that "*This is mine, I am this, This is myself.*"

It is a fundamental teaching of Buddhism that this word "self" does not correspond to a real fact, that the self is

ngã chỉ là do tâm tưởng chúng ta hư cấu nên, và vì thế mà trong khi chạy theo cái *bản ngã* không thật đó, chúng ta đã phải đánh mất đi hạnh phúc chân thật để đổi lấy một điều hoàn toàn tưởng tượng.

Sau cùng, Phật giáo khác với Thiên Chúa giáo ở chỗ Phật giáo xét căn nguyên của mọi điều xấu xa do "*vô minh*"[1] chứ không do "*tội lỗi*"; do sự nhận thức sai lầm, chứ không do việc hành động thuận ý hay chống đối.

Về một định nghĩa thiết thực của *vô minh*, chúng ta có thể xem đó là *bốn tà kiến*[2] làm cho ta đi tìm *sự thường tồn* trong chỗ *vô thường*, tìm *sự thanh thản* trong chỗ *đau khổ không thể tách rời*, tìm cái "*tôi*" trong chỗ *chẳng liên quan gì đến bản ngã chân thật*, và tìm *vui thú* trong chỗ thật ra chỉ toàn là *sự ghê tởm đáng chán ghét*.[3]

Lẽ dĩ nhiên tình thế sẽ là hoàn toàn tuyệt vọng, nếu như thế giới khổ đau này và vòng luân hồi sanh tử là bao gồm toàn bộ thực tại. Nhưng thực tế không phải vậy. Vượt ra khỏi đó còn có một cảnh giới khác gọi là *Niết-bàn*, một trạng thái siêu nhiên vượt khỏi những hiểu biết và kinh nghiệm thông thường, và chúng ta không thể nói gì về cảnh giới ấy, ngoại trừ một việc là tất cả những gì xấu xa bất ổn đều đã chấm dứt cùng với những nguyên nhân và hậu quả của chúng.

Tín đồ Phật giáo thường ít chú tâm đến việc định nghĩa *Niết-bàn* là gì, mà quan tâm nhiều hơn đến việc tự mình chứng nghiệm cảnh giới ấy. Và họ lại càng không thích nói rõ về những người đã chứng đắc *Niết-bàn*. Thế giới này thường được ví như ngôi nhà đang cháy, và những ai tỉnh táo đều phải cố thoát ra khỏi đó. Nhưng nếu cõi luân hồi này giống như một ngọn lửa, thì *Niết-bàn* giống như trạng thái có được

fictitious and that therefore by our self-seeking we sacrifice our true welfare to a mere fiction.

Finally, Buddhism differs from Christianity in that it sees the root cause of all evil in "ignorance" and not in "sin", in an act of intellectual misapprehension and not in an act of volition and rebellion.

As a working definition of ignorance we are offered the four "perverted views" (**viparyāsa**) which make us seek for permanence in what is inherently impermanent, ease in what is inseparable from suffering, selfhood in what is not linked to any self, and delight in what is essentially repulsive and disgusting.

The situation would, of course, be entirely hopeless if this world of suffering and Samsara comprised the whole extent of reality. In fact this is not so, and beyond it there is something else, which is called **Nirvāṇa**, a transcendental state which is quite beyond the ken of ordinary experience, and of which nothing can be said except that in it all ills have ceased, together with their causes and consequences.

Buddhists are less intent on defining this **Nirvāṇa**, than on realizing it within themselves. And they are very much averse to making positive statements about the man who has gone to **Nirvāṇa**. This world is often compared to a house on fire, which everyone in his senses will try to escape from. But if the samsaric world is like a fire, then

[1] Được hiểu là sự mê muội, không hiểu đúng như thật về bản chất của vạn pháp.

[2] Viparyāsa-catuksa

[3] Tức là bốn tính chất bao trùm vạn pháp, mà vì không nhận ra được nên con người chưa thể đạt đến giải thoát. Đó là những tính chất: vô thường, khổ, vô ngã và bất tịnh. Khi đạt đến cảnh giới của sự giải thoát, bốn tính chất này trở thành: thường, lạc, ngã và tịnh.

sau khi dập tắt ngọn lửa đó. Như chúng ta đọc thấy trong kinh *Nipāta*, một trong những bản kinh cổ xưa:

"Như ngọn lửa do gió thổi bùng lên
Khi tắt đi, đến chỗ không ai đến được.
Bậc hiền giả tịch tịnh,
Thoát khỏi danh sắc, đạt cứu cánh,
Cũng đến cảnh giới không ai đến được.
Trăm ngàn sự lý thảy đều không,
Muôn lời chỉ giáo cũng im bặt."

Bởi vì mọi nguyên nhân của tội lỗi đều nằm trong chính ta, nên ta có thể bằng vào những nỗ lực của chính mình để loại trừ chúng, chỉ cần ta biết cách thực hiện điều đó. Như một thầy thuốc giỏi, đức Phật đã cho chúng ta rất nhiều phương thuốc để chữa trị vô số các chứng bệnh.

Ở mức độ cơ bản, những phương pháp giải thoát của Phật giáo cũng có vẻ tương tự như một số tôn giáo khác. Trước hết, người tin Phật phải thực hiện một vài hạnh lành trong đời sống hằng ngày. Người ấy phải vâng giữ theo năm giới, đó là không giết hại sinh mạng, không trộm cắp, không tà dâm,[1] không nói dối và không dùng những chất gây nghiện. Tiếp đến, người ấy phải chú ý về nghề nghiệp của mình. Ví dụ, những người bán thịt, những người đánh cá... đều thường xuyên phạm vào giới thứ nhất, và do đó chúng ta không mong họ có thể đạt thành quả tâm linh cao. Có những nghề nghiệp khác ít nguy hại đến phần tâm linh hơn, nhưng an toàn và hiệu quả nhất là trở thành một vị tỳ-kheo sống

[1] Ở đây ngăn cản sự tà dâm, nghĩa là việc thực hiện hành vi dâm dục với một người khác không phải là vợ hoặc chồng mình. Đối với người xuất gia thì phải bỏ hẳn sự dâm dục.

Nirvāṇa is like the state which results from the extinction of that fire. As we read in the Sutta Nipāta (1074, 1079), one of our more ancient texts:

> *As flame flung on by force of wind*
> *Comes to its end, reaches what none can sum;*
> *the silent sage, released,*
> *From name-and-form, goes to the goal,*
> *Reaches the state that none can sum.*
> *When all conditions are removed.*
> *All ways of telling also are removed.*

Since the causes of all evil lie within ourselves, we ourselves can, by our own efforts, rid ourselves of them, if we only know how to go about it. Like a good physician the Buddha has given us a profusion of remedies for the great variety of our ailments.

On their lower levels the Buddhist methods of salvation are similar to those found in other religions. A man must first of all bring some morality into his daily life, and he must observe the "five precepts" which forbid killing, stealing, sexual misconduct, lying and the use of intoxicants. Next he must take care how he earns his living. Butchers, fishermen, or soldiers, for instance, break the first precept all the time, and little spirituality can be expected of them. Other occupations are less perilous to the soul, but the safest and

không gia đình, không tài sản và mọi nhu cầu vật chất chỉ hoàn toàn dựa vào người khác.

Nhưng một khi những nền móng đạo đức đã được thiết lập, những nỗ lực còn lại của người học Phật là nhắm vào sự rèn luyện tâm trí, vào các phương thức tu tập thiền định khác nhau.

Thiền là một phép tu tập tâm ý, nhằm thực hiện ba mục đích riêng biệt nhưng có liên hệ chặt chẽ với nhau:

1. Mục đích thứ nhất là giúp người tu tập từ bỏ sự chú ý thông thường vào những cảm xúc liên tục thay đổi do các giác quan gây ra và những ý tưởng tập trung vào tự thân.[1]

2. Mục đích thứ hai là nỗ lực thay đổi sự chú ý từ thế giới giác quan đến một cảnh giới khác thanh cao hơn, và nhờ đó làm dịu đi sự loạn động trong tâm trí. Những hiểu biết dựa vào giác quan thường làm cho chúng ta không thỏa mãn, cũng giống như một đời sống chỉ dựa vào giác quan. Những gì thuộc về giác quan và kinh nghiệm quá khứ thuộc loại này là không xác thực, vô bổ, rất tầm thường và hầu hết là không đáng quan tâm. Chỉ có sự hiểu biết duy nhất đáng giá là sự hiểu biết được khám phá nhờ thiền quán, khi cánh cửa các giác quan đã được đóng lại. Chân lý của Thánh giáo này phải vượt ra ngoài thế giới phàm tục với những tri thức dựa trên giác quan và tầm nhìn giới hạn bởi những cảm giác.[2]

3. Mục đích thứ ba của thiền là hòa nhập vào chính thực tại siêu việt các giác quan, tự do giong ruổi giữa những gì vượt ngoài tri thức và kinh nghiệm của con người, và sự tìm

[1] Phép tu này nhằm dừng tất cả mọi vọng niệm, và được gọi là Chỉ.

most fruitful is that of a homeless and propertyless monk who relies on others for all his material needs.

But once the moral foundations are laid, the remainder of the Buddhist efforts consist in mental training, in meditations of various kinds.

Meditation is a mental training which is carried out for three distinct, but interconnected, purposes:

1. It aims at a withdrawal of attention from its normal pre-occupation with constantly changing sensory stimuli and ideas centred on oneself.

2. It aims at effecting a shift of attention from the sensory world to another, subtler realm, thereby calming the turmoils of the mind. Sense-based knowledge is as inherently unsatisfactory as a sense-based life. Sensory and historical facts as such are uncertain, unfruitful, trivial, and largely a matter of indifference. Only that is worth knowing which is discovered in meditation, when the doors of the senses are closed. The truths of this holy religion must elude the average worldling with his sense-based knowledge, and his sense-bounded horizon.

3. It aims at penetrating into the suprasensory reality itself, at roaming about among the transcendental

[2] Phép tu này nhằm quán sát, nhận ra những gì mà tri thức thế tục không thể đạt đến được, và được gọi là Quán.

kiếm này đưa thiền đến với tánh không như là một thực tại tối thượng.

Trong thuật ngữ của Phật giáo, bước đầu tiên được gọi là chánh niệm, bước tiếp theo là chánh định, và bước thứ ba là trí tuệ. Sự liên hệ giữa ba phép tu được chỉ rõ trong sơ đồ sau:

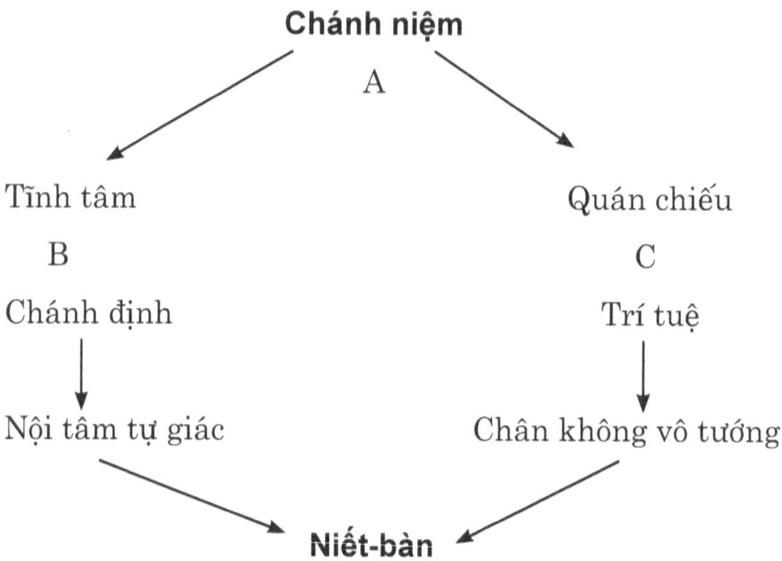

Đây là sự phân loại việc tu thiền theo mục đích nhắm đến. Theo một cách khác, thiền có thể được xếp loại theo đối tượng hoặc chủ đề. Có khá nhiều chủ đề như vậy được đưa ra cho người tu tập, và người ấy có thể chọn lựa tùy theo năng lực tinh thần và khuynh hướng của mình. Có quá nhiều khả năng chọn lựa đến nỗi không sao có thể kể hết ra đây.

Trong số này có thể kể đến những cách luyện hơi thở khá đơn giản theo kiểu Du-già, sự quán sát 32 phần trong cơ thể, sự suy ngẫm về xác chết qua các giai đoạn thối rữa

facts, and this quest leads it to Emptiness as the one ultimate reality.

In Buddhist terminology, the first preliminary step is known as "mindfulness' (**smṛti**), which is followed then by "ecstatic trance" (**samādhi**) and "wisdom" (**prajñā**). The relation of the three is indicated by the following diagram:

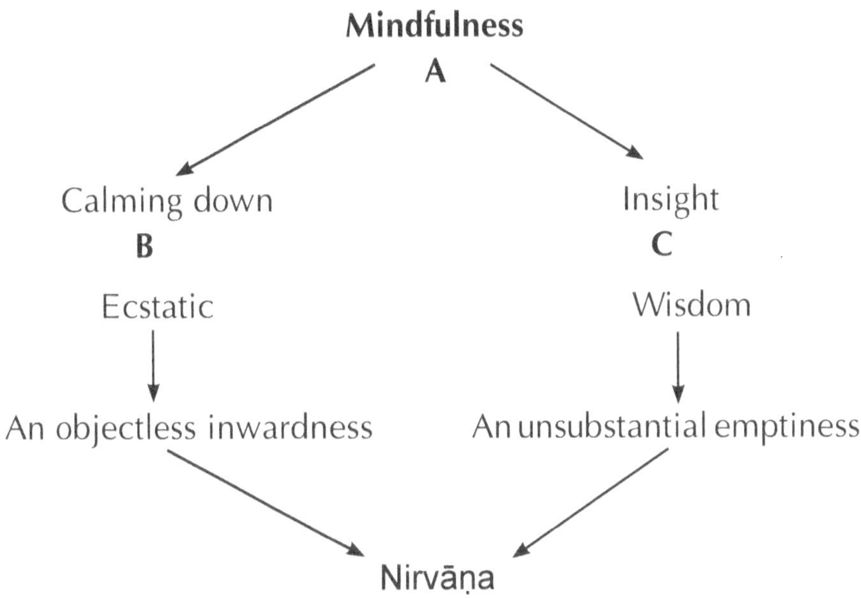

This is the classification of the meditations according to their purpose. From another point of view they can be classified according to their subjects or topics. A considerable number of such topics were offered to the aspirant, and his choice among them depends on his mental endowments and proclivities. So vast is the range of the possibilities offered that they cannot possibly be even enumerated here.

There we have relatively simple breathing exercises of the Yogic type, a survey of the "thirty-two parts of the

khác nhau, sự tỉnh thức quán sát nội tâm để nhận biết các tiến trình tâm linh đang diễn ra, cho dù đó là thọ cảm, tư tưởng, những trở ngại đối với sự chú tâm, hay là những yếu tố giúp đạt đến giác ngộ. Tiếp đến còn có việc bồi đắp những tình cảm xã hội như tình thân hữu và lòng từ bi, niệm tưởng đến sự cao quý của Tam bảo, sự quán tưởng về cái chết và niềm khao khát đạt đến Niết-bàn. Một đề tài rất được ưa chuộng của việc thiền quán là mười hai mắt xích với tương quan sinh khởi lẫn nhau,[1] cho thấy vô minh dẫn đến các yếu tố khác của sự tồn tại trong thế giới trần tục được kết thúc bằng già và chết như thế nào, và ngược lại sự trừ diệt vô minh sẽ dẫn đến các yếu tố này diệt đi như thế nào.[2] Những phương pháp thiền quán khác lại cố tạo ấn tượng trong tâm trí chúng ta về bản chất vô thường của vạn hữu, làm bộc lộ hoàn toàn sự đau khổ, chứng minh sự vô nghĩa của khái niệm sai lầm về "tự ngã", nuôi dưỡng sự quán chiếu trong nội tâm về tánh không, và phát lộ những nét đặc thù của con đường dẫn đến giải thoát.

Thực ra, dường như có vô số những phương thức thiền quán đã được xác định là thuộc về thời kỳ đầu tiên của Phật giáo, mặc dù điều rõ ràng là phải sang thời kỳ thứ hai mới có một sự sắp xếp hệ thống nào đó được áp dụng cho những phương thức này.

Từ đây nói đến Tam bảo.[3] Đức Phật là quan trọng nhất, là người sáng lập Phật giáo, người đảm bảo cho sự chân thật và đáng tin cậy của giáo lý ngài truyền dạy bằng vào thực tế là chính ngài đã hoàn toàn giác ngộ. Ngài đã nhận thức

[1] Tức là Thập nhị nhân duyên (Pratītya-samutpāda), gồm có vô minh, hành, thức, danh sắc, lục căn, xúc, thụ, ái, thủ, hữu, sinh và lão tử.

body", the contemplation of corpses in various degrees of decomposition, an introspective awareness of our mental processes as they go along, be they feelings, thoughts, or the hindrances to concentration, or the factors which make for enlightenment. Then there is the cultivation of the social emotions, such as friendliness and compassion, the recollection of the virtues of the three Jewels, the meditation on death and the aspiration for **Nirvāṇa.** A favourite subject of meditation are the twelve links of the chain of conditioned co-production (**pratyaya- samutpādā**)., which shows how ignorance leads to the other factors of worldly existence ending in old age and death and how, conversely, the extinction of ignorance must lead to the extinction of all these factors. Other meditations again try to impress on our minds the facts of the impermanence of all conditioned things, to show up the full extent of suffering, demonstrate the inanity of the term "self", to foster insight into emptiness and to reveal the characteristic features of the path which leads to salvation.

In fact, there seems to be almost no limit to the number of meditational devices which are attested for the first period of Buddhism, although it was apparently only in the second period that some systematic order was imposed upon them.

Now as to the Three Jewels, the Buddha is essential to this religion as its founder who guarantees the truth and reliability of the teaching by the fact that He is "fully enlightened". He has awoken to the nature and meaning

---

[2] Mối quan hệ sinh diệt này được thể hiện khá rõ nét trong tâm kinh Bát-nhã.
[3] Tam bảo bao gồm: Phật, Pháp và Tăng.

rõ được bản chất, ý nghĩa của cuộc sống thế tục và đã tìm ra được con đường chắc chắn để thoát ra khỏi đó. Ngài khác với những con người khác ở chỗ là đã tự mình tìm ra chân lý và biết được tất cả những gì cần thiết để đạt được sự giải thoát. Việc ngài có hiểu biết tất cả các sự việc khác, nghĩa là bậc Nhất thiết trí[1] theo nghĩa đầy đủ nhất của cụm từ này hay không, vẫn còn là một vấn đề tranh cãi giữa các bộ phái. Nhưng tất cả đều đồng ý với nhau rằng ngài thông hiểu tất cả những gì cần thiết để đạt được sự an lạc tối thượng, và vì thế, đối với những vấn đề tâm linh thì ngài có thể làm một người dẫn đường chắc chắn và không thể sai lầm.

Bản thân danh từ Phật[2] không phải là một tên riêng, mà là một danh xưng, hay một từ mô tả, có nghĩa là "bậc toàn giác". Từ này mô tả trạng thái của người đã hoàn toàn thông suốt mọi vấn đề tâm linh đối với vạn hữu, hay nói cách khác là bản chất của thực tại. Tên riêng của đức Phật theo lịch sử là Cồ-đàm,[3] hoặc Tất-đạt-đa,[4] và gọi theo tộc họ của ngài là Thích-ca Mâu-ni,[5] có nghĩa là "Bậc hiền giả của dòng họ Thích-ca".[6] Nhưng tiểu sử cá nhân ngài không phải là điều được Phật giáo quan tâm nhiều nhất. Sự cao quý của ngài đối với tôn giáo này nằm ở sự truyền dạy giáo pháp tâm linh. Việc một người được nhìn đồng thời từ hai góc độ[7] như thế này là thông thường đối với các vị lãnh tụ tôn giáo nhiều uy tín ở châu Á. Trong những năm gần đây, chúng ta cũng gặp một trường hợp như vậy với Mohandas Karamchand Gandhi, người cũng đồng thời được gọi là Mahatma, "Người có tâm hồn vĩ đại", một danh xưng để chỉ cho sức mạnh tinh thần được tiềm tàng trong một cá nhân đặc biệt.

[1] Thuật ngữ này có nghĩa là bậc hiểu biết hết thảy mọi sự việc trong vạn hữu.

[2] Phật (佛) là phiên âm theo âm Hán Việt từ tiếng Phạn là Buddha, cũng đọc là Phật-đà. Khi đạo Phật truyền sang nước ta hồi đầu Công nguyên, từ này đã từng được phiên âm trực tiếp sang tiếng Việt là Bụt.

of life and has found a definite way out of it. He differs from all other people in that He has by Himself found the truth, and that He knows everything that is necessary to salvation. Whether He knew also all other things, i.e. whether he was omniscient in the full sense of the term, was a matter of dispute among the sects. There was, however, general agreement that He knew everything needful for the attainment of final peace and that therefore He could in spiritual matters act as a sure and infallible guide.

The word "Buddha" itself is, of course, not a proper name, but a title, or epithet, which means the "Enlightened One". It refers to the condition of a man who was a completely unobstructed channel for the spiritual force of Dharma, or Reality itself. The personal name of the historical Buddha was Gautama, or Siddhartha, and after His tribe He is often called Sakyamuni, "the sage from the tribe of the Sakyas". With the historical individual the Buddhist religion is not greatly concerned. His value to the religion lay in His transmission of the spiritual teachings about Dharma. A duality of this kind is normal in authoritative Asian religious leaders. In recent years we have met it again in Mohandas Karamchand Gandhi, who at the same time was the Mahatma, the "Great-souled One", a word for the spiritual force which worked through that particular individual.

[3] Gautama
[4] Siddhārta, cũng đọc là Sĩ-đạt-ta
[5] Śākyamuni
[6] Śākya
[7] Tức là từ góc độ con người trần tục và góc độ con người thiêng liêng.

Hiểu như vậy thì cá nhân con người được gọi là Cồ-đàm hay Thích-ca Mâu-ni, theo một cách nào đó, là cùng tồn tại với nguyên lý tinh thần của tánh Phật, vốn thường được gọi với nhiều tên khác nhau như là Như Lai, hay Pháp thân, hay Phật tánh. Tuy nhiên, tín đồ Phật giáo luôn cho rằng mối quan hệ chính xác giữa cá nhân đức Phật và những giá trị thiêng liêng về mặt tâm linh của ngài là không thể xác định được. Từ trước đến nay tín đồ Phật giáo cũng luôn chống lại khuynh hướng của những người chủ trương không tái sanh là chỉ đặt niềm tin vào một con người thực sự hiện hữu trong cuộc đời, và tín đồ Phật giáo cũng tìm mọi cách để làm giảm đi tầm quan trọng về hiện thân trần tục của đức Phật. Chính bản thân đức Phật được cho là đã từng nói với Vakkali rằng: "Này Vakkali! Con thấy gì trong xác thân hèn mọn này của ta? Ai thấy được tâm pháp hay giáo pháp, người ấy nhìn thấy ta; ai thấy ta tức là thấy tâm pháp. Này Vakkali, người thấy Pháp là thấy Như Lai; thấy Như Lai tức là thấy Pháp."

Như một biểu tượng cho chư Phật, nên đức Phật của chúng ta không phải là một hiện tượng riêng lẻ, mà là một trong những đức Phật đã từng xuất hiện ở thế giới này trong nhiều kiếp. Sự hiểu biết về những vị Phật không được ghi nhận trong lịch sử ấy dường như ngày càng gia tăng theo thời gian. Ban đầu có bảy vị, rồi sau đó chúng ta được nghe đến 24 vị, và cứ như vậy, con số này vẫn tiếp tục gia tăng. Bảy vị Phật, hay Thất Phật, gồm có Phật Thích-ca Mâu-ni và sáu vị Phật đã ra đời trước ngài, rất thường xuất hiện trong nghệ thuật. Ở miền Bharhut và Sanchi là những tháp Phật và cây Bồ-đề của các vị ấy, còn ở Gandhara, Mathura và Ajanta trong suốt thời kỳ thứ hai là theo hình dạng con

In this way the individual, called Gautama or Sakyamuni, somehow coexists with the spiritual principle of Buddhahood, which is variously called the "Tathagata", or "the Dharma-body" or "the Buddha-nature". The Buddhists have, however, always maintained that the exact relation between His individual and His spiritual sides cannot be defined. They have also consistently opposed the tendencies of the unregenerate to put their faith into a living actual person and have done everything to belittle the importance of the Buddha's actual physical existence. It is the Buddha Himself who is reported to have said to Vakkali: "What is there, Vakkali, in seeing this vile body of mine? Whoso sees the spiritual Law, or Dharma, he sees me; whoso sees me sees the spiritual Dharma. Seeing Dharma, Vakkali, he sees me; seeing me, he sees Dharma."

As the manifestation of a type, the "historical Buddha" is not an isolated phenomenon, but one of a series of Buddhas who appear in this world throughout the ages. Knowledge of the non-historical Buddhas seems to have grown as time went on. Originally there were seven, then we hear of twenty-four, and so the number steadily increased. The "seven Buddhas", i.e. Sakyamuni and His six predecessors, are frequently represented in art - in Bharhut and Sanchi by Their stupas and Bodhi-trees, in Gandhara, Mathura

người, và hầu như rất khó phân biệt được sự khác nhau giữa hình tượng các vị Phật này.

Chỉ đến cuối thời kỳ thứ nhất, người ta mới chuyển sự chú ý sang đến hai vị Phật khác nữa. Với sự phát triển của giáo thuyết về các vị Bồ Tát,[1] xuất hiện thêm đức Phật Nhiên Đăng,[2] đã có trước đức Thích-ca Mâu-ni 24 đời, và là vị Phật thọ ký[3] cho đức Thích-ca Mâu-ni. Cùng với sự lan truyền một dự báo không hay về sự tồn tại sau này của giáo pháp đức Phật Thích-ca,[4] đã xuất hiện việc thờ kính đức Phật Di-lặc, một vị Phật tương lai, người sẽ làm cho giáo pháp tái hiện với một sức sống mới.

Trong thời kỳ này, tiểu sử đức Phật Thích-ca Mâu-ni - như một con người bình thường - ít được quan tâm đến. Thật khó mà tái hiện được những sự kiện trong cuộc đời ngài bằng vào những chi tiết chúng ta hiện có. Sự chú ý chỉ được tập trung vào hai giai đoạn trong cuộc đời ngài, có ý nghĩa lớn nhất đối với tín đồ. Đó là giai đoạn ngài đạt đến sự chứng ngộ, phá tan bức màn vô minh; và những ngày cuối khi ngài nhập Niết-bàn, hoàn tất sự chiến thắng cái chết và thế giới trần tục. Về những giai đoạn khác trong đời ngài, có vẻ như phần lớn những gì chúng ta biết được trước hết là nhờ ở một phần trong Luật tạng, theo truyền thống được bao gồm một bản ghi chép bắt đầu từ việc đề cập đến tộc họ của ngài và sự đản sanh kỳ diệu, rồi tiếp tục cho đến lúc nhập Niết-bàn, đến truyền thuyết về Hội nghị các trưởng lão lần đầu tiên[5] ở thành Vương-xá,[6] nơi được tin là đã diễn ra việc kết tập kinh

---

[1] Xem chương II, phần 1

[2] Dīpaṃkara

[3] Thọ ký: nói trước một cách chắc chắn về sự thành Phật sau này.

and Ajanta during our second period in human form, each nearly indistinguishable from the other.

It was only towards the end of the first period that interest shifted to two other non-historical Buddhas. With the development of the Bodhisattva-theory (see ch. II sec. 1) comes Dīpaṃkara, Sakyamuni's twenty-fourth predecessor, under whom He first resolved to become a Buddha. With the spread of pessimism about the continued vitality of Sakyamuni's message comes the cult of Maitreya, the future Buddha, under whom the Dharma will reappear with new vigour.

This period had little interest in the biography of the Buddha Sakyamuni as a person. It would be difficult to reconstruct the facts of His life from the details we have. Interest concentrated on the two periods of His life which had the greatest significance for the believer, i.e. to the period of His enlightenment which marked His victory over ignorance, and to His last days , when He attained His final Nirvāṇa, and consummated His victory over death and the world. For the rest it appears that the greater part of what we believe to know of His life was at first a part of the Vinaya tradition, that it consisted of an account which began with His genealogy and miraculous birth, and went on beyond His final Nirvāṇa to the legendary first Council of Rajagṛha where the Canon of the Sacred Scriptures is

[4] Tức là dự báo về thời kỳ được gọi là Mạt pháp, khi mà tất cả kinh điển sẽ mất dần đi và việc tu tập Chánh pháp không còn nữa.

[5] Hội đồng này gồm 500 vị A-la-hán, dưới sự chủ trì của ngài Ma-ha Ca-diếp.

[6] Rājagrha, cũng được phiên âm là La-duyệt.

tạng lần thứ nhất, và cuối cùng chấm dứt với việc đề cập đến lần kết tập kinh tạng thứ hai[1] ở Tỳ-xá-ly,[2] với sự giải quyết một số điểm bất đồng về giới luật.[3]

Câu chuyện về cuộc đời đức Phật trước tiên chỉ là một sự góp nhặt các mẩu chuyện được nêu ra trước mỗi điều luật để chứng minh cho xuất xứ của điều luật và giải thích về nội dung.[4] Thêm vào đó, nhiều chuyện kể và truyền thuyết dần dần phát sinh xoay quanh các thánh địa hay đền thờ, để nói lên tính cách thiêng liêng của chúng. Không có mấy nỗ lực trong việc kết nối tất cả những câu chuyện này theo thứ tự thời gian để thành một tiểu sử. Vị trí của chúng ta hiện nay không cho phép quyết định được những chuyện nào là có giá trị đáng tin cậy về mặt lịch sử, và những chuyện nào là được dựng nên do sự sùng bái của người sau này. Còn việc đưa ra một sự phân biệt như thế lại là hoàn toàn xa lạ đối với tinh thần của tăng sĩ Phật giáo trong thời kỳ đầu.

Việc mô tả đức Phật sẽ không thể hoàn tất nếu chúng ta không đề cập đến rằng, theo cách nhìn của những người đương thời với ngài, ngoài một thân xác bình thường như mọi người đều có thể nhìn thấy, ngài còn có một Phật thân siêu nhiên, mà chỉ một số người có thể nhìn thấy được bằng vào đức tin. Nghệ thuật Phật giáo đã cố gắng hết sức để thể hiện Phật thân này, với chiều cao gần 5m và có đủ 32 tướng tốt của các đức Phật. Chẳng hạn như, các đức Phật đều có những vân da hình bánh xe dưới lòng bàn chân, có

[1] Hội nghị các trưởng lão kết tập kinh điển lần này gồm có 700 vị tỳ-kheo, do ngài Da-xá làm chủ trì.

[2] Vaiśālī

[3] Lần kết tập này là khoảng 100 năm sau Phật nhập diệt, và những bất đồng về giới luật được nói đến ở đây là do một tỳ kheo họ Bạt-kỳ ở miền Đông Ấn nêu lên. Vị này đề ra 10 điều luật mới, và 700 trưởng lão tham gia kết tập lần này đã thống nhất bác bỏ.

said to have been compiled, and ended with the so-called second council of **Vaiśāli** where controversial points of disciplinary practice were discussed.

The story of His life was at first a collection of precedents, which were invoked to justify the Vinaya rules. In addition, many stories and legends gradually grew up in connection with some holy place or shrine, to account for its sanctity. Little attempt was made to weave all these stories into one consecutive biography. At present we are not in a position to decide which ones of them are trustworthy historical information and which ones are the pious inventions of a later age. Nothing was in any case more alien to the mentality of the monks of this first period than to make such distinctions between these two orders of facts.

Our description of the Buddha would be incomplete if we failed to mention that alone among mortals of His age He had in addition to His normal physical body, as it appeared to common people, still a kind of "ethereal" body, which only the elect could see with the eye of faith and which Buddhist art tried to reproduce to the best of its abilities. The "ethereal" body is sixteen feet high, and it possesses the thirty-two "marks of the superman". For

[4] Trong Luật tạng, trước mỗi điều luật đều có nêu một đoạn ngắn kể rõ hoàn cảnh Phật thuyết giảng ở đâu và do nhân duyên gì chế định điều luật ấy. Như vậy, tuy không nhằm dụng ý viết tiểu sử, nhưng những nội dung ấy cung cấp cho chúng ta rất nhiều chi tiết đáng kể về cuộc đời đức Phật.

màng da nối giữa các ngón tay, có nhục kế trên đầu, có hào quang bao quanh đầu và quanh thân, một chùm lông xoắn lại màu trắng nằm giữa hai chân mày v.v... Theo hình thức mô tả mà chúng ta hiện có, thì truyền thống này rõ ràng là thuộc về giai đoạn sau vua A-dục. Tuy nhiên, một phần nào trong đó cũng có thể thuộc thời đại xa xưa hơn nhiều, đi ngược về tận thời cổ đại, và thậm chí có liên quan đến những truyền thống nói về vẻ đẹp con người có trước cả Phật giáo, và thuật đoán số mệnh cổ xưa, nói trước về số phận, bản chất và tương lai của một con người dựa vào tướng mạo và những điềm báo trước.

Kim thân đức Phật khác với thân phàm phu không chỉ là ở 32 tướng tốt, nhưng thêm vào đó còn có một tính chất là phần xương trong cơ thể không bao giờ hư hoại. Khi tiến hành lễ trà tỳ,[1] những đốt xương trong thân thể ngài không biến thành tro mà hóa thành ngọc xá-lợi,[2] được phân chia cho tín đồ và được gìn giữ từ đời này sang đời khác, như răng của đức Phật hiện nay vẫn còn ở Kandy.[3]

Ngôi thứ nhì trong Tam bảo là Pháp, bao gồm tất cả những sự mầu nhiệm trong tín ngưỡng Phật giáo, và không thể dễ dàng nói rõ chỉ trong vài ba câu. Tín đồ Phật giáo ở châu Á trước đây thường không tự mô tả về mình như là “người theo Phật”, mà là những “người tin và làm theo giáo pháp”. Pháp ở đây là tên gọi để chỉ cho một sức mạnh tinh thần siêu nhiên vốn tiềm ẩn trong tất cả mọi vật. Vì là thuộc về tinh thần và không thuộc về thế giới trần tục này, nên Pháp có phần khó nắm bắt, và không dễ dàng định nghĩa hay hiểu rõ được. Xét theo các tiêu chuẩn duy lý thì từ ngữ này là hết sức trừu tượng. Nhưng vì Pháp là đối tượng chính

[1] Nghi lễ dùng lửa để thiêu xác, hỏa táng.

[2] Śarita

[3] Thuộc Tích Lan.

instance, the Buddhas have wheels engraved on Their feet, webs between Their fingers, a cowl on Their heads, a halo and an aureole round Their heads and bodies, a tuft of white curly hair between Their eyebrows, and so on and so on. In the form in which we have it, this tradition is obviously post-Aśokan. Parts of it may, however, go back much further, to ancient and even pre-Buddhist traditions about manly beauty, and to the age-old art of predicting a person's destiny, nature and future from such signs and prognostics.

A Buddha's body differs from that of other people not only by the possession of the thirty-two marks, but in addition it has the peculiar property that its bony parts are indestructible. At the cremation of the Buddha Sakyamuni they were not reduced to ashes, and they formed the relics which were distributed among the believers, and were preserved from generation to generation, like the Buddha's tooth now in Kandy.

Dharma, the second of these Treasures, comprises all the mysteries of the Buddhist faith, and cannot easily be explained in a few words. Buddhists in Asia normally did not describe themselves as "Buddhists", but as "followers of the Dharma". This "Dharma" is the name for an impersonal spiritual force behind and in everything. Being spiritual and not of this world, it is rather elusive and not easy to define or get hold of. Judged by logical standards the word is extremely ambiguous. But since the Dharma is the subject-

của toàn bộ giáo lý nhà Phật, nên cần phải nêu ra đây những ý nghĩa chính và chỉ rõ mối liên hệ giữa những ý nghĩa đó.

1. Trước hết, pháp là từ dùng để chỉ cho một thực tại tối thượng. Một thực tại tâm linh tiềm ẩn trong tất cả những gì chúng ta nhận thấy ở bên trong và bao quanh chúng ta. Thực tại này là có thật trong tương quan đối nghịch với những hư ảo của thế giới giác quan thông thường, và chúng ta cần phải hướng về thực tại tâm linh này cũng như xa lìa đi những hư ảo của thế giới trần tục, bởi vì chỉ có thực tại tối thượng này mới có thể làm cho chúng ta thật sự thỏa mãn. Thực tại này cũng không nằm ngoài thế giới trần tục, mà hiểu theo một cách nào đó, nó luôn luôn hiện diện trong vạn hữu và là quy luật nội tại chi phối tất cả.

2. Thứ hai, theo một cách diễn dịch dễ hiểu hơn, thì pháp có nghĩa là thực tại tối thượng được giảng giải hoặc nêu lên trong lời dạy của đức Phật, và theo cách hiểu này, pháp có nghĩa là giáo lý, là kinh điển hay chân lý.

3. Thứ ba, theo cả hai nghĩa trên, pháp có thể được phản ánh trong đời sống chúng ta, có thể tự bộc lộ trong hành động của chúng ta, khi nào mà chúng ta hành động phù hợp theo với pháp. Như vậy, pháp ở đây được hiểu là chân chánh, là đức hạnh.

4. Thứ tư, và chính là theo nghĩa này, pháp được hiểu theo một cách tinh tế hơn và hàm chứa một ý nghĩa góp phần đặc biệt vào tư tưởng Phật giáo, đồng thời cũng hàm chứa trong đó tất cả những động lực thúc đẩy sự phát triển. Trong những tác phẩm Phật giáo, khắp nơi đầy dẫy những chỗ đề cập đến các pháp, với hàm nghĩa là có nhiều pháp, và chúng trở nên khó hiểu, trừ khi ý nghĩa cụ thể được dùng

matter of all Buddhist teachings, it is necessary to list its main meanings, and to show their interconnection:

1. First of all it is a word for the one ultimate reality. One spiritual reality underlies all that we perceive in and around us. It is real as contrasted with the illusory things of the commonsense world, to it we should turn as we should turn away from them, for it alone brings true satisfaction. And it is not external to worldly things and events, but in some ways immanent to them, and the directing Law within them.

2. Secondly, by an easy transition, it means that ultimate reality as interpreted or stated in the Buddha's teaching, and in this subjective form it means "Doctrine", "Scripture", or "Truth".

3. Thirdly, Dharma, in both the first and second sense, may be reflected in our lives, may manifest itself in our actions, insofar as we act in accordance with it. The word thus assumes the meaning of "righteousness" and "virtue".

4. It is in its fourth sense that the word becomes rather subtle and assumes a meaning which constitutes the specific contribution of Buddhist thought, containing at the same time within it all the tensions that have caused it to develop. Buddhist writings everywhere are replete with references to "dharmas" in the plural and they become unintelligible unless the specific meaning

của từ này đã được hiểu rõ. Pháp ở đây được dùng trong ý nghĩa khoa học, và vì thế mọi sự việc được xem xét trong mối quan hệ với pháp theo nghĩa thứ nhất đã nói trên, có nghĩa là xem xét chúng như đúng thật trong thực thể tối thượng của chúng. Hầu như tất cả các hệ thống khoa học và triết học đều đồng ý bác bỏ vẻ bên ngoài của thế giới tri giác, như một cấu trúc giả tạo do chính những giác quan của con người dựng lên, và thay vào đó bằng một sự giải thích các sự kiện dựa trên những sự tồn tại đa dạng khác nhau có thể hiểu được. Thí dụ rõ nhất là về hệ thống nguyên tử. Đằng sau vẻ ngoài được nhận biết bằng giác quan của thế giới vật chất, hệ thống này đã chứng thực là có một thế giới khác, tạo thành bởi các nguyên tử, gần như không thể nhìn thấy được và chỉ có thể hiểu thấu được bằng các công thức toán học. Các nguyên tử này là những gì thực sự hiện hữu về mặt vật lý, một sự hiểu biết tường tận về nguyên lý vận động của chúng cho phép chúng ta kiểm soát được cả vũ trụ vật chất, và từ đó chúng ta có thể suy ra được tính chất vật lý của những sự vật mà các giác quan của chúng ta nhận biết được. Cũng tương tự như vậy, tín đồ Phật giáo cho rằng thế giới quan của chúng ta bị bóp méo hoàn toàn bởi vô minh và tham dục, và ngay cả những đơn vị chia tách mà chúng ta dùng, nghĩa là những phần vật thể mà chúng ta cho là có thể nhận thức được, cho đến mối quan hệ mà chúng ta thừa nhận giữa những đơn vị ấy, đều chẳng có giá trị gì mấy. Nguyên tử đối với các nhà vật lý học cận đại cũng tương tự như các pháp đối với tín đồ Phật giáo.

Phải đợi sang đến thời kỳ thứ hai của Phật giáo mới có sự phân loại tất cả các pháp một cách có hệ thống. Cũng

of this term is appreciated. The word is here used in a scientific sense, which results from considering things and events in their relation to the Dharma in sense 1, i.e. from studying them as they are in their own ultimate reality. Nearly all scientific and philosophical systems agree in rejecting the appearance of the commonsense world as a false artificial construction, replacing it by an explanation of events based on intelligible entities of various kinds. The most obvious example is the atomic system. Behind the sensory appearance of the material world this system postulates another world, composed of atoms, fairly invisible and adequately grasped only by mathematical formulas. These atoms are that which is physically really there, a thorough understanding of their behaviour allows us to control the physical universe, and we can deduce from them the physical properties of things which our senses perceive. Likewise, the Buddhists assume that our common-sense view of the world is hopelessly distorted by ignorance and craving, and that neither the units into which we divide it, i.e. the "things" we believe to perceive, nor the connections we postulate between them, have much validity. What are "atoms" to the modern physicists, are the "dharmas" to the Buddhists.

A systematic classification of all dharmas had to wait for the second period, just as in this matter of atoms a long

giống như đối với nguyên tử, phải mất một thời gian dài từ khái niệm khởi xướng của Demokritos cho đến sự nghiên cứu về sau chính xác hơn của Mendeleyev và Bohr. Những gì chúng ta có trong thời kỳ đầu là danh sách liệt kê con số các pháp, chẳng hạn như ngũ uẩn,[1] tức là sắc, thọ, tưởng, hành và thức, được coi như những yếu tố tạo thành một cá thể con người. Hoặc lục nhập,[2] tức là mắt, tai, mũi, lưỡi, thân và ý cùng với các đối tượng của chúng là sắc, thanh, hương, vị, xúc và pháp, tạo thành toàn bộ những kinh nghiệm có thể có của chúng ta. Một pháp là một sự kiện xảy ra bên ngoài con người, không thuộc một ai hay cá nhân nào, mà chỉ liên tục diễn ra một cách khách quan theo chiều hướng riêng của chính nó. Một tu sĩ Phật giáo được xem là đạt đến thành tựu đáng kể nhất khi người ấy có thể thành công trong việc tự biết rõ tất cả những gì trong tư tưởng mình nhờ vào các pháp đang diễn ra bên ngoài này, trong số đó người ấy nhận được từ truyền thống những danh sách rõ ràng mà không bao giờ có trong đó cái "tôi" mơ hồ và tai hại. Ngoài Phật giáo ra, không tôn giáo nào khác có được bất cứ điều gì tương tự như thế này trong sự rèn luyện tinh thần đối với tín đồ của họ, và điểm đặc thù của Phật giáo phần lớn được tìm thấy trong những gì được nói về các pháp khó nắm bắt này.

Về phần Tăng-già,[3] hoặc Giáo hội, có sự phân biệt giữa một tăng đoàn hữu tướng và một tăng đoàn vô tướng. Trước hết, giáo hội hữu tướng bao gồm tất cả chư tăng ni, và trong một nghĩa rộng hơn, bao gồm cả những nam nữ cư sĩ, những người ủng hộ Giáo hội và đã quy y Tam bảo, nguyện giữ theo năm giới.[4] Trong Giáo hội, người ta lại tôn xưng một số các

[1] Cũng gọi là ngũ ấm.

[2] Lục nhập tức là khi sáu căn tiếp xúc với sáu trần

[3] Sańgha

time passed between their initial conception by Demokritos and their more precise study by Mendeleyev and Bohr. What we have in this period are various numerical lists of dharmas - such as the five "skandhas", i.e. form, feelings, perceptions, volitional impulses and consciousness, which were said to constitute the whole range of a human personality. Or the six external and internal sense-fields, i.e. eye, ear, nose, tongue, touch-organ and mind, as well as sight objects, sound-, smell-, taste-, touch- and mind-objects, which constitute the whole range of our possible experience. A "dharma" is an impersonal event, which belongs to no person or individual, but just goes along on its own objective way. It was regarded as a most praiseworthy achievement on the part of a Buddhist monk if he succeeded in accounting to himself for the contents of his mind with the help of these impersonal dharmas, of which tradition provided him with definite lists, without ever bringing in the nebulous and pernicious word "I". No other religion has included anything like this in the mental training of its adherents and the originality of Buddhism is to be found largely in what it has to say about these elusive dharmas.

With regard to the **Sańgha**, or "community", a visible and an invisible Church are distinguished. The visible community consists first of all of the monks and nuns, and then in a wider sense it also comprises the laymen and laywomen who support the monks, have taken their refuge with the three Jewels, and promise to observe the five

[4] Năm giới của hàng cư sĩ, hay ngũ giới, gồm có các giới: không sát sanh, không trộm cắp, không tà dâm, không nói dối và không dùng các chất gây say, gây nghiện.

biểu tượng ưu tú nhất, các vị Hiền Thánh Tăng, tạo thành Tăng-già chân thật.

Việc đắp y vàng chỉ cho thấy là một người đã có đủ nhân duyên tốt đẹp để có thể tu chứng, nhưng việc này tự nó không đảm bảo chắc chắn cho sự thành công của người đó. Còn về phần các cư sĩ, địa vị của họ trong Giáo hội không có gì chắc chắn, và đối với nhiều vị tăng sĩ, dường như cư sĩ không có chút ảnh hưởng nào cả.

Tăng-già chân thật, hay Giáo hội vô tướng, bao gồm các vị Aryas,[1] tức là những người "cao quý" hay "thánh thiện", các vị Hiền Thánh Tăng, tương phản với những kẻ trần tục bình thường, cũng thường gọi là "phàm nhân ngu muội".

Sự khác biệt giữa thánh nhân và phàm nhân là nền tảng của giáo lý đạo Phật. Thánh nhân và phàm nhân được xem là có hai cách hiện hữu hoàn toàn tương phản nhau, được gọi là xuất thế và trần tục. Chỉ các vị thánh giả mới được xem là có một đời sống thực sự, còn những người phàm tục chỉ tồn tại một cách tẻ nhạt trong trạng thái rối rắm, tối tăm và không có mục đích.

Không hài lòng khi phải sinh ra theo cách như một phàm nhân, các vị thánh đã trải qua một sự tái sanh về mặt tâm linh, hay cũng được hiểu là sự đạt đạo. Nói cách khác, các vị đã tự mình dứt trừ tất cả phan duyên, đạt đến mức có thể hướng sự tu tập của mình đến Niết-bàn một cách hiệu quả. Cái nhìn của một người phàm tục về Niết-bàn thường bị ngăn trở bởi những điều trong cuộc sống mà họ tiếp cận theo cách quá xem trọng. Tuy nhiên, nhờ vào công phu thiền quán lâu ngày, người ta có thể đạt đến một trạng thái mà mỗi khi có một đối tượng trần tục hiện ra trước mắt thì sẽ hoàn

[1] Hán dịch nghĩa là Thánh giả.

precepts. Within this community a small elite constituted the true Saṅgha.

The wearing of the yellow robe merely shows that a man had exceptionally fine opportunities for spiritual attainment, but it does not render his spiritual success absolutely certain. As for the laymen, their status in the community was a most uncertain one, and for many of the monks they seemed to carry almost no weight at all.

The true Saṅgha, the invisible Church, consisted of the Aryas, the "noble" or "holy" ones, men who were contrasted with the common worldlings, also known as the "foolish common people" (bala-prthag-jana).

The difference between these two classes of persons is fundamental to Buddhist theory. They are held to occupy two distinct planes of existence, respectively known as the "worldly" and the "supramundane". The saints alone are truly alive, while the worldlings just vegetate along in a sort of dull and aimless bewilderment.

Not content with being born in the normal way, the saints have undergone a spiritual rebirth, which is technically known as "winning the Path". In other words, they have detached themselves from conditioned things to such an extent that they can now effectively turn to the Path which leads to Nirvāṇa. The worldling's vision of Nirvāṇa is obstructed by the things of the world which he takes far too seriously. Through prolonged meditation he can, however, reach a state where each time a worldly object rises up in front of him, he rejects it wholeheartedly

toàn thật tâm chối bỏ nó, như là một trở ngại hay sự quấy rầy. Một khi sự chán ghét này trở thành thói quen khắc sâu trong tâm ý, thì hành giả cuối cùng có thể nhận lấy Niết-bàn, cảnh giới không trói buộc, làm đối tượng quán chiếu. Khi ấy, vị này không còn là một phàm nhân nữa, mà bắt đầu được xếp vào hàng thánh giả. Sau đó, vị thánh giả này ngày càng ít bị chi phối hơn bởi những động lực của phàm nhân, nghĩa là những động lực được tạo thành bởi lòng vị kỷ và niềm tin sai lầm vào sự chân thật của những gì sinh khởi từ các giác quan, vốn chứa đựng đầy những sự tham lam, sân hận và si mê. Sự tương phản khi hướng đến Niết-bàn làm bộc lộ ra tính chất tầm thường, vô nghĩa của tất cả những mối quan tâm thế tục, và tự thân Niết-bàn ngày càng trở nên một sức mạnh thúc đẩy tiềm ẩn sau bất cứ hành động nào.

Có sự phân biệt bốn bậc thánh giả. Bậc thấp nhất là Dự lưu,[2] để chỉ rằng vị này đã bắt đầu hòa nhập vào con đường dẫn đến cảnh giới không trói buộc. Những bậc còn lại được phân biệt theo số lần phải tái sanh sau khi chết - bậc thấp nhất phải tái sanh nhiều nhất là bảy lần, bậc tiếp theo chỉ một lần và bậc thánh cao nhất, bậc A-la-hán,[2] quả vị cuối cùng và cao quý nhất của phương thức tu tập này, không còn tái sanh nữa. Hiền Thánh Tăng bao gồm tất cả các bậc thánh giả này, nhưng các vị A-la-hán là tôn quý nhất.

---

[1] Śrota-āpanna, tức là quả vị Tu-đà-hoàn (須陀洹), Hán dịch nghĩa là Dự lưu (預流), cũng dịch là Nhập lưu (入流), nghĩa là "được dự vào, nhập vào dòng", theo nghĩa ở đây là dòng thánh.

[2] Bốn quả vị từ Tu-đà-hoàn, Tư-đà-hàm, A-na-hàm cho đến A-la-hán, theo tuần tự là bốn Thánh quả được nhắm đến trong quá trình tu tập của hàng Tiểu thừa. Trong đó, quả vị cuối cùng là A-la-hán đã dứt sạch lậu hoặc và thoát khỏi sinh tử. Tuy nhiên, theo quan điểm Đại thừa thì các vị này vẫn còn những lậu hoặc vi tế.

as a mere hindrance, or nuisance. Once this aversion has become an ingrained habit, he can at last take Nirvāṇa, the Unconditioned, for his object. Then "he ceases to belong to the common people", he "becomes one of the family of the Aryans". Thereafter he is less and less impelled by the motives of ordinary people, i.e. by motives which are a compound of self-interest and a misguided belief in the reality of sensory things and which contain a strong dosage of greed, hate, and delusion. The contrast with the vision of Nirvāṇa reveals the insignificance and triviality of all these worldly concerns and Nirvāṇa itself increasingly becomes the motivating force behind whatever is done.

Four kinds of saints are normally distinguished. The lowest is called a "Streamwinner", to indicate that he has won contact with the Path which leads to the Unconditioned. The saints are characteristically distinguished by the number of times they have to return to this world after death - the first kind must come back seven times at the most, the second only once, and the fourth, the Arhat, the finest and final product of this training, need never come back at all. The true Saṅgha is the community of all these saints, but the Arhats are those most highly prized.

4. CÁC BỘ PHÁI VÀ NHỮNG BẤT ĐỒNG

Giáo hội Phật giáo không duy trì mãi được sự thống nhất, và chẳng bao lâu đã phân chia thành một số các bộ phái. Truyền thống Phật giáo Ấn Độ thường nói đến 18 bộ phái như thế, nhưng đó chỉ là con số theo như truyền lại. Trong thực tế, ít nhất chúng ta cũng đã kể tên được hơn 30 bộ phái. Đức Phật không chỉ định ai là người tiếp nối cương vị của ngài,[1] và Phật giáo chưa bao giờ được biết là có một cơ chế quyền lực trung ương theo kiểu như Giáo hoàng của Thiên Chúa giáo hay giáo chủ Khalif của Hồi giáo. Vì những cộng đồng của các bộ phái gắn liền với những miền khác nhau của Ấn Độ, nên các truyền thống địa phương đã phát triển. Mặc dù vậy, bất chấp sự phân chia về địa lý và giáo lý, các bộ phái nói chung vẫn duy trì được mối quan hệ ổn định với nhau.

Không những là có các tỳ-kheo riêng lẻ liên tục đi lại từ trung tâm này đến trung tâm khác, mà còn có việc tổ chức thường xuyên các cuộc hành hương của rất đông các tăng sĩ và cư sĩ đến chiêm bái những thánh địa ở Ma-kiệt-đà,[2] nơi đã trở thành thánh địa thiêng liêng nhờ mối quan hệ với cuộc đời đức Phật và ngọc xá-lợi ngài để lại. Điều này tạo ra sự pha trộn thường xuyên giữa các yếu tố khác biệt nhau nhiều nhất. Vì vậy, những vấn đề mà các bộ phái đưa ra thảo luận hầu như đều gần giống như nhau, và những giả thuyết làm nền tảng để xây dựng các giải pháp cũng đều như nhau.

Thông qua việc tiếp xúc thường xuyên mà tất cả tín đồ Phật giáo đều duy trì được sự hiểu biết nhau. Các bộ phái khác nhau đều muốn có sự tổ chức và kinh điển riêng của mình. Mặc dù vậy, trong những tự viện vẫn có rất nhiều tăng sĩ thuộc các bộ phái khác nhau sống chung một cách

4. THE SECTS AND THEIR DISPUTES

The Buddhist community did not remain united for long and soon fell apart into a number of sects. Indian Buddhist tradition generally speaks of "eighteen" such sects, but that is a mere traditional number and in fact more than thirty are known to us, at least by name. The Buddha appointed no successor and Buddhism has never known a central authority like that of the Pope or the Khalif. As different communities fixed themselves in different parts of India, local traditions developed, though in spite of all geographical and doctrinal divisions the different sects generally speaking remained in constant communion with each other.

Not only did individual monks constantly travel from one centre to another, but the institution of regular pilgrimages of masses of monks and laymen to the holy places of *Magadha*, which were hallowed by the life of the Buddha and by the relics of His body, caused a constant intermingling of the most diverse elements. The problems which the sects discussed remained thus roughly the same for all and so were the assumptions on which the solutions were based.

Through constant contact all Buddhists thus remained mutually intelligible. The different sects tended to have their own organization and Scriptures. In many monasteries members of different sects nevertheless lived together in

[1] Mặc dù theo truyền thống của Thiền tông thì đức Phật đã truyền y bát cho ngài Ma-ha Ca-diếp, thừa nhận ngài là người kế tục.

[2] Magadha.

hoàn toàn hòa hợp. Điều được thừa nhận rộng rãi là: mục đích đề ra có thể đạt đến bằng nhiều con đường khác nhau, và các bộ phái tỏ ra hết sức cảm thông nhau, cho dù thỉnh thoảng cũng có xảy ra tranh cãi gay gắt. Tất cả các bộ phái đều chia sẻ một giáo pháp chung, mặc dù cũng phải thừa nhận một điều quan trọng là hình thức giáo pháp truyền miệng thời ấy không phải ngắn gọn, dễ truyền đạt và dễ hiểu. Giáo pháp được trực tiếp khẩu truyền để tránh rơi vào những kẻ không thích hợp. Nhưng có quá nhiều điều, nên không một ai có thể một mình ghi nhớ hết. Do đó, các phần khác nhau của giáo pháp được truyền cho các vị tăng sĩ chuyên biệt, có thể học thuộc nằm lòng phần giáo pháp đó, chẳng hạn như Luật tạng, hoặc Kinh tạng, hoặc một phần của Kinh tạng, hoặc Abhidharma[1] v.v... Những tăng sĩ có thể tụng đọc thuộc lòng từng phần giáo pháp như vậy hình thành nên những nhóm riêng biệt với những đặc quyền riêng, và chính sự hiện diện của họ đã góp thêm một phần vào sự phân chia của tăng đoàn.

Chúng ta cũng không thể quên rằng, cho dù tổ chức Tăng-già có mong muốn chống lại sự phân chia như vậy đến đâu đi chăng nữa, thì đó cũng không phải một tổ chức chỉ bao gồm giới tăng sĩ, mà còn có cả những cư sĩ, vốn là thành phần mà Tăng-già phải dựa vào về mặt kinh tế. Vì thế, đã nảy sinh một sự căng thẳng thường xuyên giữa một bên là những người xem Phật pháp như phương tiện để tạo ra một số ít các vị A-la-hán sống cách biệt trong các tự viện với sự nghiêm trì giới luật, và bên kia là những người muốn gia tăng khả năng mang lại sự giải thoát cho những người bình thường, cùng lúc chống lại ảnh hưởng của các vị A-la-hán, và vận động cho việc nới lỏng các giới luật trong tự viện.

Cuối cùng, chúng ta phải đề cập đến triết học như là một trong những nguyên nhân mạnh mẽ nhất của việc phân

perfect amity, it was generally recognized that the goal may be reached by different roads and the sects showed great tolerance to each other, although occasional sharp religious invective was of course not entirely unknown. They all shared one common Dharma, although it is important to realize that the verbal formulation of this Dharma did not exist in a brief, handy and unambiguous form. It was transmitted orally, to prevent it from reaching those unfit to receive it, but there was so much of it that no one person could keep it all in mind. In consequence different parts of the scriptures were handed to specialists who knew by heart, say, the Vinaya or the Sutras, or a part of the Sutras, or the Abhidharma, and so on. The reciters of each part of the Scriptures formed separate corporations with privileges of their own and their very existence would add to the divisions within the Order.

Nor must we forget that this Order, however much it might resent the fact, was not a self-contained entity, but had to co-exist with laymen on whom it was economically dependent. There was thus a constant tension between those who regarded the Dharma as a means for the production of a small elite of Arhats living in monastic seclusion in strict observation of the Vinaya rules, and those who wished to increase the chances of salvation for the ordinary people, while combating the authority of the Arhats and working for a relaxation of the monastic precepts.

Finally we must mention philosophy as one of the most potent causes of sectarian divisions. It is not difficult

[1] Abhidharma, Hán dịch âm là A-tỳ-đạt-ma (阿毗達磨), dịch nghĩa là Vô tỷ pháp (無比法) hay Thắng pháp (勝法), cũng tức là Luận tạng.

chia bộ phái. Để hiểu được vì sao triết học đã đóng một vai trò quyết định trong sự phát triển của Phật giáo cũng là điều không mấy khó khăn. Sự giải thoát ở những cấp độ cao hơn phụ thuộc vào việc tỉnh giác trong thiền quán về những yếu tố thực sự chi phối các tiến trình tâm linh của chúng ta. Trong khi tiến hành các phương pháp thiền quán này, các tu sĩ phải đối mặt với những vấn đề hình thành nên lãnh vực triết học ở khắp nơi, chẳng hạn như tính chất và sự phân loại của tri thức, những vấn đề về nhân quả, về thời gian và không gian, về những tiêu chí để đánh giá thực tại, về sự tồn tại hay không tồn tại của một "bản ngã"... và nhiều vấn đề khác. Giờ đây, cần nhận ra một điều là, triết học khác với mọi ngành tri thức khác ở chỗ, nó cho phép có nhiều hơn một giải pháp cho mỗi vấn đề. Chính là từ nơi bản chất của sự vật mà những khác biệt về ý kiến chắc hẳn đã càng tăng thêm, khi tín đồ Phật giáo càng đi sâu hơn vào những vấn đề triết học có liên quan đến giáo lý.

Rõ ràng là ở đây không thể nêu ra hết được hàng trăm điểm bất đồng giữa các tín đồ Phật giáo, hoặc ngay cả việc đề cập đến tất cả các bộ phái. Có thể chỉ cần nói đôi điều về bốn hoặc năm bộ phái chính, còn những bộ phái chi nhánh hãy tạm thời gác lại. Biểu đồ ở trang sau sẽ chỉ ra sự liên hệ giữa các bộ phái chính trong Tăng-già.

to see why philosophy should have played a decisive role in the development of Buddhism. Salvation on its higher levels was made dependent on the meditational awareness of the actual facts governing our mental processes. In the course of carrying out these meditations, the monks came up against problems which everywhere form the field of philosophy, such as the nature and classification of knowledge, the problems of causality, of time and space, of the criteria of reality, of the existence or non-existence of a "self" and so on. Now it is a fact of observation that philosophy differs from all other branches of knowledge in that it allows of more than one solution to each problem. It is in the nature of things that the differences of opinion should have multiplied the more the Buddhists went into the philosophical implications of their doctrine.

It would be clearly impossible here to enumerate the literally hundreds of points of dispute among the Buddhists, or even to give an account of all the sects. It will be sufficient to say a few words about the four or five chief sects, and leave the sub-sects to look after themselves. The following diagram shows the affiliations between the main branches of the Order:

Sự phân chia các bộ phái

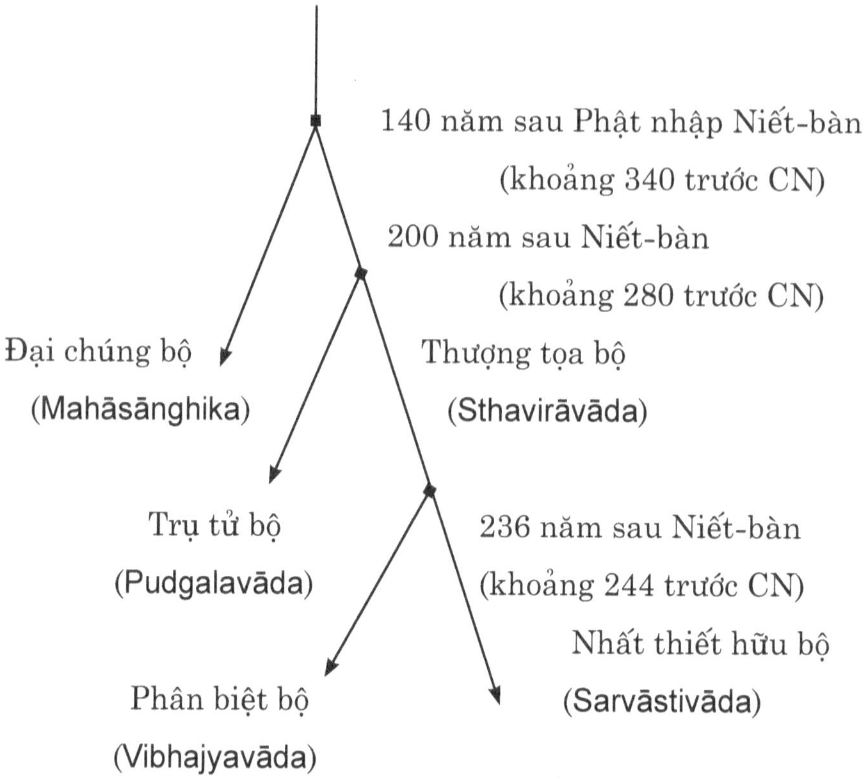

Sự phân chia trước nhất, giữa Đại chúng bộ và Thượng tọa bộ, phát khởi từ vấn đề địa vị thánh giả của các vị A-la-hán. Một vị tăng tên là Đại Thiên[1] đã nêu lên những nghi vấn về việc này. Ông đưa ra 5 điều để cho rằng các vị A-la-hán không xứng đáng để được kính trọng giống như chư thiên, như một số nhóm trong tăng đoàn thường gán cho họ. Trong những điều ấy, ông đề cập đến việc các vị A-la-hán có thể bị mộng tinh, và biện luận rằng như vậy họ vẫn còn bị ảnh hưởng của những điều xấu xa hiện ra trong giấc mơ. Ngoài ra, các vị vẫn còn có những chỗ nghi ngờ, còn có

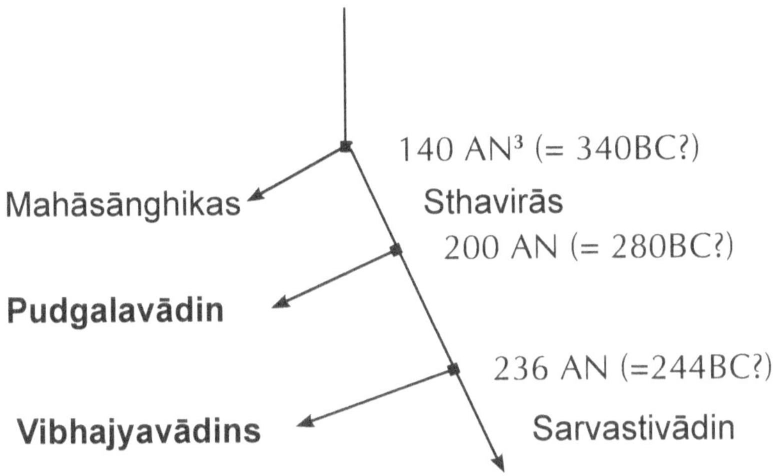

The first schism, between Mahāsānghikas and Sthavirās, was occasioned by the question of the status of the Arhats. A teacher by the name of Mahādeva arose, who claimed that in five points the Arhats fell short of the god-like stature which some sections of the community attributed to them. They could, among other things, have seminal emissions in their sleep, and that fact, so he argued, indicated that they are still subject to the influence of demonic deities who appear to them in their dreams.

[1] Mahādeva
2 AN = After Nirvāna: sau khi Phật nhập Niết bàn

nhiều điều chưa biết, và còn phụ thuộc vào sự dẫn dắt của người khác mới có thể đạt được sự giải thoát. Lập luận của Đại Thiên khơi dậy một cuộc tranh luận mà đa số trong tăng đoàn đã ngả về theo ông. Vì thế, trường phái của ông tự lấy tên là Đại chúng bộ.[1]

Những người chống lại lập luận của Đại Thiên hình thành một bộ phái khác gọi là Thượng tọa bộ,[2] tự cho rằng họ cao quý và chính thống hơn.

Đại chúng bộ vẫn tiếp tục tồn tại ở Ấn Độ cho đến hết thời kỳ thứ nhất, và đã có những phát triển quan trọng về giáo lý diễn ra trong bộ phái này. Tất cả những sự phát triển này, về cơ bản đã được xác định bởi quyết định đứng về phía những người bình thường chứ không phải các vị thánh giả, và do đó bộ phái này đã trở thành cầu nối để những khát vọng của đa số đi vào Phật giáo.

Những học thuyết quan trọng nhất của Đại chúng bộ liên quan đến học thuyết về đức Phật và lý thuyết triết học. Chẳng hạn như quan niệm về đức Phật, họ cho rằng tất cả những gì có tính cách thế nhân, trần tục hay lịch sử đều không dính dáng gì đến đức Phật chân thật. Ngài là bậc siêu việt, vượt trên thế gian, không có bất cứ sự khiếm khuyết hay ô nhiễm nào. Ngài là bậc toàn trí, toàn năng, vô biên và bất diệt, mãi mãi an trú trong thiền định và không bao giờ có những trạng thái lơ đãng hay ngủ mê. Theo cách hiểu này, đức Phật trở thành một đối tượng lý tưởng của tín ngưỡng. Còn đức Phật có thật trong lịch sử được cho là hóa thân kỳ diệu của đức Phật siêu nhiên, được ngài hóa hiện ra trên thế gian này để giáo hóa chúng sanh.

---

[1] Mahāsānghika
[2] Sthavirāvāda

They are also still subject to doubts, ignorant of many things, and owe their salvation to the guidance of others. His thesis led to a dispute in which the majority took the side of **Mahādeva**, whose school in consequence called themselves the **Mahāsānghikas**.

His adversaries took the name of **Sthavirās**, "the Elders", claiming greater seniority and orthodoxy.

The **Mahāsānghikas** continued to exist in India until the end and important doctrinal developments took place within their midst. All these were ultimately determined by their decision to take the side of the people against the saints, thus becoming the channel through which popular aspirations entered into Buddhism.

Their most important theories concern Buddhology and philosophical theory. As for the Buddha, they regarded everything personal, earthly, temporal and historical as outside the real Buddha, who was transcendental, altogether supramundane, had no imperfections and impurities whatsoever, was omniscient, all-powerful, infinite and eternal, forever withdrawn into trance, never distracted or asleep. In this way the Buddha became an ideal object of religious faith. As for the historical Buddha, He was a magical creation of the transcendental Buddha, a fictitious creature sent by Him to appear in the world and to teach its inhabitants.

Trong khi ca ngợi tính siêu việt thế gian của đức Phật, bộ phái này cũng đồng thời cố gắng làm tăng thêm ý nghĩa cứu độ của ngài đối với những chúng sanh phàm tục. Theo đó thì đức Phật không biến mất khi nhập Niết-bàn, mà với lòng từ bi vô hạn cũng như thọ mạng vô lượng, ngài sẽ mãi mãi hóa hiện ra những vị sứ giả dưới mọi hình thức, và các vị này sẽ cứu giúp tất cả các loài chúng sanh theo nhiều cách khác nhau. Ảnh hưởng của ngài không chỉ giới hạn với một số ít người có thể hiểu được các giáo lý thâm sâu của ngài, mà từ khi còn là một vị Bồ Tát, nghĩa là suốt một thời gian rất lâu trước khi thành Phật, thậm chí ngài đã tự nguyện sanh trong những cảnh giới đau khổ, làm thân thú vật, quỷ đói, hoặc sanh vào địa ngục, và bằng nhiều phương tiện để làm tăng thêm hạnh phúc cho những chúng sanh đang sống trong những điều kiện mà sự giáo hóa chắc chắn không được họ quan tâm đến. Không những chư Phật thị hiện nơi thế giới này, mà các ngài còn biến hiện khắp nơi trong toàn thể vũ trụ, hiện hữu ở khắp mọi nơi, trong tất cả các cõi thế giới.

Hai triết thuyết sau đây của Đại chúng bộ là quan trọng hơn hết:

1. Đại chúng bộ cho rằng tư tưởng của chúng ta, trong bản chất tự nhiên, trong sự hiện hữu tự thân, trong thực chất căn bản nhất của nó, là hoàn toàn thuần khiết và không ngăn ngại. Những điều bất tịnh chỉ là bất chợt khởi lên, không bao giờ có thể thật sự thâm nhập hoặc gây ảnh hưởng đến sự thuần khiết nguyên thủy của tư tưởng.

2. Đại chúng bộ ngày càng gia tăng sự hoài nghi về giá trị của những tri thức qua ngôn ngữ và khái niệm. Một số người trong bộ phái này cho rằng tất cả những chuyện thế gian là không thực, bởi vì đều do tà kiến mà có. Chỉ có những gì vượt trên thế pháp, và có thể gọi là "tánh không",

While on the one side intent on glorifying the otherworldliness of the Buddha, the **Mahāsānghikas** at the same time tried to increase the range of His usefulness to ordinary people. The Buddha has not disappeared into **Nirvāṇa**, but with a compassion as unlimited as the length of His life, He will until the end of time conjure up all kinds of messengers who will help all kinds of beings in diverse ways. His influence is not confined to those few who can understand His abstruse doctrines. As a Bodhisattva, i.e. during the very long period which precedes His Buddhahood, He is even reborn in the "states of woe", becomes of His own free will an animal, a ghost or a dweller in hell and in many ways furthers the weal of those beings who live in conditions in which wisdom teaching must fall on deaf ears. Nor are Buddhas found on this earth alone, but they fill the entire universe, and exist here and there everywhere, in all the world systems.

Two of the philosophical theories of the Mahdsanghikas are of outstanding importance:

1. They taught that thought, in its own nature, its own being, in its substance, is perfectly pure and translucent. The impurities are accidental to it, never enter into or affect its original purity, and remain "adventitious" to it.
2. The **Mahāsānghikas** were in the course of time led to an increasing scepticism about the value of verbalized and conceptualized knowledge. Some of them taught that all worldly things are unreal, because a result of the perverted views. Only that which transcends worldly things and can be called "emptiness", being the absence

vắng lặng tất cả các pháp, mới là chân thật. Một số khác lại cho rằng hết thảy mọi thứ, thế gian và xuất thế gian, tuyệt đối và tương đối, luân hồi và Niết-bàn, cũng đều là những ảo tưởng, không thật. Tất cả những gì chúng ta có được là những cách diễn đạt bằng ngôn ngữ mà không có gì là thực sự tương ứng cả. Với triết thuyết này, Đại chúng bộ đã sớm gieo mầm mống để về sau nảy sinh Phật giáo Đại thừa trong thời kỳ thứ hai.

Sự phân chia thứ hai, giữa Trụ tử bộ[1] và Thượng tọa bộ liên quan đến vấn đề sự hiện hữu của cá thể hay "cái tôi". Lúc mới thành lập, những người theo chủ thuyết "hữu ngã" được gọi là Độc tử bộ, theo tên người sáng lập. Về sau này, họ được biết đến nhiều hơn với tên gọi là Chánh lượng bộ. Mặc dù không theo đúng giáo lý của Phật,[2] nhưng có đôi lúc họ vẫn lôi cuốn được đông đảo người theo, như chúng ta có thể thấy ở sự kiện ngài Huyền Trang vào thế kỷ 7 đã đếm được đến 66.000 tỳ-kheo theo bộ phái này trong tổng số 250.000 tỳ-kheo trên toàn cõi Ấn Độ.

Giáo điều cơ bản của triết học Phật giáo cho rằng tự ngã của con người chỉ là một biểu hiện sai lầm, và không nên để ý niệm về tự ngã xen vào trong khái niệm về thực tại như vốn có, cho dù là dưới bất cứ hình thức nào. Những người theo chủ thuyết hữu ngã đã thách thức quan điểm này, và cho rằng bên cạnh các pháp vô ngã vẫn có một cái "ngã" phải xem xét đến. Họ dẫn chứng nhiều phần đáng tin cậy trong kinh điển để hậu thuẫn cho quan điểm của họ. Chẳng hạn như họ rất thường trích dẫn câu này: "Có một người, khi sinh ra trên thế giới này là sinh ra vì hạnh phúc của nhiều người. Người đó là ai? Chính là Như Lai." Những người phản

[1] Pudgalavāda, Trụ tử bộ, hay còn gọi là Độc tử bộ (Vātsīputrīyas), theo tên của vị tăng sáng lập là Độc Tử (Vatsa).

of all of them, is real. Others said that everything, both worldly and supramundane, both absolute and relative, both Samsara and Nirvāṇa, is fictitious and unreal and that all we have got is a number of verbal expressions to which nothing real corresponds. In this way the Mahāsānghikas early implanted the seeds which came to fruition in Mahāyāna Buddhism in the second period.

The second split, between the Pudgalavādins and the Sthavirās, concerned the question of pudgala, or "person". At the beginning of their history the "Personalists" were called Vātsīputrīyas, after their founder, whereas later on they were better known as the Sammitiyas. Although barely orthodox, they were at times strong in numbers, as we can see from the fact that Yuan Tsang in the seventh century counted 66,000 Personalist monks, out of a total of 250,000 in the whole of India.

It was a fundamental dogma of Buddhist philosophy that personality is a token of falsehood and that no idea of "self, in whichever form it might appear, ought to have a place in the conception of reality as it actually is. The Personalists challenged this position and claimed that in addition to the impersonal dharmas there is still a Person to be reckoned with. They could adduce much scriptural authority in favour of their views. They were, for instance, fond of quoting the remark: "One person, when He is born in the world, is born

[2] Bộ phái này nêu ra giả thuyết về một cái "ngã" tiềm ẩn trong mỗi con người. Tuy họ có nói khác đi đôi chút, nhưng thực chất vẫn chính là tự ngã (ātman) mà đức Phật đã bác bỏ.

đối vẫn phải thừa nhận những câu trích dẫn tương tự như thế, nhưng luôn cho rằng chúng không mang nghĩa như họ đã diễn dịch, bởi vì trong những lời ấy, đức Phật chỉ tùy thuận mà sử dụng ngôn ngữ cho thích hợp với sự mê tối của chúng sanh mà thôi.

Những người chủ trương hữu ngã còn cho rằng tự ngã là một thực tại theo nghĩa tuyệt đối. Chính tự ngã là yếu tố chung, là một sự nối kết cho những tiến trình nối tiếp nhau xảy ra trong một cá nhân cụ thể trải qua nhiều đời sống, để cuối cùng đạt đến Phật quả. Song song với lý thuyết này, Trụ tử bộ còn rất quan tâm đến việc định nghĩa mối quan hệ giữa tự ngã và các uẩn theo một cách sao cho không mâu thuẫn với những nguyên tắc chủ yếu trong giáo lý của đức Phật và cũng để loại trừ niềm tin sai lầm về tự ngã. Họ dạy rằng: *"Tự ngã không giống với các uẩn, cũng không nằm trong các uẩn, và không nằm ngoài các uẩn."* Có thể nói là khái niệm tự ngã đưa ra một kiểu cấu trúc thống nhất cho những yếu tố thuộc về tinh thần và thể chất. Vì vậy, tự ngã không thể diễn đạt bằng lời, và cũng không thể định nghĩa được, cho dù là ở bất cứ khía cạnh nào. Tự ngã chân thật và siêu việt của một người quả thật tinh tế đến mức chỉ có các đức Phật mới có thể nhìn thấy được.

Trụ tử bộ là biểu hiện cho sự phản ứng của những tri thức thông thường chống lại tính cách không chắc chắn của lý thuyết về các pháp dưới những hình thức quá cứng nhắc. Họ đã gây ra sự khó chịu thường xuyên cho những người bất đồng thuộc các bộ phái khác trong nhiều thế kỷ. Và trong một chừng mực nào đó, bộ phái này có thể nói là tiền thân của triết học Đại thừa. Có sự tương đồng gần gũi giữa tự ngã của họ với chân như[1] hoặc tánh không của phái Trung luận.[2] Và tạng

---

[3] Tathatā

[2] Madhyamaka

for the weal of the many. Who is that one person? He is the Tathagata." Their opponents had to admit these and many other passages, but they maintained that they do not mean what they say, since in them the Buddha only conformed to the linguistic usage of an ignorant world.

The Personalists on the other hand taught that the Person is a reality in the ultimate sense, which provides a common factor or link for the successive processes occurring in a self-identical individual, over many lives, up to Buddhahood. At the same time the Pudgalavadins took great care to define the relation of the Person to the skandhas in such a way as not to contradict the essential principles of the Buddha's teaching and so as to exclude the "erroneous belief in a self. "The Person is neither identical with the skandhas, nor is he in the skandhas, nor outside them", so they taught. He provides, as we would put it, .a kind of "structural unity" for the psycho-physical elements. As such he is "ineffable", indefinable in every respect whatsoever. A man's true, transcendental Self is indeed so subtle that only the Buddhas can see it.

The Pudgalavadins represented the reaction of commonsense against the improbabilities of the dharmas theory in its more uncompromising forms. They provided over the centuries a constant irritant to disputants of other sects and in some ways they were the forerunners of Mahayana philosophy. There exists a close analogy between the pudgala and the Suchness, or Emptiness, of the Madhyamikas, and the "Store-consciousness" of the

thức[1] của Duy thức tông[2] lại có nhiều chức năng mà những người chủ trương hữu ngã này đã gán cho tự ngã của họ.

Sự phân chia thứ ba là giữa những người theo Nhất thiết hữu bộ và Phân biệt thuyết bộ, bắt nguồn từ giáo lý bản thể toàn hữu[3] của Ca-chiên-diên-ni tử,[4] cho rằng không chỉ riêng hiện tại, mà cả những sự kiện trong quá khứ và tương lai đều là có thật. Dường như vua A-dục đã đứng về phía của Phân biệt thuyết bộ, và vì thế Nhất thiết hữu bộ chuyển về phía bắc và giáo hóa xứ Kashmir, nơi mà về sau tiếp tục là trung tâm của họ trong hơn một ngàn năm.

Khi chúng ta xem xét đến việc hành thiền căn bản của Phật giáo, cũng không có gì đáng ngạc nhiên khi vấn đề hiện hữu của những sự kiện quá khứ và tương lai lại dường như quá quan trọng. Giữa những tính chất không thỏa mãn của thế giới này, tính chất vô thường là quan trọng hơn hết. Và công việc của một thiền giả là khắc sâu điều ấy trong tâm trí đến mức tối đa, để có thể làm tăng thêm sự nhàm chán đối với những vấn đề thế tục. Trong tương quan này, hành giả phải chọn lấy một sự việc, hay một pháp, và quán xét sự sinh khởi rồi diệt đi của nó, nghĩa là quán xét pháp ấy hiện đến như thế nào, phát triển như thế nào và diệt mất như thế nào.

Một khi hành giả đã quen với việc đặt quá khứ tương phản với hiện tại và tương lai, thì rất có thể người đó sẽ trở nên tò mò muốn biết xem liệu chỉ có hiện tại là hiện hữu, hay cả quá khứ và tương lai cũng hiện hữu? Nếu duy nhất chỉ có hiện tại hiện hữu, thì việc này sẽ gợi lên thêm vấn đề sự kéo dài của hiện tại mà nhiều người cho là chỉ trong một thoáng vô cùng ngắn ngủi. Trong trường hợp đó, sẽ không có gì tồn

[1] Ālaya-vijñāna, cũng gọi là A-lại-da thức hay Hàm tàng thức.

[2] Yogācāra, hay còn gọi là Du-già hành tông.

[3] Giáo lý này cho rằng bản thể của sự vật luôn luôn hiện hữu, và vì thế, thực tại đồng thời bao hàm cả quá khứ, hiện tại và vị lai.

Yogacarins had many of the functions which the Personalists assigned to the pudgala.

Thirdly, the split between Sarvastivadins and Vibhajyavadins was occasioned by the pan-realistic ontological doctrine of *Katyayaniputra,* who taught that not only the present, but also past and future events are real. It appears that **Aśoka** sided with the Vibhajyavadins and that in consequence the Sarvastivadins went North and converted *Kashmir,* which remained their centre for more than a thousand years.

When we consider the basic practice of Buddhist meditation, it is not surprising that the problem of the existence of past and future events should have seemed so important. Among the unsatisfactory features of this world the pride of place belonged to impermanence and it was the task of the Yogin to impress its full extent on his mind so as to further his distaste for worldly things. In this connection he had to take an event, or dharma, and see its "rise and fall", i.e. how it "comes, becomes, goes".

Now, once a monk had got used to contrasting the past with the present and future, he might well become curious to know whether only the present really exists, or also the past and future. If only the present exists, this raises the further point of its duration, which many regarded as lasting just one single instant. In that case no thing will endure for any

[4] Ca-chiên-diên-ni tử (Katyayaniputra) là người đã soạn bộ A-tỳ-đạt-ma Phát trí luận (阿毘達磨發智論), được ngài Huyền Trang dịch sang Hán văn (Đại Chánh tạng, Tập 26, kinh số 1544). Tên ngài cũng được phiên âm là Ca-đa-diễn-ni tử.

tại kéo dài qua thời gian, và người ta buộc phải cho rằng sự việc bị mất đi và được tái tạo trong từng khoảnh khắc.

Nhưng theo Ca-chiên-diên-ni tử, điều này không chỉ tạo ra khó khăn cho cách nhận thức thông thường, mà cả cho giáo lý nghiệp quả và sự báo ứng của Phật giáo nữa. Bởi vì, nếu như một hành động từ quá khứ, vốn đã không tồn tại ngay sau khi diễn ra, lại có thể đưa đến một kết quả tốt hoặc xấu trong nhiều năm sau đó, vậy thì trong trường hợp ấy đã có một điều gì đó không tồn tại mà vẫn hoạt động và tạo ra hệ quả vào lúc nó không tồn tại. Bởi thế, Ca-chiên-diên-ni tử cho rằng, cũng tương tự như vậy, những hiểu biết về các đối tượng quá khứ và tương lai như được xác định bởi trí nhớ và dự báo sẽ không thể có được, vì không thể có bất cứ một sự hiểu biết nào, nếu như không có một đối tượng thật sự của tâm trí. Từ đó, ông đưa ra lý thuyết toàn hữu, trở thành một luận đề đặc biệt của Nhất thiết hữu bộ.[1] Thuyết này tránh được những vấn đề nêu trên, nhưng thay vào đó lại gợi lên nhiều vấn đề khác. Và để có thể đứng vững được cần phải có thêm một cấu trúc thượng tầng đồ sộ với rất nhiều giả thuyết phụ thuộc.

Mặc dù bám víu vào một học thuyết nhiều khúc mắc, nhưng Nhất thiết hữu bộ vẫn trở thành một trường phái đáng kể nhất trên tiểu lục địa Ấn Độ.

Kết quả của cao trào quan tâm đến các vấn đề triết học là trường hợp đầu tiên về một loạt những kinh văn được sáng tạo ra để đáp ứng với hoàn cảnh mới. Bộ A-tỳ-đạt-ma rõ ràng là đã được soạn ra sau lần phân chia thứ ba của các bộ phái. Nội dung bảy cuốn A-tỳ-đạt-ma của Nhất thiết hữu

[1] Ngay tên gọi của bộ phái này cũng nói lên điều đó. Họ còn được gọi với tên đầy đủ hơn là Thuyết nhất thiết hữu bộ, và gọi vắn tắt là Hữu bộ. Dù gọi

length of time, and one must assume that it is annihilated and re-created from instant to instant.

This raises difficulties not only for the commonsense, but according to *Katyayaniputra,* also for the Buddhist doctrine of karma and retribution. For if a past action, which has ceased to exist immediately after taking place should lead to a reward or punishment many years later, then in that case something which does not exist is operative, has an effect, at a time when it does not exist. Likewise, so *Katyayaniputra* thought, the knowledge of past and future objects, as attested by memory and prediction, would be impossible, since no knowledge is possible without an actual object in front of the mind. In consequence he evolved the pan-realistic theory, which became the peculiar thesis of the Sarvastivadins. It avoided the difficulties mentioned above, only to introduce many others in their stead and a vast superstructure of auxiliary hypotheses was required to make it tenable.

In spite of their addiction to a rather tortuous scholasticism, the Sarvastivadins became the most significant school on the Indian subcontinent.

As the result of the emergence of an interest in philosophical questions we have the first instance of a whole class of canonical literature being created to meet a new situation. The Abhidharma books were clearly composed

---

theo tên nào, nét đặc trưng nhất vẫn được nêu lên, đó là việc họ cho rằng tất cả đều hiện hữu, cả quá khứ, hiện tại và vị lai.

bộ khác xa với nội dung bảy cuốn của Thượng tọa bộ, một nhánh phân chia từ Phân biệt thuyết bộ. Một số các bộ phái khác, như Kinh lượng bộ đã tiến xa hơn đến chỗ phản bác lại tính xác thực của cả bộ A-tỳ-đạt-ma. Từ khoảng năm 220 trước công nguyên trở đi, đã có rất nhiều nỗ lực tinh thần để cho ra đời những bộ sách này, vốn là những tài liệu hướng dẫn cần thiết cho phương pháp thiền quán, chỉ rõ những sự kiện nào có thể xem là căn bản cho người khởi đầu, và những sự kiện khác được chúng tạo thành như thế nào, và chúng tạo điều kiện tương tác với nhau như thế nào.v.v...

Trước khi kết thúc việc nói về các bộ phái, chúng ta có thể đề cập thêm một số điểm bất đồng về các vấn đề được quan tâm rộng rãi hơn.

Khái niệm khó nắm bắt về Niết-bàn đã là chủ đề tranh luận. Nếu Niết-bàn là vượt ngoài nhận thức, vậy liệu Niết-bàn có thật tồn tại hay không? Và có thể tạo ra được ảnh hưởng gì không? Niết-bàn có phải là trạng thái duy nhất vượt ngoài nhận thức, hay không gian cũng là vượt ngoài nhận thức ? Liệu có sự khác biệt nào giữa Niết-bàn của chư Phật và Niết-bàn của những người khác hay không? Và nếu có, thì khác biệt đó là gì?

Ngoài ra còn có nhiều quan tâm đến việc xác định những tiêu chí của sự chứng ngộ hoàn toàn, bất thối chuyển. Và do đó cũng dẫn đến rất nhiều tranh luận về việc liệu có khi nào các vị A-la-hán và các bậc thánh khác có thể bị thối chuyển hay không? Và kể từ khi nào thì sự giải thoát của họ có thể được đảm bảo chắc chắn?

Về vấn đề cái chết, vốn luôn ám ảnh trong tâm trí người tu tập, người ta tự hỏi rằng, liệu giờ chết của mỗi người có luôn luôn được xác định trước bởi nghiệp quả của người ấy,

after the third division of the schools. The contents of the seven Abhidharma books of the Sarvastivadins differ greatly from those of the seven books of the Theravadins, who are an offshoot of the Vibhajyavadins. Some sects, like the Sautrantikas, went so far as to contest the authenticity of all Abhidharma works. A great mental effort went, from about 200 BC onwards, into the production of these books, which are technical handbooks of meditation, teaching what events can be regarded as elementary, how others are composed of them, how they condition each other, etc.

Before we leave the schools, we may mention a few more points of disagreement on questions of a more general interest.

The elusive concept of **Nirvāṇa** came in for some discussion. If it is unconditioned, does it exist, and can it have effects? Is it the only unconditioned thing, or is space also unconditioned? Is there any difference between the **Nirvāṇa** of the Buddhas and that of other people, and what is it?

There was also much interest in determining the criteria of a definite achievement, which cannot again be lost. There was therefore much debate on when and whether the Arhats and other saints can "fall back" and from when onwards their salvation is assured.

On the subject of death, always present in the minds of these ascetics, one wondered whether the hour of death

hay một cái chết sớm hơn và không được xác định trước cũng có thể xảy ra?

Cũng có nhiều bất đồng về những gì sẽ theo sau cái chết. Có 5 trường phái tin rằng việc tái sinh vào một thân xác mới xảy ra ngay tức thì sau khi chết. Trong khi đó, 5 trường phái khác cho rằng có một giai đoạn chuyển tiếp sau khi chết, kéo dài đến 49 ngày.[1] Và suốt thời gian đó, trong hầu hết các trường hợp, tâm thức dần dần chuẩn bị đời sống mới cho chính mình. Trong trường hợp của một số các vị thánh, khoảng thời gian này được dùng để đạt đến Niết-bàn mà họ đã không đạt được khi còn sống.

5. CƯ SĨ

Cho đến lúc này, chúng ta đã phác thảo sơ qua được những quan điểm cơ bản và mục tiêu của hàng tăng sĩ xuất gia, những người hình thành nên phần cốt lõi chính yếu của Phật giáo. Nhưng còn có những tín đồ Phật giáo không theo đuổi đời sống xuất gia mà nếu không có họ thì hàng tăng sĩ không thể có đủ điều kiện để tu tập thiền quán. Vậy những người ấy thì sao? Vị trí của họ như thế nào trong bức tranh toàn cảnh? Họ được giao cho thực hiện những điều gì? Và tăng sĩ đã làm được những gì cho họ?

Nếu một cư sĩ cảm thấy ràng buộc với gia đình và không thể thoát ly để sống cuộc sống không nhà, người ấy được cho là không đủ phước duyên. Và phước duyên thì phụ thuộc vào những gì mà một người đã làm từ trong quá khứ và những gì làm giới hạn khả năng gặp được các điều kiện tốt để tu tập của người ấy. Trong một vài trường hợp ngoại lệ được ghi nhận, một số cư sĩ chưa từng xuất gia vẫn đạt được sự giải

is definitely fixed by karma, or whether a premature and untimely death is possible.

There was also disagreement on what follows on death: five schools believed that death is instantly followed by rebirth in another organism, whereas five other schools taught that death would be followed by an "intermediary existence" of up to forty-nine days, during which in most cases the new incarnation slowly prepared itself. In the case of certain saints this interval is used for the attainment of the **Nirvāṇa** which escaped them during this life.

5. THE LAITY

We have now sketched the basic opinions and aims of the homeless monks who constitute the essential core of the Buddhist world. But what about those Buddhists who were not monks, what about the laity without whom the monks could not possibly carry on their meditations? What is their place in the scheme of things? What are they given to do? And what do the monks do for them?

If a layman feels tied to his home and unable to escape from it into the homeless life, it is due to his deficiency in a quality called "merit", which depends on what he has done in the past and which circumscribes his access to spiritual opportunities. A number of exceptional cases are recorded of laymen having won deathlessness without previously

[1] Giai đoạn này được gọi là giai đoạn mang thân trung ấm, có được đề cập đến trong kinh Thủ Lăng Nghiêm. Về những giải thích chi tiết hơn, độc giả có thể tìm đọc trong quyển Người Tây Tạng nghĩ về cái chết (hay Người chết đi về đâu) (Nguyễn Minh Tiến biên soạn, NXB Tôn giáo, 2004)

thoát sanh tử. Tuy nhiên, nói chung thì sự giải thoát của cư sĩ không thể đạt được ngay trong hiện tại, chỉ có thể được đảm bảo với điều kiện là cho đến một đời sống tương lai họ đã tạo đủ phước duyên để có thể bước vào thế giới tự do của một đời sống trong tự viện.

Về mặt tín ngưỡng, công việc duy nhất mà một cư sĩ có thể làm trong hiện tại là làm tăng thêm phước báu của mình. Phật giáo chỉ ra 4 phương thức để cư sĩ có thể làm điều đó:

a. Vâng giữ theo 5 giới, hoặc ít nhất cũng là bắt đầu với một phần nào trong đó. Vào các ngày rằm hoặc đầu tháng, cư sĩ có thể giữ thêm 3 giới nữa.[1] Đó là ăn chay và không ăn sau lúc giữa trưa, không tham gia các cuộc giải trí thế tục, và không dùng các loại dầu thơm hoặc đồ trang sức. Một số người còn giữ thêm 2 giới nữa,[2] đó là không nằm hoặc ngồi trên giường ghế cao rộng và không nhận tiền bạc hay các vật quý giá.

b. Đặt niềm tin sâu vững vào ngôi Tam bảo. Vun đắp niềm tin là điều lành thích hợp đối với cuộc sống có gia đình. Nhưng niềm tin vào Tam bảo không nhất thiết phải là duy nhất, không loại trừ việc thờ cúng ông bà hoặc các tín ngưỡng khác trong xã hội. Ngôi Tam bảo không phải là một kiểu thánh thần đố kỵ, khó chịu về việc gia chủ thờ kính thêm các vị hộ thần của quốc gia hay bộ tộc.

c. Cư sĩ phải có lòng rộng lượng, không tham tiếc, nhất là đối với các vị tăng sĩ, và cúng dường cho các vị càng nhiều càng tốt, không những để các vị duy trì những nơi tự viện, mà còn cả những nơi thờ kính không có người ở nữa.[3] Trong một chừng mực nào đó, công đức tạo ra do việc cúng dường

[1] Tức là thọ Bát quan trai, bao gồm 8 giới.

entering the Order. Generally speaking, however, their salvation is out of the question at present, and can be assured only on condition that by a future life they have accumulated sufficient "merit" to make the jump into the social freedom of the monastic life.

The layman's one and only religious task at present can be to increase his store of merit. The Buddhist religion offers him four avenues for doing so:

a. He must observe the five precepts, or at least some of them. On feast days, every fortnight, he may add to them another three, i.e. he fasts, avoids worldly amusements, and uses neither unguents nor ornaments. A few observed still two more precepts, i.e. they did not sleep on a high, big bed and they accepted no gold or silver.

b. He must have devotion for the Three Treasures and faith is the virtue apposite to a householder's state of life. But this faith is not an exclusive one and does not entail a rejection of his ancestral beliefs and of the Brahmanic religious usages of his social environment. The Triple Jewel is not a jealous God and is not displeased by the worship of the deities of a man's country or caste.

c. He must be generous, especially to the monks, and give as much as possible to them, not only for their upkeep, but also for religious buildings inhabited by no one. To some extent the merit produced by gifts depends on the

[2] Tức là Thập giới. Việc giữ 8 giới hoặc 10 giới còn có điểm khác với 5 giới ở chỗ là giới "không tà dâm" trở thành giới "không dâm dục". Cư sĩ trong ngày thọ Bát quan trai không làm chuyện dâm dục dù là với bất cứ ai.

[3] Tức là các tháp Phật, đền thờ...

là tùy thuộc vào đức độ của người thọ nhận. Vì thế, những vị đệ tử của Phật, và đặc biệt các vị A-la-hán, là những mảnh ruộng phước[1] tốt nhất để gieo mầm công đức.

d. Cư sĩ còn có thể thờ kính ngọc xá-lợi của Phật để lại. Thái độ thực sự của tín đồ Phật giáo đối với ngọc xá-lợi từ răng và xương Phật để lại thật khó có thể mô tả bằng những từ ngữ mà người phương Tây hiểu được. Nếu dùng từ "cầu nguyện" đức Phật thì rõ ràng là không thể được, vì họ cho rằng ngài không còn nữa mà đã nhập Niết-bàn, nghĩa là hoàn toàn không hiện hữu nữa đối với thế gian này. Ngay cả khi dùng từ "thờ kính" cũng vẫn còn đáng ngờ vì không biết là có thích hợp hay chăng.

Trước khi có sự ra đời của nền công nghiệp hiện đại, con người ở khắp nơi đều nhìn vào thế giới như một cõi huyền bí có vô số những khả năng xảy ra bất cứ điều gì, và rất nhiều những sức mạnh vô hình, đầy ý nghĩa và biết bao nhiêu điềm báo đáng chú ý. Ở Ấn Độ, kiểu chào chắp hai tay lại và đưa ra phía trước[2] là tập quán chào hỏi thông thường, trong đó không hề có sự cố chấp độc đoán, ý thức nô lệ hay sự mê tín sùng bái ngẫu tượng. Những điều này tác động rất ít đến người có đức tin chân chính, và không giới hạn sự tự do nội tâm của họ. Đức tin nhiệt thành đã tạo ra trong thế giới Phật giáo vô số những thánh điện và bảo tháp, đã trở thành đối tượng sùng bái đặc biệt của hàng Phật tử tại gia. Tuy vậy, việc sáng tạo ra và thờ phụng các ảnh tượng của Phật đã xuất hiện khá trễ, rất có thể là không sớm hơn thế kỷ thứ nhất.

---

[1] Thuật ngữ Phật giáo gọi là phước điền.

[2] Namaskāra, tư thế chào theo truyền thống của Ấn Độ. Tiếng Anh gọi tư thế này là Namaskar.

spiritual endowments of the recipient, and therefore the sons of Sakyamuni, and in particular the Arhats, are the best possible "field for planting merit".

d. He may worship the relics of the Buddha. The actual attitude of the Buddhists to these teeth and bones is difficult to describe in terms readily understood in the West. It is obviously impossible for them to "pray" to the Buddha, for the reason that He is no longer there, being in Nirvāṇa, i.e. extinct as far as this world is concerned. It is even doubtful whether the word "worship" is a very suitable one.

Before the advent of modern industrialism men everywhere looked upon the world as a mysterious realm of boundless possibilities, full of invisible forces, meaningful and replete with significant hints. The posture of namaskara, in which the folded extended palms are held forth, is the customary mode of greeting in India. Bigotry, servility and superstitious idolatry do not enter into it. All these things rest very lightly on the true believer and do not constrain his inner freedom. The fervour of the faithful filled the Buddhist world with innumerable shrines (caitya) and Stupas, which became the object of the special devotion of householders. The creation and cult of Buddha images is, however, fairly late, and unlikely to go back before the first century AD.

Nếu một cư sĩ thực hành bốn điều lành như trên thì sẽ có một cuộc sống hạnh phúc, và sau khi chết sẽ được sanh về các cõi trời. Vua A-dục đã thể hiện rất tốt những tính chất của Phật giáo theo như được hiểu bởi hàng cư sĩ. Trong giáo lý đạo Phật, nhà vua coi trọng nhất hai việc là không gây hại đến kẻ khác[1] và có lòng từ đối với mọi người.[2] Các sắc lệnh của ông có nhiều chỗ tán dương và thúc đẩy việc thực hành những điều lành đơn giản, và chúng ta cũng nghe nói nhiều về sự cần thiết của lòng hiếu thảo. Nhưng trong đó không nói đến những tư tưởng sâu sắc hơn hoặc những giáo lý cơ bản về đức tin. Cũng không thấy đề cập đến Tứ diệu đế, Bát chánh đạo, giáo lý nhân quả, hoặc ngay cả đến Niết-bàn hay các phẩm chất siêu việt của một vị Phật.

Vậy thì giới tăng sĩ mang lại được những lợi ích gì cho hàng cư sĩ? Họ làm tăng thêm hạnh phúc về cả hai mặt tinh thần và vật chất cho cư sĩ.

Về mặt tinh thần, họ sử dụng những bài thuyết giảng về các phần giáo lý dễ hiểu và có liên quan đến cư sĩ, và bằng cách nêu gương một đời sống thánh thiện có thể giúp mang lại niềm khao khát và nhiệt tình cho những người còn ràng buộc với thế tục, để từ đó có thể hé mở cho họ thấy sự tự do và thanh thản có thể đạt đến trong đời sau.

Qua một thời gian, có rất nhiều chuyện tiền thân đức Phật, kể về những đời sống trước đây của ngài, hiện thân con người cũng như thú vật, và những chuyện dẫn dụ có tính cách răn dạy, được tập hợp lại để dành cho cư sĩ. Những câu chuyện này được say mê lắng nghe, nhưng không được xem trọng bằng những giáo lý có tính cách siêu việt hơn. Nội dung của chúng chủ yếu là về những đức hạnh trong đời

[1] Ahimsā , Hán dịch nghĩa là Bất hại (不害).

[2] Maitra, Hán dịch nghĩa là Từ (慈).

If a layman well observes these four duties, he will be happy in this life, and after his death he will be reborn in heaven, or in paradise. The Emperor **Aśoka** well exemplifies the character of Buddhism as understood by the laity. Among Buddhist doctrines he regarded as the two most important ones the avoiding of doing harm to others (ahimsa) and the active benevolence towards them (maitra). His edicts contain many moral exhortations to the practice of the simple virtues and we also hear much about the need for piety. But there is nothing in them about the deeper ideas or fundamental tenets of the faith. There is no mention of the four holy Truths, the eightfold path, the chain of causation, or even of **Nirvāṇa**, or of the supernatural qualities of a Buddha.

What benefits then does the monk bestow upon the laymen? He increases both their spiritual and their material welfare.

He promotes the first by sermons on those aspects of the doctrine which are intelligible and relevant to the laity, as well as by the example of a holy life which will give courage and zest to those still tied to the world and can give them a glimpse of the freedom and serenity they may achieve in a future life.

In the course of time a vast literature of Birth stories (jataka), which tell of the Buddha's previous lives, animal as well as human, and of edifying tales (avadana) was composed for the benefit of the laity. These stories were listened to with avidity, but they had less authority than the more metaphysical teachings. Their message concerns

sống thế tục, thường xuyên nhấn mạnh vào thuyết nghiệp quả và luân hồi, cũng như nuôi dưỡng lòng từ bi đối với tất cả chúng sanh. Ở Bharhut, Bodhgaya, Sanchi, Nagarjunikonda và Ajanta, nhiều câu chuyện tiền thân được minh họa bằng hình tượng và tranh ảnh.

Về mặt vật chất, tín đồ Phật giáo ở châu Á tin rằng người dân có thể có được sự sung túc, phát đạt về kinh tế, tránh được nạn đói, dịch bệnh, và chiến tranh là phần lớn nhờ vào các vị tăng sĩ. Bởi vì sự thịnh vượng của một quốc gia phần lớn tùy thuộc vào thiện chí của những sức mạnh tinh thần tiềm ẩn[1] mà chỉ các vị tăng sĩ mới có thể biết được và có khả năng tác động đến những sức mạnh ấy theo hướng có lợi. Mọi việc đều tốt đẹp đối với một dân tộc biết kính trọng chư tăng, và bày tỏ sự tôn kính đối với chư Phật bằng việc cúng dường rộng rãi cho các tự viện, chùa tháp. Nhưng nếu quốc gia nào quay lưng với Phật giáo thì thế nào cũng phải suy sụp trong đau khổ. Đây là những niềm tin đã giúp duy trì các tự viện.

Tuy nhiên, sự ủng hộ có tính cách tự nguyện và không ổn định của người dân, vốn chỉ ràng buộc bởi những niềm tin mong manh như thế, sẽ không giúp cho Tăng-già tồn tại được lâu. Điều bí mật phía sau sự tồn tại của Tăng-già qua nhiều thế kỷ là ở nơi khả năng của các tín đồ Phật giáo đã liên tục nhiều lần giành được sự ủng hộ từ các nhà cai trị ở châu Á, và những người này bảo trì các tự viện bằng ngân quỹ của nhà nước. Thiếu đi sự ủng hộ theo cách này, chư tăng buộc phải tự mình làm chủ sở hữu những tài sản lớn lao[2] và phải từ bỏ hoàn toàn những khoản hiến cúng từ việc

[1] Người ta tin rằng những sức mạnh này thường có khuynh hướng trừng phạt, giáng họa cho con người, trừ khi được xoa dịu đi bởi một tác nhân nào đó.

[2] Vì họ phải tự đứng ra quyên góp.

chiefly the virtues of secular life. They constantly stress the doctrine of karma and rebirth and also foster a tenderness towards all that lives. In Bharhut, Bodhgaya, San-chi, Nagarjunikonda and Ajanta many of the Jataka tales have been illustrated in sculpture and painting.

It was also a belief of Buddhist Asia that the material well-being of the people, their economic prosperity and their freedom from famine, epidemics and wars, was largely the work of the monks. For the welfare of a nation depends chiefly on the benevolence of occult and spiritual forces, which the monks alone can know about and which they alone can propitiate. All is well with a people which respects the monks, showing its reverence for the Buddhas by generous gifts to the monasteries and for temples and shrines, but a nation which turns its back on the religion is doomed to perish in misery. These were the beliefs which helped to maintain the monastic institutions.

The voluntary and sporadic support of a population tied to them by links as tenuous as these would, however, not have kept the Order going for long. The secret behind its social survival over the centuries lay in the ability of the Buddhists, repeated over and over again, to enlist the support of Asian rulers, who maintained the monastic institutions out of government funds. In default of this, the monks were driven to become large property owners in their own right

đi khất thực nhà này sang nhà khác. Đây cũng là một giải pháp, nhưng nó đe dọa đến sự thoát ly thế sự, và rất có thể lôi cuốn tăng sĩ vào phạm vi của những xung đột xã hội.

Mặc dù là những mối quan hệ với cư sĩ luôn thiếu tính ổn định và có những điểm yếu ngay từ nền móng của vấn đề, nhưng nếu Phật giáo đã tách dần ra khỏi những giáo lý của thời kỳ đầu,[1] điều đó phần lớn lại là nhờ ở công lao của hàng cư sĩ. Chính nhờ sự thúc ép của họ đã đưa đến những cải cách của thời kỳ thứ hai và thứ ba, vì thế mà những cải cách này bị những tăng sĩ nghiêm khắc cho là một sự suy đồi. Phật giáo Đại thừa đánh giá cao vai trò của hàng cư sĩ hơn. Họ giành được sự ủng hộ rộng rãi nhờ vào quan điểm cho rằng quần chúng cũng quan trọng như pháp, nhờ vào sự chỉ trích tính vị kỷ của những vị tăng chỉ biết nghĩ đến lợi lạc của riêng mình, nhờ vào sự phê phán nghiêm khắc những vị tăng kiêu mạn, và nhờ vào việc đưa ra những câu chuyện về các vị cư sĩ giàu có, chẳng hạn như Duy-ma-cật,[2] có trình độ tu chứng vượt xa hơn cả những vị tăng lớn tuổi và đáng kính nhất. Những sức ép tương tự như vậy thường khiến cho các vị tăng sĩ phải tỏ ra hữu ích hơn đối với hàng cư sĩ.

Trong thời kỳ thứ ba, thời kỳ Tan-tra, tăng sĩ tự buông thả vào những niềm tin huyền bí và trở thành những người xem thiên văn, luyện thể lực, cầu mưa, trị bệnh... Đó là lý do vì sao câu chuyện về Phật giáo trở nên khó hiểu, trừ phi có sự chú ý đúng mức đến những khao khát của giới bình dân ít học. Yếu tố mà những người sáng lập đã chối bỏ, cuối cùng lại trở thành yếu tố quan trọng nhất.

[1] Tức là những bước cải cách, phát triển mới.

[2] Vimalakīrti, Hán dịch âm là Duy-ma-cật (維摩詰), dịch nghĩa là Tịnh Danh (淨名).

and to dispense altogether with the capricious rewards of begging from house to house. This is also a solution, but it imperils aloofness from the things of this world and is apt to draw the monks back into the arena of social strife.

Nevertheless relations with the laity were always precarious and there at its base was the Achilles heel of the whole soaring edifice. If Buddhism departed from the tenets of the first period, it was largely the work of the laity. It was their pressure which did much to bring about the reforms of the second and third period, reforms which therefore appeared to the strict monastic party as a degeneration. The Mahayana gave much greater weight to the laymen. It could count on much popular support for its opinion that people are as important as dharmas, for its attacks on the selfishness of monks who think only of their own welfare, for its constant censure of "haughty" and "conceited" monks and for its stories of wealthy householders, such as Vimalakirti, who surpassed the oldest and most venerable monks in the splendour of their spiritual attainments. The same kind of popular pressure would induce the monks to become more manifestly useful to laymen.

In the third, Tan-trie, period they inserted themselves into their magical beliefs and acted as astrologers, exercisers, weather makers, doctors, etc. That is why the story of Buddhism becomes unintelligible unless due weight is given to the desires of the dumb common people. The stone which the builders had rejected became the cornerstone after all.

6. SỰ MỞ RỘNG

Suốt thời kỳ thứ nhất, Phật giáo nói chung vẫn còn là một tôn giáo riêng của Ấn Độ. Vào khoảng năm 250 trước công nguyên, vua A-dục gửi các phái bộ đến chỗ những hậu duệ của Alexander Đại đế, những người đang chia nhau thống trị các vương quốc của Hy Lạp ở Ai Cập, Macedon, Cyrene và Epirus.[1] Những phái bộ này không để lại dấu vết nào và rất có thể họ đã không đạt được kết quả gì.

Sự hiểu biết khá mơ hồ về Phật giáo mà chúng ta tìm thấy trong các tác giả Hy Lạp có thể được giải thích bởi những cuộc tiếp xúc về sau này, vốn chỉ diễn ra trong mối quan hệ mậu dịch phát triển mạnh mẽ vào thời đại La Mã giữa Ấn Độ và Địa Trung Hải.

Chỉ có hoạt động của phái đoàn do vua A-dục phái đi Tích Lan là mang lại kết quả. Sau khi được Mahinda, con trai vua A-dục, truyền vào Tích Lan khoảng năm 240 trước công nguyên, Phật giáo đã tồn tại nơi đây trong một thời gian lâu dài hơn bất cứ nơi nào khác. Từ đó về sau, Phật giáo đã trở thành quốc giáo của nước này. Chỉ Phật tử mới có quyền chính thức trở thành một vị vua, và đảo Lanka được xem như của chính đức Phật. Nhà vua có bổn phận bảo vệ Tăng-già, và những quyền lợi lớn lao được dành cho các tự viện dưới hình thức hiến cúng, sự tôn kính và không bị ai can thiệp vào nội bộ. Mặc dù hầu hết các nhà vua đều là cư sĩ, nhưng họ vẫn là quan tòa tối hậu trong việc phân xử bất kỳ sự bất đồng nào giữa tất cả những tín đồ Phật giáo.[2] Về phần tăng sĩ, nói chung họ thường giúp đỡ các nhà vua, và tranh thủ sự ủng hộ của quần chúng đối với những điều nhà vua muốn thực hiện.

---

[1] Nguyên tác dùng danh xưng "diadochs" để chỉ các tướng lãnh đang phân quyền và giành quyền thống trị sau khi Alexandre Đại đế qua đời.

6. EXPANSION

During this period Buddhism remained on the whole a purely Indian religion. The emperor **Aśoka**, about 250 BC, sent some missions to the successors of Alexander the Great, i.e. to the Greek kingdoms of the diadocs in Egypt, Macedon, Cyrene and Epirus. These missions have left no trace and they may very well have been ineffective.

The rather dim awareness of Buddhism which we find in Greek authors can be accounted for by later contacts which took place in connection with the trade which flourished in Roman times between India and the Mediterranean.

It was only in Ceylon that **Aśoka's** missionary activity bore fruit. Once brought there about 240 BC by Mahinda, **Aśoka's** son, Buddhism has existed in Ceylon for a longer stretch of time than anywhere else. From that time onwards Buddhism has been the state religion of Ceylon. Only Buddhists had a legitimate right to be kings and the island of Lanka was held to belong to the Buddha Himself. It was the king's duty to protect the Order of monks and great benefits accrued to the monasteries in the form of donations, prestige and protection from interference. The kings, although mostly laymen, were also the final judges in any dispute which might arise among the Buddhists. The monks in their turn generally helped the kings and won popular support for their wishes.

---

[2] Nghĩa là bao gồm cả chư tăng.

Mối quan hệ gần gũi giữa Tăng-già với Nhà nước đã có những điều bất lợi. Từ thế kỷ 2 trước công nguyên trở đi, điều đó không những đã đưa tinh thần của chủ nghĩa dân tộc vào Phật giáo Tích Lan và làm cho giới tăng sĩ có khuynh hướng thiên về chính trị, mà còn dẫn họ đến chỗ nhiệt tình ủng hộ những cuộc chiến tranh của các vị vua. Giới tăng lữ đã nói chắc với vua Dutta Gamani[1] rằng việc giết hàng ngàn kẻ thù là không có tội, vì đã là những kẻ không có đức tin[2] thì những kẻ thù ấy thật sự chẳng hơn gì súc vật. Tăng sĩ tháp tùng theo quân đội của nhà vua này, bởi vì *"sự hiện diện của các vị tỳ-kheo đem đến cho chúng ta cả sự tốt lành và sự che chở"*, và chính nhà vua đã gắn một viên ngọc xá-lợi vào cây giáo của mình.

Trong một thời gian dài, tín đồ Phật giáo Tích Lan tiếp tục giữ quan hệ chặt chẽ với Ấn Độ qua các cảng Bharukaccha và Surparaka ở miền Tây. Dần dần, toàn bộ kinh tạng được đưa vào Tích Lan, và cho đến cuối thời kỳ đầu, hoặc có thể muộn hơn, thì có cả những kinh sách mới biên soạn bằng tiếng Pāli của các bộ phái chính. Chẳng hạn như phần đầu của cuốn "Di-lan-đà vấn đạo"[3] và phần luận giải Tiểu bộ kinh (Niddesa). Trong thế kỷ thứ nhất trước công nguyên, Kinh tạng và các tác phẩm chú giải, vốn trước đó chỉ được truyền miệng, đã được ghi chép lại ở chùa Aluvihara "để Phật pháp có thể tồn tại lâu dài".

Chiến tranh và nạn đói kém đã làm giảm đi dân số của nước này, và việc truyền miệng Kinh tạng bị lâm nguy. Thánh ngữ của Kinh tạng là tiếng Pāli, trong khi các phần chú giải là bằng tiếng Tích Lan.

---

[1] Niên đại 101 - 77 trước công nguyên.

[2] Ở đây muốn nói là tin vào Phật giáo.

This close connection of the **Saṅgha** with the state had its disadvantages. From the second century BC onwards it not only infused a spirit of nationalism into the Buddhism of Ceylon and made the monks prone to political intrigue, but it also led them to enthusiastically support the national wars of their kings. They assured king Dutta Gamani (101-77 BC) that the killing of many thousands of enemies was of no account, because as unbelievers they were really no more than animals. They accompanied the army of the same king, "since the sight of bhikkhus is both blessing and protection for us", and the king himself had a relic of the Buddha put into his spear.

For a long time Ceylonese Buddhists continued to be in lively contact with India over the ports of Bharukaccha and Surparaka in the West. Gradually the whole Canon came to Ceylon and towards the end of our period, or even later, also new works composed in Pali in India by the mother-sect, such as the first part of the "Questions of King Milinda" and the "Niddesa". During the first century BC the Canon and Commentaries, so far transmitted orally, were written down at Aluvihara, "so that the Dharma might endure".

War and famine had depopulated the country and the oral transmission of the Pitakas was in danger. The holy language of the Canon was **Pāli**, whereas the Commentaries were in Sinhalese.

---

[3] Quyển kinh tiếng **Pāli** này đã được dịch sang Hán văn với tên là "Na-tiên Tỳ-kheo Kinh", nhưng người dịch đã khuyết danh, không biết là vị nào. Xem bản dịch tiếng Việt "Kinh tỳ-kheo Na-tiên" của Đoàn Trung Còn - Nguyễn Minh Tiến - NXB Tôn giáo - 2003.

Tích Lan trở thành quê hương của một bộ phái được biết đến như là Thượng tọa bộ,[1] rất được quan tâm trong lịch sử Phật giáo, một phần vì kinh tạng của họ được giữ lại đầy đủ, và một phần vì sự cách biệt về mặt địa lý nên tương đối ít bị ảnh hưởng bởi nhiều sự phát triển sau này. Tuy vậy, không rõ là họ đã bắt nguồn từ bộ phái nào của Ấn Độ. Có lẽ họ giống với Phân biệt thuyết bộ, và được phát sinh từ một trong những chi nhánh của bộ phái này.

[1] **Theravāda**, cũng là Thượng tọa bộ, nhưng phân biệt với Thượng tọa bộ của Ấn Độ.

Ceylon became the home of a school known as the Theravādins - of great interest in the history of Buddhism partly because their Canon is preserved in its entirety and partly because in their geographical isolation they remained relatively unaffected by many of the later developments. It is not, however, very clear what Continental school they were derived from. Probably they were akin to the Indian Vibhajyavadins, and an offshoot of one of their branches.

CHƯƠNG II: THỜI KỲ THỨ HAI (TỪ ĐẦU CÔNG NGUYÊN ĐẾN NĂM 500)

1. PHẬT GIÁO ĐẠI THỪA Ở ẤN ĐỘ

Vào khoảng đầu công nguyên, một chiều hướng mới hình thành trong Phật giáo, được biết với tên là Phật giáo Đại thừa, nghĩa đen là "cỗ xe lớn".[1] Bộ phái này được hình thành do sự suy kiệt của nguồn động lực cũ trong giáo lý, khiến cho ngày càng có ít người chứng quả A-la-hán hơn trước, do những mâu thuẫn căng thẳng trong nội dung giáo lý đã phát triển cho đến lúc bấy giờ, và do những đòi hỏi của hàng cư sĩ muốn có được những quyền bình đẳng hơn với giới tăng sĩ. Những ảnh hưởng từ nước ngoài cũng có tác động rất lớn đến sự hình thành này.

Đại thừa phát triển ở miền Tây Bắc và Nam Ấn Độ, hai vùng mà Phật giáo chịu ảnh hưởng nhiều nhất của những tư tưởng từ bên ngoài Ấn Độ, và ảnh hưởng mạnh mẽ của nghệ thuật Hy Lạp dưới những hình thức mô phỏng theo Hy Lạp và La Mã, cũng như ảnh hưởng của những tư tưởng từ Địa Trung Hải và Iran. Sự pha trộn lẫn lộn này, thật tình cờ lại giúp cho Phật giáo Đại thừa trở nên thích hợp với việc truyền bá ra bên ngoài Ấn Độ.

Để có thể truyền ra bên ngoài, Phật giáo trước hết phải thay đổi phần nào theo với ảnh hưởng của các tư tưởng ngoại quốc, và phải trải qua giai đoạn đầu của việc xóa bỏ một số tính chất thuần Ấn Độ. Trước khi có thể được các nền văn

[1] Tên gọi Đại thừa hàm ý nêu lên tông chỉ là cứu vớt hết thảy chúng sanh, như cỗ xe lớn chở được nhiều người, đối lại với Tiểu thừa, cỗ xe nhỏ,

Chapter 2: The Second Period (AD 0-500)

1. THE MAHĀYĀNA IN INDIA

About the beginning of the Christian era a new trend took shape in Buddhism, known as the **Mahāyāna**, literally "the great vehicle". It was prepared by the exhaustion of the old impulse which produced fewer and fewer Arhats, by the tensions within the doctrines as they had developed by then and by the demands of the laity for more equal rights with the monks. Foreign influences also had a great deal to do with it.

The **Mahāyāna** developed in North-West India and South India, the two regions where Buddhism was most exposed to non-Indian influences, to the impact of Greek art in its Hellenistic and Romanized forms and to the influence of ideas from both the Mediterranean and the Iranian world. This cross-fertilization incidentally rendered the Buddhism of the **Mahāyāna** fit for export outside India.

So that it should be able to travel outside India, Buddhism had first to be somewhat modified by foreign influences, had to undergo a preliminary phase of de-Indianization. Before it

---

lấy việc giải thoát của riêng mình làm chính trước khi có thể nhắm đến cứu độ nhiều người.

hóa xa lạ chấp nhận, Phật giáo thoạt tiên phải nhận lấy một dấu ấn từ những nền văn hóa ấy. Hay nói cách khác, chỉ với hình thức đã được thay đổi như Đại thừa, Phật giáo mới có thể tồn tại được bên ngoài Ấn Độ.

Thời gian trôi qua, Đại thừa dần dần chinh phục trọn vẹn cả một nửa phía bắc của Phật giáo toàn thế giới, và tín đồ Phật giáo ở các nước như Népal, Tây Tạng, Mông Cổ, Trung Hoa, Triều Tiên và Nhật Bản hầu hết đều là thuộc Đại thừa.

Đại thừa phát triển với hai giai đoạn: giai đoạn thứ nhất, dưới hình thức không có hệ thống, diễn ra vào khoảng đầu thế kỷ thứ nhất trước công nguyên, cho đến năm 150, và giai đoạn thứ hai khởi đầu từ sau năm 150, dưới hình thức hệ thống hóa, dẫn đến sự hình thành hai trường phái riêng biệt là phái Trung luận và phái Du-già.

Trước hết chúng ta cần phải giải thích một số những điểm chính của Đại thừa lúc sơ khởi. Khoảng năm 100 trước công nguyên, một số tín đồ Phật giáo cảm thấy những lời dạy trong giáo lý đã trở nên quá xưa cũ và không còn mang lại lợi ích nữa. Với quan niệm rằng giáo pháp đòi hỏi sự cải cách liên tục để đáp ứng những nhu cầu của thời đại mới, của những con người mới và hoàn cảnh xã hội mới, họ bắt đầu tạo ra một loại kinh văn mới.[1]

Sự sáng tạo kinh văn mới này là một trong những bộc phát phi thường nhất của năng lực sáng tạo trong lịch sử nhân loại, và được duy trì trong khoảng 4 đến 5 thế kỷ. Họ tin rằng, chỉ riêng việc lặp lại kinh văn xưa cũ không thể duy trì sức sống của một tôn giáo. Trừ phi có được một lực cân bằng qua việc đổi mới thường xuyên, bằng không thì tôn giáo sẽ trở nên chai lỳ và mất đi những phẩm chất để tạo thành nguồn sinh khí.

could be received by alien cultures it had first to receive an impression from them. Roughly speaking only in its modified **Mahāyāna** form has it been able to live outside India.

In due course the **Mahāyāna** has conquered the entire northern half of the Buddhist world, and the Buddhists of *Nepal*, Tibet, Mongolia, China, Korea and Japan are nearly all Mahayanists.

The **Mahāyāna** developed in two stages: first in an unsystematic form, which went on between 100 BC and AD 150, and then, after AD 150, in a systematized philosophical form, which led to two distinct schools, the Madhyamikas and the Yogacarins.

We must first of all explain the main features of the early **Mahāyāna**. About 100 BC a number of Buddhists felt that the existing statements of the doctrine had become stale and useless. In the conviction that the Dharma requires ever new re-formulations so as to meet the needs of new ages, new populations and new social circumstances, they set out to produce a new literature.

The creation of this literature is one of the most magnificent outbursts of creative energy known to human history and it was sustained for about four to five centuries. Repetition alone, they believed, cannot sustain a living religion. Unless counterbalanced by constant innovation, it will become fossilized and lose its life-giving qualities.

[1] Cần lưu ý rằng từ đoạn này trở đi chỉ là những suy diễn của Edward Conze từ góc độ của một nhà sử học.

Đến đây thì quan điểm Đại thừa dường như là hoàn toàn hợp lý. Điều khó hiểu hơn là họ muốn trình bày những tác phẩm mới như chính những lời Phật dạy, trong khi chúng rõ ràng là được hình thành nhiều thế kỷ sau khi Phật nhập diệt.

Để tạo chỗ đứng cho một bộ phái mới, họ đã làm theo cách của Đại chúng bộ là giảm nhẹ tầm quan trọng của đức Phật Thích-ca Mâu-ni dưới góc độ một con người có thật trong lịch sử, và thay vào đó là một đức Phật Pháp thân. Trong kinh Diệu Pháp Liên Hoa, chúng ta được nghe rằng, rất lâu sau khi đức Phật đã thành đạo dưới cội cây Bồ-đề - có thể là khoảng năm 500 trước công nguyên - ngài vẫn luôn tồn tại trong suốt thời gian vô tận, và lúc nào ngài cũng thuyết giảng giáo pháp ở khắp mọi nơi với vô số hóa thân. Trong kinh Kim Cang có bài kệ nổi tiếng như sau:

"Những ai dùng hình sắc để thấy ta,
Hoặc dùng âm thanh mà tìm ta,
Những người ấy đều theo pháp sai lầm,
Không thể thật sự nhìn thấy ta."[1]

Nếu người ta do Pháp thân mà nhìn thấy Phật, thì chính Pháp thân ấy sẽ dẫn đường cho họ.[2] Quan niệm xem đức Phật như là hiện thân vĩnh cửu của tất cả chân lý đã cho phép sự tiếp tục phát lộ ra chân lý của ngài vào những thời điểm khác nhau.

Vẫn chưa hài lòng với điều này, những người Đại thừa còn cố gắng liên những kết kinh văn mới với đức Phật có thật

[1] Trong bản Hán văn, bài kệ này được dịch là: "Nhược dĩ sắc kiến ngã, Dĩ âm thanh cầu ngã, Thị nhân hành tà đạo, Bất năng kiến Như Lai." (若以色見我，以音聲求我，是人行邪道，不能見如來。)

So far the Mahayanistic attitude seems quite logical. What is more difficult to understand is that they insisted in presenting these new writings, manifestly composed centuries after the Buddha's death, as the very words of the Buddha Himself.

In order to make room for the new dispensation, they followed the Mahasarighikas in minimizing the importance of the historical Buddha Sakyamuni, whom they replaced by the Buddha who is the embodiment of Dharma (dharmakdya). In the "Lotus of the Good Law" we are told that the Buddha, far from having reached His enlightenment at Bodhgaya, about 500 BC or whenever the date may have been, abides for aeons and aeons, from eternity to eternity, and that He preaches the Law at all times in countless places and innumerable disguises. In the "Diamond Sutra" occurs the famous verse:

Those who by my form did see me,
And those who followed me by voice,
Wrong the efforts they engaged in,
Me those people will not see!
From the Dharma-body should one see the Buddhas,
From the Dharma-bodies comes their guidance.

The conception of the Buddha as the timeless embodiment of all Truth allowed for a successive revelation of that truth by Him at different times.

Not content with this, the Mahayanists tried to link their own new writings with the historical Buddha by a number of mythological fictions. They asserted that they

[2] Nguyên cả câu này trong nguyên tác được đưa vào bài kệ, nhưng theo nội dung kinh Kim Cang chúng tôi không thấy có câu này nên e là có sự sắp xếp sai lầm khi in ấn. Có lẽ đây là phần diễn giải tiếp theo của tác giả thì đúng hơn.

trong lịch sử bằng một số huyền thoại. Họ xác nhận rằng họ đã được nghe Phật thuyết pháp lúc ngài còn tại thế, rằng song song với việc Hội nghị các Trưởng lão kết tập kinh điển Tiểu thừa ở thành Vương Xá, kinh điển Đại thừa cũng được kết tập bởi một số các vị Bồ Tát nhóm họp trên núi Thiết Vi,[1] và rằng các bản kinh đã được gìn giữ một cách kỳ diệu trong năm thế kỷ, cất giấu trong những cung điện dưới lòng biển của Long Vương, hoặc với sự gìn giữ của vua Càn-thát-bà, hoặc vua trời Đế-thích. Và rồi, theo như cách nói của ngài Long Thọ là, "năm trăm năm sau khi Phật nhập Niết-bàn, Chánh pháp sau khi đã dần dần suy đồi, đang trong lúc lâm nguy" thì những pháp bảo này từ trong quá khứ được phát lộ và truyền dạy cho mọi người để làm hồi sinh Phật pháp.

Vậy những cách tân chủ yếu về giáo lý của Đại thừa là gì? Có thể tóm lược dưới 5 đề mục như sau:

1. Về mục đích, có sự thay đổi từ lý tưởng A-la-hán sang lý tưởng Bồ Tát;

2. Một phương thức giải thoát mới được vạch ra, trong đó từ bi được xếp ngang với trí tuệ, và được đánh dấu bởi sự tiến bộ dần qua sáu ba-la-mật;[2]

3. Đức tin được đặt vào những đối tượng mới, bằng cách đưa ra một loạt các vị thánh, hoặc tin vào con người hơn là thần thánh;

4. Phương tiện thiện xảo[3] là một đức tính hoàn toàn mới, trở nên thiết yếu cho hàng thánh giả và thậm chí còn được

---

[1] Về việc kết tập kinh điển Đại thừa, được nói đến trong Đại Trí Độ Luận, quyển 100 (Đại Tạng Kinh, quyển 25, trang 57) và Kim Cang Tiên Luận, quyển 1 (Đại Tạng Kinh, quyển 25, trang 798). Theo đó thì chủ trì việc kết tập là các vị Bồ Tát Văn-thù và Di-lặc.

had been preached by the Buddha in the course of His life on earth, that parallel to the Council at Rajagrha, which codified the Sutras of the **Hīnayāna**, the **Mahāyāna** Sutras had been codified by an assembly of Bodhisattvas on the mythical mountain of Vimalasvabhava; that the texts had been miraculously preserved for five centuries and stored away in the subterranean palaces of the Nagas, or with the king of the Gandharvas, or the king of the Gods. Then, as Nagarjuna puts it, "five hundred years after the Buddha's **Nirvāṇa**, when the Good Law, after having gradually declined, was in great danger", these treasures from the past were unearthed, revealed and made known, so as to revivify the doctrine.

What then were the main doctrinal innovations of the **Mahāyāna**? They can be summarized under five headings:

1. As concerns the goal there is a shift from the Arhat-ideal to the Bodhisattva-ideal;
2. A new way of salvation is worked out, in which compassion ranks equal with wisdom, and which is marked by the gradual advance through six "perfections" (paramita);
3. Faith is given a new range by being provided with a new pantheon of deities, or rather of persons more than divine;
4. "Skill in means" (*upāyakausalya*), an entirely new virtue,

[2] **Pāramitā**, cũng gọi là Lục độ, bao gồm Bố thí, Trì giới, Nhẫn nhục, Tinh tấn, Thiền định và Trí tuệ. Sáu phương pháp này được xem như sáu phương tiện đưa người đến bờ bên kia, tức là đến chỗ giải thoát. Vì vậy, Hán dịch âm là ba-la-mật (波羅蜜) và dịch nghĩa là đáo bỉ ngạn (到彼岸), tức là "đến bờ bên kia".

[3] **Upāya-kauśalya**, Hán dịch là thiện xảo phương tiện (善巧方便).

xem trọng hơn cả trí tuệ, vốn trước kia vẫn được xem là đức tính cao quý nhất;

5. Một phần giáo lý mạch lạc về bản thể được vạch ra, giải quyết những vấn đề như tánh không, chân như .v.v...

Giờ đây chúng ta sẽ lần lượt xem xét từng điểm một trong năm điểm mới này.

1. Mục tiêu đạt đến thánh quả A-la-hán, vốn đã từng là động lực của Phật giáo trong thời kỳ đầu, nay được đưa xuống hàng thứ nhì. Vị thánh theo Đại thừa nỗ lực để trở thành một Bồ Tát, hay Bodhisattva (Bồ-đề-tát-đỏa), - do từ chữ bodhi, nghĩa là giác ngộ, và sattva, nghĩa là hữu tình. Một vị Bồ Tát có ba đặc điểm nổi bật là:

a. Trong bản chất hiện hữu của mình, vị Bồ Tát luôn khao khát đạt đến sự giác ngộ hoàn toàn như đức Phật, mà theo quan điểm này có nghĩa là bậc Nhất thiết trí, nghĩa là thấu biết tất cả mọi việc trong suốt mọi thời gian với hết thảy mọi chi tiết và khía cạnh khác nhau của chúng.

b. Vị Bồ Tát có đủ hai diệu lực là từ bi và trí tuệ, với mức độ như nhau. Nhờ lòng từ bi, ngài quên bản thân mình mà hoãn lại việc nhập Niết-bàn để cứu giúp chúng sanh đang đau khổ. Nhờ trí tuệ, ngài nỗ lực đạt đến sự nhận biết trong bản tâm về tánh không của vạn vật. Và ngài luôn giữ vững tấm lòng từ bi kiên định với tất cả chúng sanh, cho dù với trí tuệ ngài thấy rõ rằng chúng sanh và những nỗi thống khổ của họ đều là ảo mộng.

c. Mặc dù chú tâm hướng đến sự thuần khiết, vị Bồ Tát vẫn duy trì mối quan hệ với những người bình thường, và có cùng những cảm xúc rung động như họ. Tuy nhiên, những cảm xúc này không hề gây ảnh hưởng xấu hay làm vẩn đục tâm trí ngài.

becomes essential to the saint, and is placed even above wisdom, the highest virtue so far;

5. A coherent ontological doctrine is worked out, dealing with such items as "Emptiness", "Suchness', etc.

We will now consider these five points one by one.

1. The goal of Arhatship, which had motivated Buddhism in the first period, is now relegated to the second place. The Mahayanistic saint strives to be a "Bodhisattva" - from bodhi, "enlightenment", and sattva, "being" or "essence". A Bodhisattva is distinguished by three features:

    a. In his essential being he is actuated by the desire to win the full enlightenment of a Buddha, which, from this point of view, implies complete omniscience, i.e. the knowledge of all things at all times in all their details and aspects,

    b. He is dominated by two forces, in equal proportion, i.e. by compassion and wisdom. From compassion he selflessly postpones his entrance into the bliss of **Nirvāṇa** so as to help suffering creatures. From wisdom he attempts to win insight into the emptiness of all that is. He persists in his compassionate solidarity with all that lives although his wisdom shows him that living beings and all their woes are purely illusory,

    c. Although intent on ultimate purity, a Bodhisattva remains in touch with ordinary people by having the same passions they have. His passions, however, do not either affect or pollute his mind.

2. Lòng từ bi của một vị Bồ Tát được gọi là "vĩ đại", vì lòng từ bi ấy là vô hạn và không phân biệt. Vị Bồ Tát quyết tâm trở thành người cứu độ tất cả chúng sanh, cho dù là giá trị của chúng sanh ấy như thế nào, hoặc có đòi hỏi đến sự chú ý của ngài hay không. Thời kỳ đầu chỉ hoàn toàn nhấn mạnh vào trí tuệ của các vị thánh, nhưng giờ đây tâm nguyện vị tha mong muốn mang lại hạnh phúc cho người khác được cho là có giá trị tương đương như trí tuệ. Giác ngộ là sự hiểu biết tường tận và hoàn toàn về bản chất và ý nghĩa của đời sống, về những sức mạnh chi phối tạo thành đời sống, về phương pháp để chấm dứt đời sống, và về thực tại hiện hữu vượt trên đời sống. Những người Đại thừa đồng ý rằng sự giác ngộ không tự nó đưa đến tâm nguyện cứu độ chúng sanh. Họ phân biệt có ba bậc giải thoát: hai bậc thuộc về tự lợi và một bậc là lợi tha. Hai bậc giải thoát tự lợi là những vị A-la-hán và Bích Chi Phật, được xem như đại diện cho quan điểm của Tiểu thừa, cho loại "cỗ xe nhỏ". Họ được mô tả như là thờ ơ trước những mối lo nghĩ của thế gian, và chú tâm trước hết đến sự giải thoát của chính mình. Bậc giải thoát lợi tha là các vị Phật, và sự theo đuổi con đường lợi tha của một vị Bồ Tát để đạt đến giác ngộ được gọi là Phật thừa, hay Đại thừa.

Vị Bồ Tát phải là một người kiên nhẫn. Vị này muốn thành Phật, nhưng khoảng cách giữa ngài với sự toàn hảo siêu việt của đức Phật - người hiểu biết và là hiện thân của tất cả - là vô tận. Không thể nào vượt qua được khoảng cách ấy trong một đời sống này. Phải cần đến thời gian kéo dài vô số kiếp, và vị Bồ Tát phải chuẩn bị tinh thần để vượt qua thời gian vô số kiếp ấy trước khi đạt được mục đích. Tuy vậy, sự ngăn cách giữa vị Bồ Tát với quả Phật lại chỉ là một sự ngăn ngại nhỏ. Đó là sự vướng mắc vào tự ngã, tự cho mình

2. A Bodhisattva's compassion is called "great", because it is boundless and makes no distinctions. A Bodhisattva resolves to become the saviour of all, whatever may be their worth or their claim to his attention. In the first period the wisdom of the saints had been fully emphasized, but now their selfless desire to make others happy is said to rank equal in value with it. Enlightenment is the thorough and complete understanding of the nature and meaning of life, the forces which shape it, the method to end it, and the reality which lies beyond it. This enlightenment, the Mahayanists agreed, does not automatically entail the desire to assist others. Among the enlightened they distinguished three types, two of them "selfish", one "unselfish". The "selfish" types are the Arhats and Pratyekabuddhas, who are said to represent the idea of the **Hīnayāna**, of the "inferior vehicle". They are described as aloof from the concerns of the world and intent on their own private salvation alone. The "unselfish" ones are the Buddhas, and the pursuit of the unselfish quest for enlightenment on the part of a Bodhisattva is called the "Buddha-vehicle", of the "Great Vehicle" (maha-yana).

A Bodhisattva must be a patient man. He wants to become a Buddha, but his distance from the transcendental perfection of a supreme Buddha, Who both knows and is everything, will obviously be nearly infinite. In one life it could not possibly be traversed. Countless lives would be needed and a Bodhisattva must be prepared to wait for aeons and aeons before he can reach his goal. Yet, he is separated from Buddhahood only by one single small

là một cá nhân riêng biệt, và giữ lấy khuynh hướng cố hữu về các khái niệm "tôi làm", "của tôi làm...". Buông xả được tự ngã là nhiệm vụ trên hết của một vị Bồ Tát. Bằng vào hai phương pháp, Bồ Tát có thể loại trừ được sự chấp ngã của chính mình. Thứ nhất, về mặt hành động, vị ấy hy sinh chính mình và phục vụ với lòng vị tha. Thứ hai, về mặt nhận thức, vị ấy quán xét nội tâm về sự không hiện hữu khách quan của tự ngã. Phương pháp thứ nhất là do lòng từ bi. Phương pháp thứ hai là do trí tuệ, được định nghĩa như là khả năng thâm nhập vào thực tại chân thật, vào tự tánh của sự vật, vào sự hiện hữu trong tự thân của sự vật. Sự hành động và nhận thức được tin là phải đi đôi với nhau mới có thể mang lại những thành quả tâm linh.

Sự nhất quán giữa từ bi và trí tuệ được thể hiện bởi sáu phép tu hoàn thiện, hay sáu ba-la-mật, tức là sáu *"phương pháp có thể giúp vượt qua được bờ bên kia"*. Một người bình thường trở thành Bồ Tát khi người ấy lần đầu tiên phát nguyện sẽ đạt đến sự giác ngộ hoàn toàn vì lợi ích của tất cả chúng sanh.[1] Sau khi phát nguyện, từ đó cho đến khi đạt được quả Phật, vị Bồ Tát dành trọn tâm lực trải qua vô số kiếp để thực hành sáu ba-la-mật. Điều này quan trọng đến mức Đại thừa cũng thường tự xưng là "Lục độ thừa". Và Lục độ, hay sáu ba-la-mật là: bố thí, trì giới, nhẫn nhục, tinh tấn, thiền định và trí tuệ.

Bố thí ba-la-mật đòi hỏi một sự hào phóng, sẵn lòng cho đi tất cả những gì mình có, ngay cả thân mạng. Trì giới ba-la-mật là nghiêm trì giới luật, ngay cả khi phải liều đi mạng sống của mình. Đại thừa chú trọng đến nhẫn nhục ba-la-mật nhiều hơn Tiểu thừa, và mở rộng từ nhẫn nhục hơn

[1] Thuật ngữ Phật giáo gọi sự phát nguyện đầu tiên này là "phát tâm Bồ-đề".

obstacle, i.e. his belief in a personal self, his assumption that he is a separate individual, his inveterate tendency towards "I-making and Mine-making" (**ahamkāra-mamakāra**). To get rid of himself is the Bodhisattva's supreme task. By two kinds of measures he tries to remove himself from himself - actively by self-sacrifice and selfless service, cognitively by insight into the objective non-existence of a self. The first is due to his compassion, the second to wisdom, defined as the ability to penetrate to the true reality, to the "own-being" of things, to what they are in and by themselves. It is believed that action and cognition must always go hand in hand to bring forth their spiritual fruits.

The unity of compassion and wisdom is acted out by the six "perfections", or paramita, the six "methods by which we go to the Beyond". A person turns into a Bodhisattva when he first resolves to win full enlightenment for the benefit of all beings. Thereafter, until his attainment of Buddhahood, aeons and aeons are devoted to the practice of the Paramitas. So important is this concept that the **Mahāyāna** often refers to itself as the "Vehicle of the Paramitas". The six are: the perfections of giving, morality, patience, vigour, meditation and wisdom.

The first enjoins generosity, a willingness to give away all that one has, even one's own body, and the second the scrupulous observance of the moral precepts, even at the risk of one's own life. As for "patience", the **Mahāyāna** has much more to say about it than the Hinayana and it uses the word in a wider sense than is usual. As a moral

so với ý nghĩa thông thường của nó. Về mặt đức hạnh, nhẫn nhục có nghĩa là nhẫn nhục chịu đựng tất cả những khổ đau và sự đối nghịch mà không có chút giận dữ hay bất bình nào. Thêm vào đó, nhẫn nhục ở đây còn được xem như một đức tính của trí tuệ, và về mặt này nó có nghĩa là sự chấp nhận bằng vào trực giác trước khi hiểu thấu được cặn kẽ về sự sâu xa của những giáo lý bản thể, thường gây ra sự lo sợ rất khó tin nhận của Đại thừa, chẳng hạn như sự không hiện hữu của tất cả sự vật. Tinh tấn ba-la-mật có nghĩa là vị Bồ Tát kiên trì không mệt mỏi trong công hạnh của mình, trải qua vô số kiếp vẫn không bao giờ chán nản. Sự thành tựu về thiền định giúp cho vị Bồ Tát đạt được sự điêu luyện trong việc xuất thần hóa hiện "nhiều như số cát sông Hằng". Và cuối cùng, trí tuệ toàn hảo là khả năng hiểu được những tính chất quan yếu nhất của tất cả mọi tiến trình và hiện tượng, mối quan hệ tương tác của chúng, những điều kiện mang lại sự sinh khởi và diệt mất, cùng với tính chất hoàn toàn không thật có của chúng khi tồn tại riêng biệt. Ở mức độ cao nhất, trí tuệ đưa đến tánh không, vốn là thực tại duy nhất.

3. Một đóng góp nổi bật nữa của Đại thừa là sự phân biệt mười giai đoạn mà vị Bồ Tát thường phải vượt qua trên con đường tiến đến quả vị Phật. Phần giáo lý này được hoàn chỉnh vào thế kỷ 3 trong kinh Thập Địa. Sáu giai đoạn đầu tương ứng với sáu ba-la-mật, mỗi giai đoạn được phân biệt rõ bởi sự thực hành tích cực một ba-la-mật. Do đó, giai đoạn thứ sáu tương ứng với sự thành tựu trí tuệ, và nhờ đó, với sự hiểu biết về tánh không, vị Bồ Tát tiến đến chỗ đối diện với chính thực tại.[1] Ở địa vị này, Bồ Tát có thể thoát khỏi những nỗi sợ hãi của thế giới sinh tử, và nếu muốn có thể nhập vào Niết-bàn. Tuy nhiên, vì lòng từ bi ngài không làm như vậy

[1] Tức là địa vị Abhimukhī, Hán dịch là Hiện tiền địa (現前地).

virtue it means the patient endurance of all kinds of suffering and hostility and the absence of any feeling of anger or discontent when meeting with them. In addition, "patience" is here also considered as an intellectual virtue and as such it means the emotional acceptance, before one has fathomed the whole of their depth, of the more incredible and anxiety-producing ontological doctrines of the **Mahāyāna**, such as the non-existence of all things. Vigour means that the Bodhisattva indefatigably persists in his work over the ages and never feels discouraged; his perfection of meditation enables him to gain proficiency in trances "numerous as the sands of the Ganges". The perfection of wisdom finally is the ability to understand the essential properties of all processes and phenomena, their mutual relations, the conditions which bring about their rise and fall, and the ultimate unreality of their separate existence. At its highest point it leads right into the Emptiness which is the one and only reality.

3. Another distinctive contribution of the **Mahāyāna** is the distinction often stages which the Bodhisattva must traverse on his way to Buddhahood. This aspect of the doctrine reached its final formulation in the third century in the "Sutra on the Ten Stages". The first six of these stages correspond to the six "perfections" and each of them is marked by the intensive practice of one of them. The sixth stage therefore corresponds to the perfection of wisdom and with it the Bodhisattva has by his understanding of emptiness come "face to face' (abhimukhi) with Reality itself. At that point he would be able to escape from the terrors of this world of birth-and-death and he could, if

mà vẫn ở lại thế gian này trong một thời gian dài để cứu giúp chúng sanh. Mặc dù ở trong thế gian, nhưng Bồ Tát giờ đây không còn thuộc về thế gian nữa.

Trong bốn địa vị sau, Bồ Tát đạt đến điều mà kinh văn gọi là "dung nhiếp pháp giới", và trở thành một thực thể siêu nhiên có nhiều diệu lực khác nhau. So với các vị Bồ Tát bình thường như trong sáu địa vị đầu tiên, những vị Bồ Tát đã vượt lên đến bốn địa vị sau cùng có khác biệt ở chỗ là các ngài có thể tùy ý hóa hiện thành rất nhiều đối tượng tín ngưỡng.

Chẳng bao lâu, đức tin ngày càng gia tăng đối với các hóa thân khác nhau của các vị Bồ Tát, như Bồ Tát Quán Thế Âm, Bồ Tát Văn-thù-sư-lợi, Bồ Tát Di-lặc, Bồ Tát Địa Tạng, Bồ Tát Phổ Hiền và nhiều vị khác nữa. Mặc dù được hình thành ở Ấn Độ, một số trong những vị Bồ Tát này cho thấy có những ảnh hưởng mạnh mẽ từ nước ngoài, đặc biệt là ảnh hưởng từ Iran.

Sự phát triển các vị Bồ Tát hóa thân được kèm theo, và thậm chí là đã có trước, bởi các vị Phật hóa thân, được tin là hiện hữu khắp mười phương thế giới. Về phương Đông có Phật A-súc, tức là vị Phật không bao giờ xao động.[1] Về phương Tây là quốc độ của Phật Vô Lượng Quang, thường được xem giống như Phật Vô Lượng Thọ, là vị Phật có đời sống kéo dài vô tận.[2] Hình tượng của Phật Vô Lượng Thọ là tương ứng với hình tượng Zurvan Akaranak[3] của Iran. Tương tự như vậy, hình tượng của Phật Vô Lượng Quang có rất nhiều tương đồng với thần mặt trời của Iran, và có lẽ có nguồn gốc từ đế quốc Kushana ở vùng biên giới giữa Ấn Độ

[1] Akşobhya, Hán dịch âm là A-súc, dịch nghĩa là Bất Động (不動).

[2] Kinh A-di-đà nói rằng hai danh hiệu Vô Lượng Quang và Vô Lượng Thọ đều là cùng một vị Phật, chính là Phật A-di-đà.

he wanted to, enter into **Nirvāṇa**. Out of compassion he nevertheless makes no use of this possibility, but stays on in the world for a long time so as to help those in it. Although in the world, he now is no longer of it.

During the last four stages a Bodhisattva gains what the texts call "sovereignty over the world", and he becomes a kind of supernatural being endowed with miraculous powers of many kinds. From the ordinary Bodhisattvas as they exist on the first six stages, the "celestial Bodhisattvas" of the last four stages differ in that they were well suited to becoming objects of a religious cult.

Soon the faithful increasingly turned to all kinds of mythical Bodhisattvas, such as Avalokitesvara, Manjusri, Maitreya, Kshitigarbha, Saman-tabhadra and others. Though conceived in India some of these Bodhisattvas show strong non-Indian, and particularly Iranian influences.

The development of mythical Bodhisattvas was accompanied, and even preceded by, that of mythical Buddhas, Who were held to reside in the heavens in all the ten directions. In the East lives Akshobhya, the "Imperturbable". In the West is the kingdom of the Buddha of "Infinite Light", Amitabha, not always clearly distinguished from Amitayus, the Buddha who "has an infinite life-span". Amitayus is a counterpart to the Iranian Zurvan Akaranak (Unlimited Time), just as the

[3] Danh xưng này cũng mang nghĩa là "không giới hạn về thời gian".

và Iran. Còn có nhiều vị Phật hóa thân khác nữa, trong thực tế là nhiều đến mức không thể xác định được, và hầu hết các vị đều có quốc độ riêng của mình, những thế giới không thuộc về thế giới này, những cõi tịnh độ trong sạch, bởi vì không còn những điều uế trược và phiền não nữa.

4. Tiếp đến, chúng ta phải nói đôi điều về phương tiện thiện xảo, một phẩm tính luôn luôn không thể tách rời đối với vị Bồ Tát, nhưng phải đến địa vị thứ bảy trong Thập địa thì mới phát huy được tối đa phẩm tính này, sau khi sự thành tựu về trí tuệ đã giúp Bồ Tát nhận ra được tánh không thật sự của tất cả sự vật mà có vẻ như đang hiện hữu. Phương tiện thiện xảo là khả năng phát huy được năng lực tinh thần tiềm ẩn của những con người khác nhau,[1] bằng vào những lời nói và việc làm được điều chỉnh theo đúng với nhu cầu và phù hợp với khả năng nhận thức riêng của mỗi người. Nói thật ra thì tất cả những gì mà cho đến lúc này chúng ta đã miêu tả như là các yếu tố cấu thành giáo lý Đại thừa chỉ toàn là phương tiện thiện xảo, và không có gì khác hơn nữa. Đó là một loạt những điều tưởng tượng được khéo léo bày ra chỉ nhằm thúc đẩy sự giải thoát của chúng sanh. Sự thật rốt ráo là không có chư Phật, không có các vị Bồ Tát, không có sự chứng quả và cũng không có các địa vị tu chứng. Tất cả những điều này chỉ được tưởng tượng ra, được điều chỉnh cho phù hợp, và tùy thuận theo với nhu cầu của chúng sanh mê tối, với mục đích là đưa họ vượt qua đến bến bờ giải thoát.[2] Trừ ra một thực tại duy nhất, cũng còn gọi là tánh không hoặc chân như, còn thì tất cả mọi sự việc khác đều không thực sự hiện hữu, và cho dù có nói đến bất

[1] Thuật ngữ Phật giáo gọi sự khác nhau này là căn cơ của mỗi chúng sanh.

[2] Tinh thần này được diễn đạt đầy đủ trong kinh Kim Cang, và được thâu tóm trong câu "Pháp thượng ưng xả, hà huống phi pháp" (法尚應捨，何況非

cult of Amitabha owed much to Iranian sun worship and probably originated in the Kushana Empire in the borderland between India and Iran. There are many other celestial Buddhas, in fact infinitely many, and most of them have a "kingdom" of their own, a world which is not of this world, a land which is "pure" because free from defilements and adverse conditions.

4. Next we must say a few words about the "skill in means", a virtue which is indispensable to a Bodhisattva at all times, but which he possesses in its fullness only late, on the seventh stage, after the "perfection of wisdom" has thoroughly shown him the emptiness of everything that seems to be. "Skill in means" is the ability to bring out the spiritual potentialities of different people, by statements or actions which are adjusted to their needs and adapted to their capacity for comprehension. If the truth be told, all that we have described so far as constituting the doctrine of the **Mahāyāna** is just "skill in means" and nothing more. It is a series of fictions elaborated to further the salvation of beings. In actual fact there are no Buddhas, no Bodhisattvas, no perfections, and no stages. All these are products of our imagination, just expedients, concessions to the needs of ignorant people, designed to ferry them across to the Beyond. Everything apart from

---

法). Theo đây thì rõ ràng tất cả giáo pháp đều chỉ được bày ra như phương tiện độ sanh, và khi đạt được giác ngộ thì không còn có gì là thật cả, ngay cả bản thân giáo pháp.

cứ điều gì cũng chỉ là hoàn toàn không thật, giả tạo và vô giá trị. Nhưng cho dù như vậy, chẳng những là những điều ấy có thể được phép nói ra, mà thậm chí còn là hữu ích nữa, bởi vì đó là cần thiết cho sự giải thoát của chúng sanh.

5. Cho đến lúc này, chúng ta đã nói về những phương thức để đạt đến giải thoát. Bây giờ, chúng ta sẽ đề cập đến chính sự giải thoát đó. Những thuyết giảng sáng suốt về bản thể, hay bản chất của thực tại, đã tạo nên phần cốt lõi của giáo lý Đại thừa. Những thuyết giảng này vô cùng tinh tế, khó hiểu, khó nắm bắt và không thể nào tóm lược, vì chúng không phải là những phát biểu dứt khoát về những sự kiện cụ thể, và bởi vì về mặt diễn đạt chúng không giải thích bất cứ điều gì, không nói ra điều gì cụ thể, vì thực tại tối thượng không ngăn ngại được cho là vượt quá khả năng nắm bắt của tri thức và sự diễn đạt của ngôn từ.

Cho dù có là gì đi nữa, những giáo lý chuyên biệt về bản thể của Đại thừa đã phát triển hợp lý từ triết lý của Đại chúng bộ, đối nghịch một cách trực tiếp và có ý thức với giáo lý của Nhất thiết hữu bộ.

Bốn luận đề cơ bản sau đây là những điểm chung của tất cả những người theo Đại thừa:

a. Tất cả các pháp đều là không, theo ý nghĩa mỗi pháp không là gì cả trong tự thân chúng, và tự thân chúng cũng không là gì cả. Do vậy, bất cứ pháp nào cũng không thể phân biệt được với các pháp khác. Và vì thế, tất cả các pháp rốt ráo đều không thực và như nhau.

b. Tánh không này có thể được gọi là chân như, khi ta nhận thức mỗi sự vật hoàn toàn đúng như chúng đang hiện hữu, không thêm, không bớt bất cứ điều gì. Chỉ có một chân

the One, also called "Emptiness" or "Suchness", is devoid of real existence, and whatever may be said about it is ultimately untrue, false and nugatory. But nevertheless it is not only permissible, but even useful to say it, because the salvation of beings demands it.

5. So far we have spoken about the way to the Beyond. Now we come to the Beyond itself. Wisdom teachings about ontology, or the nature of reality, constitute the inner core of the **Mahāyāna** doctrine. These teachings are extremely subtle, abstruse and elusive and defy any attempt at summarizing them, because they are not meant as definite statements about definite facts and because it is said expressly that they do not explain anything, do not say anything in particular, for the ultimate transcendental reality is held to lie beyond the grasp of intellectual comprehension and verbal expression.

   Be that as it may, the peculiar ontological doctrines of the **Mahāyāna** developed logically from the philosophy of the Mahasarighikas and in direct and conscious opposition to that of the Sarvastivadins.

Four basic propositions are common to all Mahayanists:

a. All dharmas are "empty" in the sense that each one is nothing in and by itself. Any dharma is therefore indistinguishable from any other dharma. In consequence all dharmas are ultimately non-existent and the same.

b. This Emptiness can be called "Suchness", when one takes each thing "such as it is", without adding anything to it or subtracting anything from it. There can be only

như duy nhất, và thế giới đa dạng chỉ là được dựng lên bằng trí tưởng tượng của chúng ta.

c. Nếu tất cả đều là đồng nhất và như nhau, vậy thì cái tuyệt đối sẽ giống với cái tương đối, cái vượt ngoài nhận thức giống với cái được nhận thức, và Niết-bàn cũng giống như luân hồi.

d. Sự hiểu biết chân thật phải vượt trên tính cách hai mặt của cả chủ thể lẫn khách thể, cũng như của sự xác định và phủ định.

Bốn luận đề này đưa đến gần sự giải thoát, nhưng chưa thực sự đạt đến. Chỗ thâm sâu nhất của toàn bộ giáo lý là không có gì khác hơn ngoài sự yên lặng.

Bây giờ chúng ta nói đến Phật giáo Đại thừa được hệ thống hóa, vốn chia thành hai trường phái triết học chính: phái Trung luận và phái Du-già.

Phái Trung luận được thành lập bởi ngài Long Thọ (vào khoảng năm 150), người miền Nam Ấn, là một trong những bộ óc vĩ đại nhất của xứ Ấn Độ. Trường phái này tồn tại qua nhiều thế kỷ và cũng đã phát triển mạnh mẽ ở Trung Hoa cũng như Tây Tạng. Triết lý Trung luận chủ yếu là một học thuyết biện luận nhắm đến sự hoài nghi bao trùm tất cả, bằng cách chỉ ra rằng mọi phát biểu đều giống nhau ở điểm là tất cả đều không thể đứng vững được. Điều này cũng đúng ngay cả khi nói về cái tuyệt đối. Tất cả mọi sự việc tất yếu đều là giả tạo, duy chỉ có cái “im lặng sấm sét” của đức Phật mới có thể nói lên đầy đủ về điều đó. Về mặt giải thoát, mọi sự việc phải được buông bỏ hết, cho đến khi chỉ còn duy nhất tánh không tuyệt đối, và khi ấy giải thoát sẽ được đạt đến.

Sự khởi đầu mờ nhạt của tư tưởng Du-già có thể đã

one Suchness and the multiple world is a construction of our imagination.

c. If all is one and the same, then also the Absolute will be identical with the Relative, the Unconditioned with the conditioned, **Nirvāṇa** with Samsara.

d. True Knowledge must rise above the duality of either subject and object, or of affirmation and negation.

These four propositions get near to the Beyond, but they do not quite reach it. The inmost sanctum of the whole doctrine is filled with nothing but silence.

We now come to the systematized **Mahāyāna**, which falls into two main philosophical schools, the Madhyamikas and the Yogacarins.

The **Mādhyamika** school was founded by Nagarjuna (c AD 150), a South Indian and one of the greatest minds India has produced. The school persisted for many centuries and has had a vigorous life also in China and Tibet. The Madhyamika philosophy is primarily a logical doctrine which aims at an all-embracing scepticism by showing that all statements are equally untenable. This applies also to statements about the Absolute. They are all bound to be false and the Buddha's "thundering silence" alone can do justice to it. Soteriologically, everything must be dropped and given up, until absolute Emptiness alone remains, and then salvation is gained.

At the time of Nagarjuna the shadowy beginnings of

được nhận ra vào thời ngài Long Thọ, nhưng phải đến thế kỷ 4 triết lý này mới được hình thành rõ nét. Ở đây, hai vị Thế Thân[1] và Vô Trước[2] là những tên tuổi vĩ đại nhất, và sự nghiên cứu của lịch sử cận đại cho đến nay vẫn chưa thành công trong việc phân loại, sắp xếp rất nhiều dữ kiện mâu thuẫn hiện có về niên đại, tác phẩm và hành trạng của họ.

Phái Du-già đưa ra một lý thuyết chủ yếu về mặt tâm lý, và tin rằng cái tuyệt đối, về mặt thực dụng, có thể được mô tả như là tâm, ý hay là thức.

Lý thuyết của họ là một thứ chủ nghĩa duy tâm siêu hình,[3] theo đó thì tâm thức sáng tạo ra đối tượng của nó nhờ vào chính những năng lực tiềm ẩn nội tại. Tuy nhiên, tâm thức có thể tự nó hiện hữu mà không cần có bất cứ đối tượng nào. Về mặt giải thoát, phái Du-già nhắm đến một nhận thức không chạy theo đối tượng. Sự giải thoát được đạt đến khi chúng ta có thể tạo ra được một nhận thức thuần túy, nghĩa là chỉ thuần có tâm thức, và hoàn toàn vượt qua ranh giới giữa chủ thể và đối tượng.

Hai trường phái Trung luận và Du-già rõ ràng là hoàn toàn khác biệt nhau về những gì họ quan tâm cũng như mục tiêu nhắm đến. Vì thế, những cuộc tranh luận thỉnh thoảng xảy ra giữa đôi bên đã không có mấy ảnh hưởng, và rất ít được nói đến trong các tác phẩm của họ. Nói chung, mỗi trường phái đều hài lòng với việc vạch ra giáo lý của riêng mình, không chú ý lắm đến trường phái kia. Đối với những người theo phái Trung luận, giáo lý của phái Du-già có vẻ như là một sự sai lầm hoàn toàn không thể hiểu được. Trong khi đó, phái Du-già xem giáo lý Trung luận như là giai đoạn

[1] Vasubandhu, Hán dịch âm là Bà-tẩu-bàn-đậu (婆藪槃豆), dịch nghĩa là Thiên Thân (天親), hay Thế Thân (世親). Ngài là Tổ đời thứ 21 của Thiền tông Ấn Độ.

Yogācārin thinking could already be discerned, but the philosophy itself was clearly formulated only in the fourth century. Vasubandhu and Asanga are the greatest names here and modern historical research has so far not yet succeeded in sorting out the many conflicting data we have on their chronology, writings and activities.

The Yogacarins propounded a primarily psychological theory and believed that the Absolute can usefully be described as "Mind", "Thought" or "Consciousness".

Theirs was a metaphysical idealism, according to which consciousness creates its objects out of its own inner potentialities. Mind can, however, exist quite by itself, without any object whatever. Soteriologically, the Yogacarins aimed at achieving "an act of cognition which no longer apprehends an object". Salvation is won when we can produce in ourselves an act of thought which is "Thought-only", pure consciousness, and altogether beyond the division between subject and object.

The two systems were clearly quite distinct in their interests and intentions. The polemics which they occasionally directed against each other had therefore little effect and occupy little space in their writings. On the whole each school was content to elaborate its own tenets, without paying too much attention to its rivals. To the Madhyamikas, the Yogacarin doctrine appeared as a quite incomprehensible perversity, whereas the Yogacarins

---

[2] Asaṅga, Hán dịch âm là A-tăng-già (阿僧伽), dịch nghĩa là Vô Trước (無著). Ngài là anh ruột của ngài Thế Thân, và được xem là người sáng lập Duy thức tông, hay Du-già hành tông, cũng thường gọi là Du-già tông.

[3] Nói chính xác là Duy thức, đúng như tên gọi của tông này.

ban đầu của chính họ, tuy nhiên, sau đó đã đi chệch hướng chân lý và cốt lõi bí truyền của Phật giáo.

Trường phái Du-già còn đáng chú ý hơn ở chỗ là đã sáng tạo ra phần cuối cùng của giáo lý về Tam thân Phật. Đức Phật được cho là hiện hữu trên ba mức độ khác nhau. Khi là Pháp thân,[1] ngài là Tuyệt đối, là Chân lý, là chính bản thân Thực tại. Khi là Báo thân,[2] ngài thị hiện chính mình cho các vị Bồ Tát và hàng thánh giả được nhìn thấy, và thuyết pháp cho họ nghe ở các cõi trời, tạo ra sự vui thú và ưa thích đối với Pháp. Sau cùng, khi là Hóa thân,[3] ngài là thân mà chúng sanh có thể nhìn thấy thị hiện vào những thời điểm nhất định nơi thế gian, vốn là thân hư ảo do Phật hóa hiện để thực hiện công việc hóa độ trên thế gian. Bằng vào sự tinh luyện về mặt tri thức, nhiều người thuộc phái Du-già còn thêm vào một thân thứ tư nữa, đó là Tự tánh thân,[4] là căn bản của cả ba thân kia.

Nhưng ở đây cần phải hết sức lưu ý thận trọng. Giáo lý Tam thân Phật này thường được nhiều người cho là do những người thuộc phái Du-già đề ra trước tiên vào khoảng năm 300, nhưng về cơ bản không có gì thật sự mới trong đó. Cả ba thân này đều đã được biết đến từ nhiều thế kỷ trước. Việc đồng nhất một khía cạnh của đức Phật với Pháp thể[5] đã được đưa ra từ thời kỳ đầu, và thuộc về phần cốt yếu của Phật giáo. Về Báo thân, đã có một truyền thống lâu đời nói về ba mươi hai tướng tốt của bậc vĩ nhân. Những tướng tốt này rõ ràng là không thuộc về phần thân xác mà ai ai cũng có thể nhìn thấy được, mà là gắn liền với một loại thân thể

---

[1] Dharmakāya

[2] Sambhogakāya

regarded the Madhyamika doctrine as a preliminary stage of their own, which however missed the true and esoteric core of the Buddha's teaching.

The Yogacarin school is further noteworthy for having elaborated the final formulation of the doctrine of the three Bodies of the Buddha. The Buddha is said to exist on three distinct levels. As the Dharma-body He is the Absolute, Truth and Reality itself. In His "communal body", or His "enjoyment body" (sāmbhoga-kaya), the Buddha shows Himself to the celestial Bodhisattvas and other superhuman beings and preaches in unearthly realms the Dharma to them, generating joy, delight and love for it. Finally there is the fictitious, or conjured up body (nirmana-kaya) which is the one that human beings see appearing at certain times on earth and which is a phantom body sent by the real Buddha to do His work in the world. By way of scholastic refinement, many Yogacarins still added a fourth Body, the Substantial Body (svabhavika-kaya), which is the basis of the other three.

Yet a note of caution must here be sounded. It is generally said that this doctrine of the Three Bodies was first formulated by the Yogacarins about AD 300, but basically there is nothing really new about it. All three bodies had been known centuries before. The identification of one side of the Buddha with the Dharma had often been made in the first period and is of the essence of Buddhism. As to the second body, there had been a long-standing tradition about the "thirty-two marks of the superman", which were obviously not attributes of the body visible to all, but adhered

[3] Nirmānakāya

[4] Svābhāvikakāya, cũng có nơi gọi là Mahāsukhakāya, Hán dịch là Đại lạc thân (大樂身).

[5] Tức là khái niệm về Pháp thân Phật.

mầu nhiệm chỉ có thể nhìn thấy được bằng đức tin, và chỉ tự hiển lộ ra trước hàng thánh giả.

Mặc dù một sự giả định về loại thân thể mầu nhiệm như thế đã được đưa ra từ rất lâu, nhưng mãi cho đến khoảng năm 300, tất cả những gì được nói về điều này vẫn còn mơ hồ và khó nắm bắt. Rất có thể là phần giáo lý về đề tài này chưa được phát triển đầy đủ trước thế kỷ 3. Nhưng cũng có thể là phần giáo lý này được xem như đặc biệt thiêng liêng, và vì thế được giữ kín, chỉ có thể trực tiếp khẩu truyền cho những ai có đủ phẩm chất tâm linh để tiếp nhận, còn những người khác phải tự hài lòng với một số ít những đề cập mơ hồ. Về sau, có thể là sự suy thoái liên tục mà chúng ta đã có lần nói đến trước đây đã đi kèm theo với sự trần tục hóa phần giáo lý đó.

Trong thời kỳ đầu, như chúng ta đã biết, một tăng sĩ không được phép trực tiếp truyền dạy kinh điển cho cư sĩ. Và chúng ta nghe nói về ông Cấp Cô Độc, một trong những đại thí chủ lớn nhất thời ban đầu của Giáo hội, rằng chỉ đến lúc lâm chung, sau nhiều năm kính ngưỡng đức Phật và ủng hộ Tăng-già, mới được nghe ngài Xá-lợi-phất giảng về tính chất không thỏa mãn của sáu trần.[1] Bởi vì, theo lời ngài Xá-lợi-phất, những vấn đề như vậy chỉ dành cho tăng sĩ áo vàng, thường không được giảng dạy cho hàng cư sĩ áo trắng. Về sau, trước tiên là kinh điển nói chung không còn được giữ kín nữa, và tiếp theo, những phần giáo lý ẩn mật hơn cũng dần dần được bộc lộ ra từng điểm một. Và thực tế là trường phái Du-già luôn cho rằng tất cả những gì họ làm chỉ là giải thích những ý nghĩa mật truyền đã có từ lâu, nhưng chưa bao giờ được phổ biến rộng khắp cho tất cả mọi người.

[1] Tức là đối tượng của sáu căn, hay nói rõ là hình sắc, âm thanh, hương, vị, sự xúc chạm và các pháp. Những đối tượng này không bao giờ thỏa mãn được sự tham cầu của chúng ta, vì bản chất của chúng là như vậy.

to some glorified body which is visible only to the eyes of faith and manifests itself only to the community of the saints.

Although the assumption of such a "glorified" body had been made for a long time, all references to it until about AD 300 are vague and elusive. It may be that the doctrine on this subject was not fully developed before the third century. It may also be, however, that this was regarded as a particularly sacred, and therefore secret, subject, which could be explained only orally to those who were spiritually qualified to hear of it, while the remainder had to content themselves with a few vague hints. It is likely that the continuous decline of which we spoke before was accompanied by an increasing profanization of the doctrine.

In early times, as we saw, a monk was even forbidden to recite the actual text of the Sutras to laymen. We hear of Anathapindada, one of the greatest early benefactors of the Order, that only on his death-bed, after having for many years honoured the Lord and helped the Saṅgha, he was allowed to hear from Sariputra a sermon on the unsatisfactory nature of sense-objects, because, as Sariputra told him, such subjects were reserved for the yellow-robed monks and were not normally taught to the men in white robes, to the laymen. Later on, first the Sutras ceased to be secret and further on also the more secret teachings hidden behind them were divulged one by one. As a matter of fact the Yogacarins always claimed that all they did was to explain the "esoteric" meaning, known all along, but never broadcast to all and sundry.

Nếu quả đúng như vậy, thì những gì mà trong lịch sử tư tưởng Phật giáo có vẻ như đổi mới về giáo lý thường rất có thể chỉ là sự chuyển đổi dần dần đường ranh giới phân vạch giữa phần giáo lý mật truyền và phần giáo lý công truyền.[1] Ban đầu, ngay cả cho đến thời vua A-dục, phần lớn giáo lý đều là mật truyền, trừ ra một số chuẩn mực đạo đức hoặc những điều tương tự. Cho đến thời đại Tan-tra,[2] vào thời kỳ thứ ba, thì ngay cả những giáo lý bí truyền nhất cũng đã được ghi chép. Tiến trình này có thể được hiểu như để bù đắp lại sự thất bại được thừa nhận ngày càng gia tăng trong việc đạt đến những thành quả tâm linh đã đặt ra. Những vị tăng không thể tự mình đạt đến sự chứng ngộ trong tự tâm, thường lao vào những hoạt động hướng ngoại, truyền bá rộng rãi giáo lý của họ trong đại chúng. Từ thực tế là mỗi ý tưởng đưa ra chỉ có thể được xác nhận vào một thời gian về sau, nên chúng ta không thể đưa ra bất cứ kết luận nào có tính cách thuyết phục về việc ý tưởng ấy có thật sự vừa được nghĩ ra vào lúc nó được công bố hay không. Bởi vì, rất có thể chỉ là vào lúc đó ý tưởng này mới thôi không dành riêng cho một số người chọn lọc, mà phần nào được đưa ra cho tất cả mọi người.

2. SỰ PHÁT TRIỂN CỦA TIỂU THỪA Ở ẤN ĐỘ

Bất chấp sự phát triển của Đại thừa, những trường phái Tiểu thừa cổ xưa vẫn duy trì được sự phát triển của riêng họ. Những sự phát triển mới tất nhiên là đã có phần nào ảnh hưởng đối với họ. Họ điều chỉnh theo một vài giáo lý của Đại

[1] Bằng nhận xét này, Edward Conze cho thấy đã hoài nghi về chính những suy diễn của ông khi nói về "sự phát triển của Đại thừa". Trong thực tế, sẽ là

If this is so, then what in the history of Buddhist thought seems to be doctrinal innovation may very often be nothing but the gradual shifting of the line between esoteric and exoteric teachings. At first, even up to **Aśoka**, the bulk of the doctrine, except for some moral maxims and so on, was esoteric. By the time of the Tantra, in the third period, even the most esoteric doctrines were written down. This process can be understood as one of compensation for the increasing admitted failure to achieve the spiritual goals aimed at. The monks who were unable to succeed inwardly in their self-realization would then indulge in the extraverted activity of spreading their doctrines among the general population. From the fact that a statement is attested only at a later date we cannot therefore conclude with any cogency that it was actually invented at that time. It is just as well possible that it ceased at that time to be the prerogative of the initiated and became more or less public property.

2. HĪNAYĀNA DEVELOPMENTS IN INDIA

In spite of the growth of the **Mahāyāna**, the old **Hīnayāna** schools held their own. The new developments naturally had some influence on them. They adopted some **Mahāyāna** theories, either by direct borrowing or because

điều hoàn toàn vô lý và không thể giải thích được khi cho rằng toàn bộ Kinh điển Đại thừa đã được những người đời sau viết ra, vì nội dung những Kinh điển này hoàn toàn vượt ngoài khả năng trí tuệ mà người chưa giác ngộ có thể đạt đến.

[2] Được xem là thời kỳ phát triển thứ ba của Phật giáo, khi những kinh sách Tan-tra được hình thành, với ảnh hưởng ngày càng lớn của Mật giáo.

thừa, hoặc là từ sự vay mượn trực tiếp, hoặc là vì họ cùng chịu ảnh hưởng giống như những gì đã hình thành nên Đại thừa.

Quan niệm về Bồ Tát giờ đây đã trở nên nổi bật trong những câu chuyện tiền thân kể về nhiều đời sống trước đây của đức Phật, vốn rất được ưa chuộng rộng rãi. Nguồn gốc ban đầu của những câu chuyện này là những chuyện ngụ ngôn, thần thoại, những chuyện kể truyền miệng... được rút từ trong kho tàng truyện dân gian phong phú của Ấn Độ. Những câu chuyện đang lưu hành này, sau đó được sửa đổi cho phù hợp với việc sử dụng trong Phật giáo, bằng cách trình bày như những sự việc xảy ra trong cuộc đời thật của đức Phật. Trong một thời gian dài, những câu chuyện này được đưa ra để minh họa các giới luật do Phật chế định, hoặc với mục đích ca ngợi tâm hồn cao quý của đức Thế Tôn. Chỉ về sau này, chúng mới được kể lại dưới hình thức chuyện kể về Bồ Tát. Liên quan đến những câu chuyện tiền thân của đức Phật, một loạt 10 pháp ba-la-mật[1] được kể ra, song song với 6 ba-la-mật của Đại thừa. Thêm nữa, lòng từ bi trong những câu chuyện trước đây chỉ là một đức tính phụ thuộc và nhỏ nhặt, nhưng đã trở nên nổi bật hơn trong những câu chuyện về hành trạng của Bồ Tát. Bồ Tát bao giờ cũng là tiền thân trong những kiếp sống trước đây của đức Phật. Ngoài ra, giáo lý về tánh không lúc này được nhấn mạnh hơn trước đó. Một sự thừa nhận rằng thời đại bấy giờ đã xấu đi, không còn là thời của các vị A-la-hán, đã đưa đến sự coi trọng hơn đối với mong muốn theo đuổi những mục đích thứ yếu, chẳng hạn như tái sanh về cảnh giới của chư thiên, hoặc cảnh giới của đức Di-lặc, vị Phật tương lai hiện đang ở cõi trời Đâu-suất.[2]

[1] Luận Duy thức gọi đây là 10 thắng hạnh và kể ra như sau: Thí ba-la-mật, Giới ba-la-mật, Nhẫn ba-la-mật, Tinh tấn ba-la-mật, Thiền ba-la-mật, Bát-nhã ba-la-mật, Phương tiện thiện xảo ba-la-mật, Nguyện ba-la-mật, Lực ba-

they were exposed to the same influences which shaped the Mahāyāna.

The idea of a Bodhisattva now becomes prominent in the vast popular Jataka literature which tells stories about the Buddha's former lives. Originally these tales were fables, fairy-tales, anecdotes, etc., taken from the vast fund of Indian folklore. These current tales were then adapted to Buddhist uses by being represented as incidents in the lives of the historical Buddha. For a long time they were just told to illustrate the Buddha's moral precepts, or for the purpose of proclaiming the glory and spiritual stature of the Lord (Bhagavari). Only at a later age were they recast into the form of stories about the Bodhisattva. In connection with the Jatakas a set of 10 "perfections" was elaborated, parallel to the six perfections of the Mahāyāna. Also the compassion and the loving-kindness, which in older literature is a minor and very subordinate virtue, becomes more prominent in these tales of the Bodhisattva's deeds, the "Bodhisattva" always being The Buddha in His previous lives. Likewise the doctrine of "emptiness" is now stressed more than it was in the past. A recognition of the fact that the times are bad and the days for the Arhats have passed, gives greater respectability to the aspiration after the secondary goals, such as the rebirth among the gods, or with Maitreya, the future Buddha, now in the Tushita heaven.

---

la-mật và Trí ba-la-mật. Mười ba-la-mật trong thời kỳ đầu do Phật giáo Tiểu thừa liệt kê không biết có tương tự như thế này hay không.

[2] Tuşita, Hán dịch nghĩa là Hỷ Túc (喜足) hoặc Diệu Túc (妙足), dịch âm là Đâu-suất (兜率) hay Đâu-suất-đà (兜率陀).

Nhưng nói chung thì những sự nhượng bộ này được thực hiện một cách khá miễn cưỡng. Những nguồn tư liệu hiện có của chúng ta về Tiểu thừa hầu như chẳng bao giờ đề cập đến những người theo Đại thừa, cho dù là theo cách tích cực hay tiêu cực. Những người Tiểu thừa có phần nào hoài nghi đối với tất cả những cách tân của Đại thừa. Về tuyên bố cho rằng những kinh điển mới của Đại thừa chính là lời Phật dạy, họ đã từ chối không chịu tiếp nhận một cách nghiêm túc. Trong thực tế, họ phủ nhận những kinh điển này, cho rằng chúng cũng giống như quá nhiều những sự bịa đặt khác, và không đáng để xem xét một cách nghiêm túc. Sự im lặng hoàn toàn của các học giả Tiểu thừa về vấn đề Đại thừa là bằng chứng mạnh mẽ cho chúng ta biết rõ họ đã nghĩ gì về bộ phái đồ sộ này.

Không nao núng bởi Đại thừa, những người Tiểu thừa tiếp tục phát triển giáo lý riêng của mình, chủ yếu là làm rõ thêm những hàm nghĩa hợp lý trong bộ A-tỳ-đạt-ma của họ.[1] Việc biên soạn và hệ thống hóa bộ luận này phải mất hết bốn thế kỷ đầu công nguyên. Sau đó, bộ luận này được hoàn tất cho hai trường phái chính. Về việc này, chúng ta có được phần nào hiểu biết chính xác, chẳng hạn như ngài Thế Thân hoàn thành bộ luận của Nhất thiết hữu bộ, và ngài Phật Âm hoàn thành bộ luận của Thượng tọa bộ.

Vào khoảng năm 400, Tiểu thừa đạt đến mức hoàn thiện nhất trong khả năng của họ. Sau đó, không còn có thêm gì mới. Và mặc dù tồn tại thêm 800 năm nữa, Phật giáo Tiểu thừa Ấn Độ để lại cho chúng ta rất ít dấu vết của những hoạt động sáng tạo tri thức tiến xa hơn. Chính ngài Thế Thân đã cảm thấy mình đi đến đoạn cuối của một thời đại, và ngài kết thúc bộ luận A-tỳ-đạt-ma Câu-xá bằng những dòng nổi tiếng sau đây:

[1] Như đã nói trong một đoạn trước, nội dung bộ A-tỳ-đạt-ma của mỗi bộ phái khác nhau rất nhiều.

But on the whole these concessions are made rather grudgingly. Our Hīnayāna sources practically never mention the Mahayanists, either positively or negatively. They were somewhat incredulous of all these innovations and they refused to take seriously the claim that the many new Mahāyāna works gave the Buddha's actual words. In fact they rejected these works as just so many "concoctions" and unworthy of serious consideration. The eloquent testimony of the complete and total silence of all Hīnayāna doctors on the subject of the Mahāyāna shows clearly what they thought of all this splendour.

Undeterred by the Mahāyāna, the Hinayanists went on with their own doctrinal development, which consisted in working out the logical implications of their Abhidharma. The elaboration and systematization of the Abhidharma occupied the first four centuries of our era. After that time it was completed for the two principal schools of which we have any precise knowledge, i.e. by Vasubandhu for the Sarvastivadins and by Buddhaghosa for the Theravadins.

About AD 400 the Hinayanists reached the perfection of which they were capable. After that there was no more to come and the Indian Hīnayāna, although it persisted for another 800 years, has left us few records of further creative intellectual activity. Vasubandhu himself felt that he had reached the end of an epoch and he concludes his "Abhidharmakosa" with the famous words:

"Thời đã đến,
Với sự tràn ngập sóng vô minh dâng cao
Phật giáo dường như thở hơi cuối cùng."

Sự sáng tạo bộ luận A-tỳ-đạt-ma là một trong những thành tựu vĩ đại nhất của trí tuệ con người. Trong phần 3 của Chương I đã giải thích phần nào một số ý nghĩa được dùng của danh từ pháp. Trong thời kỳ thứ hai, người ta đã cố xác định một cách có hệ thống xem có bao nhiêu loại pháp, hay thành phần cơ bản của kinh nghiệm, cần phải được thừa nhận. Nhất thiết hữu bộ đạt được một danh sách 75 pháp. Trong khi đó, Thượng tọa bộ tin rằng cần phải nêu đến 174 pháp. Nhưng sự khác biệt giữa hai con số này ít nghiêm trọng hơn nhiều so với vẻ ngoài. Danh sách của Thượng tọa bộ tuy dài hơn rất nhiều, nhưng chủ yếu là vì họ chia nhỏ pháp thứ 14 (tưởng) của Nhất thiết hữu bộ thành 89 loại thức. Ngoài ra, hai danh sách này khác nhau ở sự sắp xếp, thứ tự liệt kê và cách dùng từ, cũng như một số các chi tiết vụn vặt, quá phiền toái để kể hết ra đây. Những yếu tố cơ bản vốn đã được giải quyết xong trước đó, vào lúc mà hai trường phái vẫn còn thống nhất với nhau, và chỉ có những chi tiết cuối cùng là được thêm vào sau này.

Phạm vi đáng kinh ngạc của những nghiên cứu trong bộ luận A-tỳ-đạt-ma có thể được nhận rõ khi chúng ta nhìn vào những đề tài mà ngài Thế Thân bàn đến trong bộ luận A-tỳ-đạt-ma Câu-xá. Bộ luận có 8 chương, bàn về những hiện tượng trong tự nhiên, về những sức mạnh và bản năng tự nhiên, về vũ trụ học... nghĩa là nguồn gốc, sự sắp xếp và hủy diệt của vũ trụ, và bàn về nghiệp báo, những dục vọng, các bậc thánh giả khác nhau và những phương pháp dẫn đến giải thoát, và chấm dứt bằng một khảo sát về năng lực nhận thức thiêng liêng và những thành tựu của thiền định. Thêm

The times are come
When flooded by the rising tide of ignorance
Buddha's religion seems to breathe its last.

The creation of the Abhidharma was one of the greatest achievements of the human intellect. I have explained to some extent the sense in which the word "dharmas" was used. In our second period one attempted to determine systematically how many kinds of "dharmas", or ultimate constituents of experience, had to be assumed. The Sarvastivadins arrived at a list of 75 dharmas, whereas the Theravadins believed that 174 were necessary. The difference between the two lists is much less serious than it appears to be. The Theravadin list is so much longer chiefly because they subdivided one item of the Sarvastivadins (i.e. no. 14, Thought) into the 89 kinds of consciousness. Otherwise the lists mainly differ in their arrangement, order of enumeration and terminology, as well as in a number of trifling details too wearisome to enumerate here. The basic factors were already worked out while the two schools were still united and only the final touches were added at a later period.

The astounding range of Abhidharma studies can be appreciated when we look at the topics which Vasubandhu discusses in his Abhidharmakosa. It falls into eight chapters, dealing with the elements, the powers and faculties, cosmology, i.e. the origin, arrangement and destruction of the universe, with karma, the passions, the various kinds of saints and the paths which lead to salvation, concluding with a survey of sacred cognition and meditational attainments. In addition an appendix is devoted to the refutation of the

vào đó còn có một phần phụ lục dành để bác bỏ quan điểm của những người thừa nhận sự hiện hữu tự ngã, kể cả những tín đồ Phật giáo. Việc loại trừ và xóa bỏ tất cả những quan điểm như vậy là mục tiêu chính của ngài Thế Thân trong việc biên soạn bộ luận của mình.

Trước phần tổng kết cuối cùng là những bài luận thuyết rất dài và bao quát, trong đó chúng ta có được một số tư liệu về Nhất thiết hữu bộ. Trong thế kỷ thứ nhất, bộ phái này đã san định lại Kinh tạng của họ. Khoảng năm 100, có bộ Tỳ-bà-sa, một bộ luận giải của bộ A-tỳ-đạt-ma, và vào khoảng năm 200, ra đời bộ luận đồ sộ Đại Tỳ-bà-sa,[1] luận giải về A-tỳ-đạt-ma Phát trí luận, được biên soạn bởi 500 vị A-la-hán ở Kashmir, và đã hình thành tên gọi Tỳ-bà-sa bộ cho bộ phái chính thống nhất thành lập từ Nhất thiết hữu bộ. Danh xưng Tỳ-bà-sa có nghĩa là "sự lựa chọn", và tên gọi của những tác phẩm vừa đề cập trên xuất phát từ thực tế là rất nhiều ý kiến khác nhau của các bậc luận sư hàng đầu đều được ghi nhận cẩn thận, để người đọc có thể lựa chọn những ý kiến nào tỏ ra phù hợp nhất với mình.

Trường phái đối nghịch chủ yếu của Tỳ-bà-sa bộ là Kinh lượng bộ. Họ không tin rằng bảy cuốn A-tỳ-đạt-ma cơ bản là do chính đức Phật truyền dạy, và cho rằng chỉ có những gì trong bộ A-tỳ-đạt-ma được trích dẫn rải rác từ Kinh tạng là những nền tảng có thể tin cậy được.

Giáo lý của Kinh lượng bộ thường đơn giản hơn và rõ ràng là hợp lý hơn giáo lý của Nhất thiết hữu bộ. Sự mâu thuẫn giữa hai trường phái này liên quan đến những vấn đề chẳng hạn như khả năng tự tỉnh giác, hoặc là sự nhận thức trực tiếp đối tượng, hay tranh luận về việc trong ý nghĩa nào thì một

[1] Mahāvibhāsha. Bộ luận này gồm 200 quyển, đã được ngài Huyền Trang dịch sang Hán văn.

views of Buddhists and non-Buddhists who postulate the existence of an ego, the abolition and eradication of all such views being Vasubandhu's main object in the composition of his treatise.

The final synthesis was preceded by many lengthy and extensive discussions of which we have for the Sarvastivadins some documents left. In the first century of our era they fixed their Canon, about AD 100 there is the Vibhasha, a commentary to the Abhidharma, and about AD 200 the enormous Mahavibhasha, a commentary to the **Jñānaprasthāna**, composed by 500 Arhats of *Kashmir*, which gives the name of Vaibhashika to the most orthodox school of the Sarvastivadins. The word vibhasha can be translated as "option" and the works just mentioned derived their name from the fact that different opinions of the leading teachers of the school are carefully recorded, so that the reader may be able to choose those which seem most likely to him.

The chief adversaries of the Vaibhashikas were the Sautrantikas who did not believe that the seven basic Abhidharma texts had been preached by the Buddha, and regarded the statements on Abhidharma which are scattered in the Sutras as the only reliable scriptural basis for that subject.

The doctrines of the Sautrantikas are often simpler and more obviously reasonable than those of the Sarvastivadins. The controversies between the two schools dealt with such subjects as the possibility of self-consciousness, or that of the direct perception of objects. Or one debated in what sense external objects really exist, or what it is

đối tượng khách quan thực sự hiện hữu, hoặc cái gì thực hiện hành vi thấy: là con mắt, là ý thức hay là tâm. Họ cũng tranh luận về việc sự hủy diệt có nguyên nhân của nó, hay xảy đến một cách tự nhiên như là bản chất vốn có của sự vật.

Ngài Thế Thân đã có nhiều nhượng bộ đối với quan điểm của Kinh lượng bộ, và vì thế, bộ luận của ngài bị bộ phái chính thống Tỳ-bà-sa công kích. Ngài Thế Thân khi ấy đã nhận ra ngài Chúng Hiền[1] là một luận sư đối nghịch có năng lực mạnh mẽ, đã phê phán bộ luận của ngài theo quan điểm truyền thống. Mặc dù vậy, bộ luận này vẫn ngày càng được nhiều người thừa nhận như là kết luận cuối cùng về đề tài này, và việc có rất nhiều luận sư chú giải cho bộ luận đã chứng minh được sự phổ biến rộng rãi của nó kéo dài đến nhiều thế kỷ sau đó.

Tuy nhiên, những hoạt động sáng tạo của Tiểu thừa không chỉ hoàn toàn giới hạn ở bộ luận A-tỳ-đạt-ma. Những chuyện kể về sự đản sinh của đức Phật và những chuyện kể có tính cách giáo dục liên tục được gia tăng. Cuộc đời và nhân cách của đức Phật đã thu hút nhiều sự chú ý của tín đồ. Bồ Tát Mã Minh,[2] vốn cũng là một nhà thơ tài hoa, đã dùng hình thức thi ca của tiếng Sanskrit để truyền bá rộng rãi thánh sử của đức Phật qua tác phẩm Phật sở hạnh tán,[3] trong đó được đưa vào rất nhiều kiến thức của đạo Hindu. Tác phẩm của ngài nổi bật lên với sự nhiệt tình cống hiến, nhưng không có lý do nào để cho rằng ngài là một người theo Đại thừa, dù hiểu theo bất cứ nghĩa chính xác nào của danh từ này, và những quan điểm của ngài cho thấy có nhiều sự đồng cảm với quan điểm của Đại chúng bộ hơn là với bất cứ trường phái nào khác đã được biết.

that does the "seeing" (the eyes, or the consciousness, or mind), or whether destruction has a cause or comes about automatically of itself in the very nature of things.

Vasubandhu made many concessions to the Sautrantika point of view, and his Kosa was in consequence assailed by the orthodox Vaibhashikas. He found an able and powerful opponent in **Sańghabhadra**, who commented on the Kosa from the traditional point of view. Nevertheless the Kosa was increasingly recognized as the last word on the subject and numerous commentaries testify to its enduring popularity in subsequent centuries.

The creative activities of the **Hīnayāna** were, however, not entirely confined to the Abhidharma. Constant additions were made to the Birth Stories and Edifying Tales. The life and personality of the Buddha claimed the attention of the devotees. Asvaghosa (c. 100), a very fine poet, used the devices of Indian *Sanskrit* poetics to popularize the life of the Buddha by his Buddhacarita, into which he introduced much *Hindu* learning. His work is marked by great devotional feeling, but there is no reason to assume that Asvaghosa was a Mahayanist in any precise sense of the term and his views show more affinity to those of the **Mahāsānghikas** than to any other known school.

[1] **Sańghabhadra**, luận sư đệ tử của ngài Ngộ Nhập, thuộc Nhất thiết hữu bộ. Ngài viết Câu-xá bao luận để phê phán Câu-xá luận. Ngài Thế Thân đọc luận này, cho là không phải chống phá, nhưng ngược lại là làm rõ thêm ý nghĩa bộ luận của mình, nên đổi tên lại gọi là Thuận chánh lý luận.

[2] **Aśvaghosa**, tức Bồ Tát Mã Minh (馬鳴). Niên đại của ngài vào khoảng từ năm 100 đến 160.

[3] Buddhacarita, đời Bắc Lương ngài Đàm Vô Sấm dịch sang Hán văn với tên là Phật sở hạnh tán (佛所行讚), gồm 5 quyển (Đại Tạng Kinh, quyển 4, kinh số 192).

Ngài Thế Thân cũng có viết kịch. Từ thời đại của ngài trở đi, kịch nghệ đã trở thành một phương tiện được ưa chuộng hơn hết để truyền bá rộng rãi những quan điểm của Phật giáo.

Ở Miến Điện và Tây Tạng, một số những câu chuyện dài hơn về tiền thân đức Phật hiện nay vẫn còn là đề tài ưa chuộng trong kịch nghệ, chẳng hạn như câu chuyện Vessantara nổi tiếng, kể về một người đã bố thí tất cả những gì mình có. Vào thế kỷ 5, lịch sử đức Phật được biên soạn ở Tích Lan dưới hình thức mở đầu cho quyển truyện tiền thân bằng tiếng Pāli. Thánh sử này kể về đức Phật từ thời xa xưa trong quá khứ, khi ngài bắt đầu phát tâm Bồ-đề, quyết định sẽ thành Phật, cho đến lúc ngài bắt đầu giáo hóa sau khi thành đạo. Chúng ta còn có quyển "150 bài tụng ca"[1] của Tôn giả Ma-điệt-lý-chế-tra (khoảng năm 150), ca ngợi công đức cao cả và sâu xa của đức Phật. Tập sách này được giảng dạy cho tất cả tăng sĩ. Mục đích nhắm đến của thể loại văn chương này là đức tin chứ không phải trí tuệ.

3. NEPAL VÀ KASHMIR

Phật giáo dường như đã có từ lâu ở Nepal, có lẽ ngay từ giai đoạn khởi đầu. Tuy nhiên, từ thế kỷ 7 trở về trước hầu như chúng ta không biết được gì nhiều. Và Phật giáo Nepal có nhiều khả năng là không khác biệt đáng kể so với Phật giáo ở Bắc Ấn. Trong truyền sử Svāyambhupurāna, ngài Văn-thù được dành cho một vị trí quan trọng, từng đi từ phía tây Tây Tạng[2] đến Swāyambhu, làm biến mất một hồ nước lớn lúc đó chiếm cả vùng thung lũng, và lập nên thành phố Kathmandu, và đặt vua Dharmikara, người được ngài mang theo từ xứ Maha-Cina[3] đến, làm người cai trị ở đó.

[1] Bản tụng ca này do Tôn giả Ma-điệt-lý-chế-tra (摩咥里制吒) biên soạn, đã

Asvaghosa also wrote dramas, which have since his time been favourite means of popularizing Buddhist sentiments.

In Burma and Tibet some of the longer Jatakas, like the famous story of Vessantara, who gave away all he had, are still popular subjects of dramatic performances. In the fifth century a biography of the Buddha from the period aeons ago when he first decided to attain Buddhahood, down to the beginning of His teaching, was compiled in Ceylon, in the form of an to the Pali Jataka book. We also have Matrceta's (c. 150) "Hymn in 150 Verses", lauding "the Buddha's great and profound virtues", which was taught to all monks. Piety and not wisdom was the aim of this kind of literature.

3. NEPAL AND KASHMIR

In *Nepal* the religion seems to have existed for a long time, probably from the beginning of Buddhism onwards. Little is, however, known of the period before the seventh century AD, and the Buddhism of *Nepal* was in all probability not substantially different from that of Northern India. In the legendary history of the Swayambhupurana a great role is assigned to Manjusri, who came from China to Swayambhu, made the great lake disappear which up to then had filled the valley, founded the city of Kathmandu and placed there as a ruler the king Dharmikara whom he had brought with him from Maha-Cina. The Buddha

được ngài Nghĩa Tịnh dịch sang Hán văn là Nhất bách ngũ thập tán Phật tụng 一百五十讚佛頌. (Đại Chánh tạng, Tập 32, kinh số 1680).

[2] Nguyên tác dùng China nhưng trong văn cảnh này chỉ một địa danh cổ, có lẽ thuộc miền tây Tây Tạng chứ không phải Trung Hoa. Chúng tôi tham khảo lịch sử Kathmandu để hiểu được điều này.

[3] Maha-Cina, một địa danh thời cổ, có thể thuộc về Tây Tạng ngày nay.

Chính đức Phật đã đản sanh tại vườn Lam-tỳ-ni ở Nepal, và chúng ta biết là vua A-dục đã đến chiêm bái thánh tích này, có dựng lên một trụ đá khắc chữ.

Trước thời đại của vua A-dục, có lẽ Phật giáo đã được biết đến ở Kashmir, nhưng chỉ đến giai đoạn cầm quyền của vị vua này thì Phật giáo mới có ảnh hưởng, khi Kashmir trở thành một phần lãnh địa của ông. Tỳ-kheo Madhyantika đã được phái đến để giáo hóa tại xứ này. Vua A-dục đã xây 500 tinh xá cho các vị A-la-hán và cúng dường vùng thung lũng này cho Tăng-già. Sau đó, vận mệnh Phật giáo thường xuyên thay đổi theo với chính sách của mỗi nhà cai trị.

Dưới thời vua Ca-nị-sắc-ca,[1] một Hội đồng trưởng lão được thành lập để san định phần kinh điển của Nhất thiết hữu bộ. Từ đó về sau, kinh điển của phái này thường được viết bằng tiếng Sanskrit, và chỉ riêng sự kiện này cũng đã làm tăng thêm tầm quan trọng của những người Bà-la-môn về theo Phật giáo, vì chỉ có họ mới hoàn toàn am hiểu sự phức tạp của ngôn ngữ này.

Sau triều đại của các vua dòng Kushana, một phản ứng của những người đạo Hindu bắt đầu. Dưới triều vua Kinnara, nhiều tự viện bị phá hủy. Các vị vua giờ đây nói chung đều theo đạo Shiva, và vì thế sự bảo trợ từ phía hoàng gia không còn nữa.

Trong suốt thời kỳ thứ hai này, Kashmir nổi tiếng là một trung tâm nghiên cứu Phật giáo. Gần như tất cả những học giả Phật giáo từ thời ngài Mã Minh cho đến ngài Vô Trước đều đã từng cư ngụ một thời gian nào đó ở đây. Vào khoảng năm 250, ngài Ha-lê-bạt-ma[2] soạn bộ Thành thật luận, một sự tổng hợp lý thú các quan điểm Đại thừa và Tiểu thừa.

---

[1] Một vị vua nổi tiếng cai trị vào khoảng thế kỷ 2 (127 - 163).

Himself was born in *Nepal*, at Lumbini, and Aśoka is known to have visited His birthplace, where he erected an inscribed pillar.

Although probably known in *Kashmir* before Aśoka, Buddhism really made its influence felt only during his rule, when *Kashmir* formed part of his Empire. The bhikshu Madhyantika was sent to convert the country. Aśoka is said to have built 500 monasteries for the Arhats, and to have given the valley itself as a gift to the Saṅgha. Thereafter the fate of Buddhism fluctuated with the attitude of the rulers.

Under Kanishka a Council is said to have been held which fixed the Sarvastivadin Canon. From that time onwards the Sarvastivadin writings were normally in *Sanskrit*, and this fact by itself would increase the relative weight of the Brahmin converts who alone would be fully conversant with the complications of this language.

After the Kushana kings a *Hindu* reaction set in, under King Kinnara many monasteries were destroyed, the rulers in general were *Shivaites*, and royal patronage was therefore withdrawn.

During our period *Kashmir* gained a high reputation as a centre of Buddhist learning and nearly all the great Buddhist scholars between Asvaghosa and Asanga are reported to have resided there at some time or other. Harivarman about 250 wrote his Satyasiddhi, an interesting synthesis of Mahāyāna and Hinayana views. *Kashmiri* monks went

---

[2] Harivarman, dịch âm là Ha-lê-bạt-ma (呵梨跋摩). Ngài sanh vào khoảng từ năm 250 đến 350, nên bộ Thành thật luận cũng không biết chính xác được soạn vào năm nào. Bộ luận này đã được ngài Cưu-ma-la-thập dịch sang Hán văn.

Các vị tăng Kashmir đã có đến Khotan, Trung Hoa và xứ Andhra, và chính một vị tăng Kashmir là Gunavarman đã giáo hóa thành công ở xứ Java vào hồi đầu thế kỷ 5.

4. TÍCH LAN

Vào đầu thời kỳ này, một cuộc tranh luận đáng kể nhất đã diễn ra về việc so sánh giữa trau giồi tri thức và công phu hành trì thì điều nào là quan trọng hơn. Phái Dhammakathika nhấn mạnh việc trau giồi tri thức hơn là sự thực hành nhận thức, và đã giành được phần thắng. Kết quả là toàn bộ tính cách của Phật giáo Tích Lan đã thay đổi. Các vị tăng có học thức rất được kính trọng, và vì thế tất cả những tăng sĩ có trí thông minh đều chuyên tâm vào việc đọc sách. Việc dành trọn thời gian cho công phu thiền định thường chỉ được thực hiện bởi các vị tăng lớn tuổi, trí óc kém minh mẫn và thể trạng yếu ớt. Không bao lâu, việc trau giồi tri thức không chỉ bao gồm kinh điển Phật giáo, mà còn được mở rộng với các môn học như ngôn ngữ, ngữ pháp học, sử học, luận lý học, y học v.v... Các tự viện Phật giáo trở thành những trung tâm học thuật và văn hóa, và còn có thêm cả sức hấp dẫn về mặt nghệ thuật nữa.

Vào thế kỷ thứ nhất trước công nguyên, Saddhatissa, một vị hoàng đệ, đã đề nghị các vị tăng sĩ thử nêu tên, dù chỉ một vị thánh tăng xứng đáng với sự sùng kính của ông ta.[1] Nhưng mặt khác, những luận giải bằng tiếng Tích Lan lại cho rằng vào thời đó đảo quốc này có rất nhiều vị A-la-hán, và rất lâu sau đó vẫn còn nhiều vị tăng duy trì nếp sống

[1] Nghĩa là ông ta không còn tìm thấy vị thánh giả nào trong hàng ngũ chư tăng nữa, mà cho rằng chỉ có toàn những học giả chạy theo tri thức.

to Khotan, China and the Andhra country, and it was a *Kashmiri* monk, Gunavarman, who converted Java at the beginning of the fifth century.

4. CEYLON

At the beginning of our period a most significant discussion took place about the question whether learning or practice is the more important. The Dhammakathikas who stressed learning rather than practical realization were victorious and as a result the whole character of Ceylonese Buddhism changed. The learned monks were greatly honoured and in consequence all able and intelligent monks applied themselves to book-learning. The full-time practice of meditation was normally taken up by elderly monks of weak intellect and feeble physique. Book learning soon included not only the Tipitaka, but also languages, grammar, history, logic, medicine, etc., the Buddhist monasteries became centres of learning and culture, and they were also made artistically attractive.

In the first century BC Saddhatissa, the king's brother, had asked the monks to name even one holy man who deserved his veneration. The Sinhalese commentaries, on the other hand, assume that at that time the island was full of Arahants and for a long time afterwards many monks continued to live a strictly disciplined and austere spiritual

nghiêm trì giới luật, khắc khổ và theo đuổi về tâm linh. Theo các ngài Pháp Hiển và Huyền Trang, Tích Lan đã từng nổi tiếng trong các nước theo Phật giáo.

Trong thế kỷ 5, có ba học giả đã dịch những bộ luận giải Tích Lan cổ xưa sang tiếng Pāli. Tất cả đều đến từ Nam Ấn, không phải người Tích Lan. Đó là các vị Phật-đà Đạt-đa,[1] Phật Âm và Pháp Hộ.[2] Người nổi tiếng nhất trong cả ba là ngài Phật Âm, đã trình bày phần khảo sát tuyệt vời của ngài về giáo lý Phật giáo trong quyển luận Thanh tịnh đạo. Quyển luận này là bản tổng quan về Tam tạng kinh điển, và là một trong những kiệt tác vĩ đại của nền văn chương Phật giáo, trong đó trình bày một cách xác thực, rõ ràng và chi tiết những phương pháp thực hành thiền quán chính yếu của các vị tăng Du-già.

Vào cuối thế kỷ 5, một hội đồng đã xem xét san định lại các bản kinh điển một lần nữa. Từ đó trở về sau, giáo lý và truyền thống của Thượng tọa bộ đã được cố định dứt khoát. Và khoảng năm 400, kinh điển bằng tiếng Pāli lần đầu tiên được dịch sang tiếng Tích Lan.

Để duy trì sức sống của mình, Phật giáo Tích Lan tiếp tục phụ thuộc vào mối quan hệ với Ấn Độ. Nhưng tính chất của mối quan hệ này đã thay đổi vào thời kỳ thứ hai. Sự liên lạc với các cảng ở miền Tây đã bị bãi bỏ, và được thực hiện qua các cảng ở cửa sông Hằng. Như vậy, ảnh hưởng của các vị tăng vùng Ma-kiệt-đà tự nhiên được bộc lộ.

Trong thời kỳ này có nhiều sự bất hòa và mâu thuẫn giữa hai tự viện chính: Mahā-viharā[3] và Abhayagiri-viharā.[4]

---

[1] Buddhadatta, Hán dịch âm là Phật-đà Đạt-đa (佛陀達多).

[2] Dhammapala, dịch nghĩa là Pháp Hộ (法護).

[3] Hán dịch là Đại Tự (大寺), một trong hai tự viện lớn nhất ở Tích Lan, đã

life. As we know from Fa Hien and Yuan Tsang, Ceylon enjoyed a high reputation in other Buddhist lands.

During the fifth century three scholars, all non-Ceylonese from Southern India, translated the old Sinhalese commentaries into Pali. They were Buddhadatta, Buddhaghosa and Dhammapala. The most famous of them, Buddhaghosa, gave in his "Path to Purity" (Visuddhimagga) a splendid survey of Buddhist doctrine. The book is a compendium of the Tipitaka, and one of the great masterpieces of Buddhist literature which describes authoritatively, lucidly and in great detail the principal meditational practices of the Buddhist Yogin.

At the end of the fifth century also a council revised the text of the Tipitaka. From this time onwards the doctrine and tradition of the Theravadins has been definitely fixed. And about 400 the Pali Suttas had for the first time been translated into Sinhalese.

For its vitality the Buddhism of Ceylon continued to depend on its contact with India, but the nature of this contact had altered in the second period. The communications with the Western ports were now abandoned, and communications went through the ports at the mouth of the Ganges. In this way the influence of the monks of *Magadha*, particularly the Mulasar-vastivadins, made itself felt.

There was during this period much discord and

---

từng được ngài Pháp Hiển đến viếng thăm vào khoảng năm 400 và ghi nhận là lúc đó có chừng 3000 tăng sĩ.

[4] Hán dịch là Vô Úy Tự (無畏寺), vì tự viện này đặt trên ngọn núi Vô Úy, là một trong những trung tâm Phật giáo lớn của Tích Lan.

Abhayagiri-viharā được thành lập từ năm 24 trước công nguyên. Chư tăng ở đây có một thái độ cởi mở hơn đối với cư sĩ, tiếp xúc nhiều hơn với Ấn Độ, có quan điểm tự do, đón nhận những tư tưởng mới từ bên ngoài và cấp tiến hơn so với những vị tăng bảo thủ ở Mahā-viharā. Ngay sau khi thành lập, họ tiếp nhận các vị tăng thuộc phái Độc tử bộ từ Ấn Độ sang. Về sau, họ còn thêm vào giáo lý căn bản của Thượng tọa bộ những phần mở rộng gồm giáo lý và kinh điển Đại thừa. Vào cuối thế kỷ 3, chúng ta nghe nói đến một trường phái mới xuất phát từ phái này, gọi là Phương đẳng bộ. Đây có lẽ là một hình thức của Đại thừa. Và vào thế kỷ 4, họ tiếp nhận một vị ni sư Đại thừa Ấn Độ là Tăng-già-mật-đa,[1] thông thạo phép trừ tà, được nhà vua ủng hộ, và tự viện Mahā-viharā bị đóng cửa một thời gian. Nhưng không bao lâu sau, Tăng-già-mật-đa bị một người thợ mộc giết chết, và sau năm 362, Mahā-viharā bắt đầu hoạt động trở lại. Vào năm 371, một chiếc răng hàm trái của đức Phật được mang đến Tích Lan từ vùng Dantapura ở Kalinga, và phần xá-lợi quý giá này được giao cho Abhayagiri-viharā, vì những khuynh hướng Đại thừa ở đây sẵn lòng hơn trong việc khuyến khích sự sùng bái.

Vào đầu thế kỷ 5, Ngài Pháp Hiển đã đếm được 60.000 vị tăng ở Tích Lan. Trong số đó có 5.000 vị thuộc Abhayagiri-viharā và 3.000 vị thuộc Mahā-viharā. Khuynh hướng chính thống của Tích Lan đã thành công trong việc ngăn chặn hoàn toàn các tác phẩm văn chương của những người ở Abhayagiri-viharā, nhưng một trong những tác phẩm của họ được giữ lại trong bản dịch tiếng Trung Hoa. Đó là cuốn Giải thoát đạo luận của ngài Ưu-ba-để-sa, có cùng chủ đề như cuốn Thanh

[1] Saṃghamittā, con gái vua A-dục. Ni sư đến Tích Lan và kiến lập Ni chúng đầu tiên ở nước này.

controversy between the two principal monasteries, the Mahavihara and the Abhayagirivihara, the latter having been founded in 24 BC. The Abhayagiri monks had a more democratic attitude to laymen, had more contact with India, were liberal in their views, welcomed new ideas from abroad, and were more progressive than the conservative Mahavihara monks. Soon after their foundation they received Vatslputriya monks from India. Later on they added to the basic Theravada a superstructure of Mahāyāna doctrines and scriptures. At the end of the third century we hear of a new school among them, called Vaitulyavada. This was probably a form of Mahāyāna, and in the fourth century Saṅghamitra, an Indian Mahayanist "versed in the exorcism of spirits", won the support of the king, and the Mahavihara was closed for a time. But Saṅghamitra was soon killed by a carpenter, and after 362 the Mahavihara began to function again. At this time, in AD 371, the left eye tooth of the Buddha was brought to Ceylon from Dantapura in Kalinga, and this precious relic was entrusted to the Abhayagiri monastery which because of its Mahāyāna leanings was more willing to encourage bhaktic piety.

In the beginning of the fifth century Fa-Hien counted 60,000 monks in Ceylon, of whom 5,000 belonged to the Abhayagiri, and 3,000 to the Mahavihara. The Ceylonese orthodoxy has succeeded in suppressing the entire literature of the Abhayagirivadins, but one of their works is preserved in a Chinese translation. It is Upatissa's Vimuttimagga, which has the same theme as Buddhaghosa's "Path to

tịnh đạo luận của ngài Phật Âm và đã được viết ra trước đó. Thật lạ lùng khi có thể nhận ra là quyển sách ấy không bắt nguồn từ bất cứ nền tảng nào trong giáo lý của Thượng tọa bộ.

5. SỰ MỞ RỘNG SANG ĐẠI Á

Phải mất năm thế kỷ trôi qua trước khi Phật giáo được thấm nhuần khắp tiểu lục địa Ấn Độ, tương đương với khoảng thời gian La Mã chinh phục bán đảo Ý. Khoảng 500 năm sau khi Phật nhập Niết-bàn, Phật giáo đã có thể bắt đầu mở rộng sang Đại Á. Gandhara, thuộc vùng tây bắc Ấn Độ, được xem là cái nôi của Phật giáo thế giới. Chính từ nơi đây, các vị tăng sĩ trong màu y vàng đã dần dần thâm nhập vào Trung Á, và từ đó tiến đến Trung Hoa rồi tiến xa hơn nữa. Hình thức Phật giáo đã truyền rộng và cắm rễ được bên ngoài Ấn Độ chủ yếu là các tông phái Đại thừa.

Chúng ta cần giải thích đôi chút về việc tại sao những người Đại thừa đã thành công hơn nhiều so với Tiểu thừa trong việc truyền bá Phật giáo ra nước ngoài. Không phải là những người Tiểu thừa thiếu nhiệt tình trong việc truyền đạo, nhưng khiếm khuyết chính của họ là sự cứng nhắc, thiếu linh hoạt, uyển chuyển. Trong khi đó, những người Đại thừa phóng khoáng hơn nhiều trong việc giảng giải kinh văn. Điều này đúng cả về mặt giới luật cũng như về giáo lý. Chẳng hạn như, nếu giới không ăn thịt được hiểu theo một cách nghiêm ngặt, thì những người dân du mục sẽ không thể tiếp nhận được những xoa dịu từ Phật pháp, bởi vì họ không thể giữ giới luật được một cách nghiêm ngặt. Các vị tăng Đại thừa đã nhanh chóng tìm cách tránh né đi những điều luật không thể thực hiện như thế, bằng cách diễn giải lại cho

Purity", and was written before his time. It is curious to observe that it does not depart from Theravadin doctrines on any fundamental issues.

5. EXPANSION INTO GREATER ASIA

Five whole centuries had to elapse before Buddhism had penetrated the Indian subcontinent, about as long as it took Rome to conquer the Italian peninsula. Now, about 500 years after the Buddha's Niryana, His religion could begin to expand into Greater Asia. Gandhara, in the North-West of India, was the birthplace of Buddhism as a world religion. It was from here that the monks in the saffron robe gradually filtered into Central Asia, and from there into China, and further on. And it was chiefly the Mahāyāna form of Buddhism which took root outside India.

We must give some explanation why the Mahayanists were so much more effective missionaries than the Hinayanists. It was not that the latter were deficient in missionary zeal, but they were handicapped by the fact that they were rather inflexible literalists, whereas the Mahāyāna claimed much greater freedom in interpreting the letter of the Scriptures. This applied to both monastic rules and doctrinal propositions. For instance, if the rules about eating meat are strictly interpreted, nomadic populations will remain without the consolations of the Dharma, because among them the Vinaya rules cannot be strictly observed. Mahāyāna monks quickly found a way round unworkable rules, and reinter-preted them to fit the

thích hợp với hoàn cảnh. Điều đặc biệt quan trọng trong sự thành công của họ còn là thái độ đối với điều luật cấm tăng sĩ làm công việc chữa bệnh. Lịch sử các đoàn truyền giáo của Thiên Chúa giáo trong những thế kỷ vừa qua đã chứng tỏ rằng, trừ ra việc sử dụng bạo lực, thì các đoàn truyền giáo có kết hợp việc trị bệnh đã đạt được nhiều kết quả hơn hết. Bạo lực là phương thức mà những người Phật giáo từ bỏ không dùng đến, nhưng những phương thức trị bệnh bằng dao mổ, thảo dược, thuốc nước... đã giúp những người Đại thừa đến được với mọi nhà, nghèo hèn cũng như giàu có. Họ tự nhủ với mình rằng, lòng từ bi và trách nhiệm đối với đồng loại có giá trị hơn là một điều luật tốt đẹp nhưng dùng không đúng chỗ. Họ dành trọn nhiệt tình cho việc nghiên cứu và thực hành y học. Môn học này đã trở thành một phần trong chương trình đào tạo chính thức, chẳng hạn như ở đại học Nālanda, và khắp các tự viện ở Tây Tạng.

Thái độ cởi mở tương tự như vậy cũng được áp dụng đối với các vấn đề giáo lý. Sự giảm thiểu những khác biệt giữa quan điểm Phật giáo với các quan điểm không thuộc Phật giáo rất được chú trọng, nhằm có thể tiếp thu tối đa những quan điểm đã có từ trước của những người mới tin theo Phật giáo, cho dù đó là những quan điểm của Lão giáo, Tây Tạng giáo, Thần giáo, Cảnh giáo hay phép trừ tà... Sự mở rộng này dĩ nhiên có nguy cơ trở thành sự buông thả về giới luật và những suy diễn tùy tiện về giáo lý. Nhưng nói chung, những chệch hướng về giáo lý có thể ngăn ngừa hiệu quả hơn là sự buông thả về giới luật. Những trước tác giá trị của Đại thừa đều chứa đựng rất ít, nếu có, những gì có thể xem là không chính thống đối với một tín đồ Phật giáo khách quan. Có một yếu tố đã giới hạn và kiểm soát sự mở rộng "tùy duyên" của các tác giả, đó là việc trước khi viết sách, tâm ý họ đã được

circumstances. Of particular importance for the success of their missionary enterprises was their attitude to the Vinaya rule which forbids monks to practise medicine. The history of Christian missions in recent centuries shows that, violence apart, the medical missionaries effected more conversions than anyone else. The sword was the one method which the Buddhists disdained to use, but the scalpel, the herb and the potion opened to the Mahayanists the houses of the poor and rich alike. They convinced themselves that compassion and their responsibilities to their fellow-men counted for more than a well-meant monastic rule and they zealously gave themselves over to the study and practice of medicine, which formed part of the curriculum for instance at Nālandā University and also at the monastic institutions of Tibet.

The same latitudinarianism was practised with regard to doctrinal questions. Great care was taken to minimize the differences between Buddhist and non-Buddhist opinions, to absorb as much of the pre-existing views of their converts as was possible, be they Taoist, Bon, Shinto, Manichean or shamanistic. This latitudinarianism is of course in danger of lapsing into laxity in the moral and into arbitrary conjectures in the doctrinal field. The latter danger was on the whole more effectively avoided than the former and the best Mahāyāna literature contains little, if anything, that to any fair-minded Buddhist can appear as positively unorthodox. There was one factor which limited and restrained the "skill in means" of these men, and that was the fact that before they wrote their books their minds

hun đúc và uốn nắn bởi nhiều năm tu tập thiền định theo các dòng phái truyền thống.

Trung Hoa là nước lớn đầu tiên được tư tưởng Phật giáo thâm nhập vào. Cũng giống như ở Nhật Bản và Tây Tạng sau này, Phật giáo đã trải qua năm giai đoạn mà chúng ta sẽ sắp xếp các tư liệu dựa theo đó.

1. Mở đầu là thời kỳ củng cố nền tảng, được đánh dấu bằng sự phiên dịch các kinh điển căn bản.

2. Tiếp theo là giai đoạn cố gắng sơ khởi nhằm đi đến thích hợp với thực tiễn. Phật giáo không truyền bá vào những nơi chưa có chỗ dựa tinh thần, mà thật ra là phải đối mặt khắp nơi với những con người vốn đã hun đúc từ những truyền thống trước đó, như Lão giáo ở Trung Hoa, Thần giáo ở Nhật, Tây Tạng giáo[1] ở Tây Tạng...

3. Giai đoạn thứ ba được đánh dấu bởi một sự nhận hiểu thuần thục hơn về giáo lý, nhưng phần lớn vẫn còn phụ thuộc nhiều vào những mẫu mực của Ấn Độ. Chẳng hạn như, ở Trung Hoa điều này được biểu lộ qua việc những bản chú giải đa dạng, thường là ngắn gọn, hoặc những bộ luận giảng về giáo lý, được ngụy tạo như những bản dịch từ tiếng Sanskrit. Có hai trong số những trường hợp này được nhiều người biết đến. Một là văn bản Khởi tín luận,[2] được cho là của ngài Mã Minh nhưng không đúng. Hai là một bản văn

---

[1] Tức là đạo Bon, thịnh hành ở Tây Tạng từ trước khi Phật giáo được truyền vào, rất có thể ban đầu là một hình thức đồng bóng kèm theo trị bệnh, trừ tà... Những người theo tôn giáo này tin rằng tôn giáo của họ đã được lập nên từ rất lâu về trước, bởi một vị có tên là Shenrab Mibo. Khi Phật giáo được truyền vào Tây Tạng, họ đã phản ứng bằng cách cải cách lại tôn giáo của họ. Kết quả là hầu hết các nghi lễ cũng như kinh văn của họ ngày nay đều là những hình thức sao chép từ Phật giáo. Trước năm 1959, có khoảng 350 tu viện của đạo này ở Tây Tạng.

had been remoulded and disciplined by many years of meditation on traditional lines.

China was the first large country to be penetrated by Buddhist thought. As in Japan and Tibet later on, Buddhism went through five stages, which will act as our guides for the arrangement of our material.

1. There was first a period of consolidation, marked by translations of the basic texts.

2. This was followed by a preliminary attempt at coming to terms with the material. Buddhism did not move into a spiritual vacuum, but everywhere it encountered people formed by some previous tradition - by Taoism and Confucianism in China, Shinto in Japan, Bon in Tibet.

3. After this, the next, or third phase, is marked by a more mature assimilation of the doctrine, but still largely in dependence on Indian models. In China, for instance, this took the form of either numerous, generally brief, commentaries, or of original doctrinal treatises which were passed off as translations from the *Sanskrit*. Two of these are very well known. The one is the famous "Awakening of Faith", wrongly attributed to Asvaghosa, and the other the so-called Surangama Sutra, said to

[2] Thường được biết với tên là Đại thừa khởi tín luận, được cho là do Bồ Tát Mã Minh soạn, và do ngài Chân Đế dịch sang Hán văn vào đời nhà Lương. Nguyên bản Phạn ngữ đã bị thất lạc vào thời ngài Huyền Trang, và được ngài khôi phục từ bản dịch chữ Hán. Có lẽ do điều này mà tác giả đưa ra nhận xét như trên.

gọi là "Kinh Thủ Lăng Nghiêm",[1] được cho là đã mang từ đại học Nālandā về, nhưng thật ra là được Phòng Dung viết ra ở Trung Hoa.[2]

4. Giai đoạn thứ tư, có lẽ là giai đoạn quan trọng nhất và thường phải mất khoảng 600 năm để đạt đến. Những hình thức Phật giáo Trung Hoa, Phật giáo Nhật Bản và Phật giáo Tây Tạng đã có thể tồn tại độc lập,[3] không còn xung đột với dân tộc tính của mỗi nước, biểu hiện ở Trung Hoa là Thiền tông, ở Nhật Bản là thời kỳ Liêm Thương,[4] và ở Tây Tạng là Hồng phái,[5] Hoàng phái.[6]

5. Giai đoạn thứ năm là giai đoạn suy yếu dần.

Như chúng ta đã thấy, giai đoạn đầu hoàn toàn chỉ là một sự sao chép nguyên bản từ Phật giáo Ấn Độ[7] sang bản địa.

Giai đoạn thứ hai, Phật giáo bản địa bắt đầu sự tồn tại độc lập của mình, đã phần nào đó có tính chất tự quyết, giống như đứa trẻ lên hai.

Giai đoạn thứ ba, Phật giáo bản địa đạt đến một mức độ độc lập thật sự, tuy vậy không phải là hoàn toàn tự quyết, giống như trong tuổi thiếu niên.

Giai đoạn thứ tư là khi bản năng dân tộc cuối cùng đã có

---

[1] Không hiểu tác giả đề cập đến bản văn nào, nhưng chắc chắn không phải là bản kinh Thủ Lăng Nghiêm đang lưu hành hiện nay, vì bản này do ngài Bát-thích-mật-đế dịch từ Phạn ngữ vào đời nhà Đường.

[2] Có thể Conze có nhầm lẫn ở thông tin này, vì trong Tục Cổ kim dịch kinh đồ ký (續古今譯經圖紀 - Đại Chánh tạng, Tập 55, kinh số 2152) của ngài Trí Thăng (智昇) có nhắc đến vai trò của Phòng Dung (房融) chỉ là một vị quan làm công việc đọc lại và nhuận sắc bản văn đã dịch (bút thụ - 筆授). Chính xác là bản kinh này do ngài Bát-thích-mật-đế (般刺蜜帝), một cao tăng người Trung Ấn Độ, mang sang Trung Hoa và chuyển dịch với sự tham gia hỗ trợ của nhiều người khác.

have been brought from **Nālandā**, but actually written in China by Fang Jong.

4. We now come to the fourth phase, which is perhaps the most important of all and normally took 600 years to reach. A truly Chinese, Japanese and Tibetan Buddhism, which no longer did violence to the national character, asserted itself in China with the Ch'an sect, in Japan in the Kamakura period, in Tibet with the Kahgyudpas and Gelugpas.

5. Then finally there is the period of decay.

The first phase, as we saw, was one of bare copying; in the second one asserted one's independence, somewhat wilfully, as a child in its second year; in the third one attained some true independence, without however quite daring to, as in adolescence; in the fourth phase the native

---

[3] Nghĩa là không còn chịu nhiều ảnh hưởng phụ thuộc vào Ấn Độ.

[4] Kamakura, Hán dịch âm là Liêm Thương (鎌倉), một giai đoạn trong lịch sử Nhật Bản, kéo dài từ khoảng năm 1192 cho đến năm 1333.

[5] Kagyupas, tiếng Tây Tạng là Bka'-brgyud-pa, Hán dịch âm là Ca-nhĩ-cư phái, tức Hồng y phái hay Hồng phái, một trong các bộ phái Phật giáo lớn nhất ở Tây Tạng.

[6] Gelugpa, tiếng Tây Tạng là Dge-lugs-pa, Hán dịch âm là Cách-lỗ phái (格魯派), hay Hoàng phái, bộ phái Phật giáo lớn ở Tây Tạng, các tăng sĩ của phái này đều dùng mũ và y phục màu vàng, khác với Hồng phái dùng màu đỏ. Phái này được một vị tăng Tây Tạng là Tông Khách Ba (Tsong-kha-pa) thành lập vào khoảng cuối thế kỷ 14, như một hình thức cải cách rất mạnh mẽ của Phật giáo Tây Tạng. Năm 1578, người đứng đầu phái này là Sonam Gyatso được nhận danh hiệu Đạt-lai Lạt-ma và phái này dần dần chiếm ưu thế tuyệt đối ở Tây Tạng cho đến năm 1950.

[7] Nghĩa là rập khuôn một cách hoàn toàn, không có bất cứ sự sửa đổi nào.

thể tự hòa nhập để cùng tồn tại.[1] Đứa trẻ đã trưởng thành. Giai đoạn sáng tạo này của Phật giáo được kéo dài trong nhiều thế kỷ, như thời kỳ sau khi trưởng thành của một con người.

Và giống như tuổi già phải đến sau thời kỳ trưởng thành, năng lực sáng tạo của Phật giáo mờ nhạt dần đi trong giai đoạn thứ năm.

6. TRUNG Á

Được truyền đi từ vương quốc Bactria[2] thuộc Ấn-Hy, vào thế kỷ 2 trước công nguyên Phật giáo đã được thiết lập vững vàng tại Trung Á. Những vùng Khotan, Kuchan, Turfan ... vào lúc đó là những trung tâm văn hóa phát triển mạnh, nhờ những tuyến đường đi lại ngang qua đó. Việc thiết lập của Phật giáo trên những con đường tơ lụa lớn này là một sự kiện có tầm quan trọng quyết định cho sự phát triển tương lai ở vùng Đông Á.

Trong số các bộ phái, Nhất thiết hữu bộ và Đại thừa tỏ ra mạnh mẽ nhất. Họ đã mang theo những kinh điển của bộ phái mình, và trong thế kỷ 20 nhiều người châu Âu đã có những phát hiện quý giá trong vùng sa mạc xứ Turkestan, tìm thấy những kinh sách của Ấn Độ được đưa vào Trung Á và cả những bản dịch kinh điển ra các thổ ngữ như tiếng Khang Cư, tiếng Khotan, hay tiếng Kucha. Chúng ta cũng có được nhiều tác phẩm viết ra tại Kucha bằng tiếng địa phương, phỏng theo lối viết của các kinh điển tiếng Sanskrit của Ấn Độ, nhưng không có tác phẩm nguyên bản thực sự nào có nguồn gốc địa phương được truyền lại đến nay.

---

[1] Phật giáo trong giai đoạn này hòa nhập hoàn toàn với nền văn hóa dân tộc của bản địa, không còn bất cứ mâu thuẫn, xung đột nào.

genius at last fully asserted itself. This child had grown up. The creative manhood of Buddhism lasted for several centuries. Manhood is followed by old age, and after a time the creative powers of Buddhism waned.

6. CENTRAL ASIA

Spreading from the Indo-Greek Bactrian kingdoms, Buddhism had by the second century BC been well established in Central Asia. Khotan, Kucha, Turfan, etc., were at that time flourishing centres of culture, owing to the caravan routes which went through them. The establishment of Buddhism on the great silk routes was an event of decisive importance for its future propagation in Eastern Asia.

Among the schools, the Sarvastivada and **Mahāyāna** were most strongly represented. They brought their Scriptures with them and in the course of the twentieth century European travellers have made many invaluable finds in the sands of Turkestan, which yielded both Indian books imported into Central Asia and translations of the Scriptures into the local languages, such as Sogdian, Khotanese, Kuchean, etc. We have also, in Kuchean, several works written in Kucha itself, imitating the Buddhist *Sanskrit* writings of India, but no really original works of local origin have come down to us.

---

[2] Quốc gia trong thời cổ, tọa lạc ở khoảng giữa dãy núi Hindu Kush và dòng sông Oxus (nay là Damu Arya), ngày nay được biết là thuộc về các nước Afghanistan, Uzbekistan và Tajikistan. Thủ đô nước này thời đó là Bactra (ngày nay là Wazirabad thuộc miền bắc của Afghanistan).

Thêm vào đó, những cuộc tìm kiếm trong khoảng từ năm 1900 đến năm 1915 còn khám phá ra một nền nghệ thuật Phật giáo cực kỳ đa dạng, cho thấy một sự pha trộn kỳ lạ giữa những ảnh hưởng Phật giáo Hy Lạp từ miền Gandhara[1] với những ảnh hưởng khác từ đế quốc La Mã, từ nghệ thuật Ba Tư với nghệ thuật Trung Hoa. Thông qua đó, nghệ thuật Phật giáo mang tính chất Hy Lạp của vùng Gandhara đã truyền sang Trung Hoa, dẫn đến hình thành nghệ thuật đời Ngụy vào thế kỷ 5.

Trong những trung tâm thương mại nối liền các lục địa theo kiểu đa quốc gia này, Phật giáo lần đầu tiên tiếp cận với những ảnh hưởng tôn giáo khác mà trước đó chưa từng tiếp xúc. Phật giáo không những gặp Thiên Chúa giáo ở Trung Hoa dưới hình thức Cảnh giáo,[2] mà còn gặp những người theo giáo phái Mani[3] vốn hoạt động rất tích cực trong vùng đó, nhất là với người Sogdian. Giáo phái này vẫn còn lưu lại một vài dấu tích trong những giáo lý Phật giáo ở nơi đây.

7. TRUNG HOA

Từ Trung Á, Phật giáo được truyền vào Trung Hoa một cách tự nhiên, vì Trung Hoa đã chinh phục vùng này trong thế kỷ thứ nhất trước công nguyên, và chiếm giữ cho đến cuối đời Hán, vào năm 220. Điểm khởi đầu được cho là trong khoảng thời gian từ năm 70 đến 50 trước công nguyên, và Phật giáo dưới đời nhà Hán dần dần được truyền rộng ra

---

[1] Một địa danh cổ, nay thuộc vùng tây bắc Pakistan. Gandhara nằm ngay về phía đông của đèo Khyber, vốn là một con đường chính được các đội quân nước ngoài sử dụng để băng qua vùng núi và tấn công vào Ấn Độ từ phía tây. Đây là một trong các trung tâm văn hóa và thương mại chính được sử dụng bởi người Hy Lạp, Ấn Độ và Ba Tư, phát triển rất mạnh từ thế kỷ 6 trước công nguyên cho đến thế kỷ 5.

In addition these expeditions, carried out between 1900 and 1915, have brought to light a highly eclectic Buddhist art which offers a curious blend of Greco-Buddhist influences from Gandhara with others from the Roman Empire, and from Arsaco-Sassanid and Chinese Art. Through it the Greco-Buddhist art spread to China, where it led to the Wei art of the fifth century.

In these cosmopolitan centres of intercontinental trade Buddhism was exposed to new religious influences which it had not encountered so far. It not only met with Christianity in its Nestorian form, but also with the Manicheans who were very active in that area, particularly among the Sogdians, and who left some traces on the Buddhist doctrines evolved there.

7. CHINA

From Central Asia Buddhism was brought, by a natural transition, to China, which had conquered that region in the first century BC and kept it until the end of the Han dynasty (AD 220). The beginnings are said to go back to somewhere between 70 and 50 BC, and the religion slowly

---

[2] Nestorius, một chi phái của Thiên chúa giáo, gọi tên theo người thành lập là một vị giám mục của Constantinople. Cũng được người Trung Hoa gọi theo tên phiên âm là giáo phái Nhiếp-tư-thác-lý (聶斯托里). Đời nhà Đường, khoảng năm 635 được một nhóm giáo sĩ do ông A-la-bản (阿羅本) dẫn đầu truyền từ Ba Tư vào Trung Hoa. Vua Đường Thái Tông kính trọng, lập giáo đường ở kinh đô cho ở, gọi là Ba Tư Tự, sau đổi là Đại Tần Tự. Ban đầu chỉ có 21 giáo sĩ ở đây, nhưng không bao lâu đã lan truyền khắp nước.

[3] Hay Manichaeism, được gọi tên theo vị thánh người Ba Tư đã sáng lập ra là Mani, niên đại vào khoảng năm 216 đến 76 trước Công nguyên. Tôn giáo này đã diệt vong vào khoảng thế kỷ 16.

các nơi. Nhưng thoạt đầu Phật giáo bị xem là một tôn giáo ngoại lai của những dân tộc không thuộc Trung Hoa, cư trú ở những vùng biên giới bên ngoài nước này. Vào năm 148 một cao tăng người xứ An Tức[1] tên là An Thế Cao[2] đến Trung Hoa.[3] Rồi năm 170 có một vị tăng Ấn Độ là Trúc Đại Lực[4] và một người xứ Nguyệt Chi[5] tên là An Huyền,[6] từ Trung Á đến Trung Hoa và lập một tự viện ở Lạc Dương, kinh đô của nhà Hán.

Nhưng chỉ đến giai đoạn loạn lạc sau khi nhà Hán sụp đổ, (221-589) Phật giáo mới tự mình thực sự trở thành một lực lượng chính ở Trung Hoa. Và phải đến năm 355, lần đầu tiên người Trung Hoa mới được phép trở thành tu sĩ, ít ra là trong phạm vi lãnh thổ của các vua triều Đông Tấn. Vào thế kỷ 2, những người ngoại quốc từ Trung Á đến - người An Tức, người Sogdian, người Ấn Độ v.v... đã dịch một số kinh điển. Vào thế kỷ 3 và 4, Phật giáo đã tạo được một đà phát triển trong dân chúng và cả trong triều đình, và có một số vị vua đã tỏ rõ sự ủng hộ Phật giáo. Cho đến năm 400, có 1300 bản kinh văn đã được dịch. Rồi ngài Cưu-ma-la-thập đến. Với sự giúp sức của giới học giả Trung Hoa, ngài thực hiện những bản dịch mẫu mực mà cho đến nay vẫn còn được sử dụng. Đến năm 500 thì Phật giáo đã được thiết lập vững chắc trên khắp nước Trung Hoa, và đang trong một điều kiện phát triển thuận lợi với vô số tự viện, đền thờ và nhiều động đá được trang trí bằng những công trình điêu khắc làm chỗ cho chư tăng tu tập.

---

[1] Parthia, Hán dịch là An Tức (安息), một đế quốc thời cổ của châu Á. Lãnh thổ trước đây của nước này ngày nay thuộc về Iran và Pakistan.

[2] Ngài là thái tử con vua nước An Tức, bỏ ngôi vua mà xuất gia.

[3] Theo Phật Quang Từ điển thì ngài đến thành Lạc Dương và ở đó tham gia phiên dịch kinh điển cho đến năm 170, nghĩa là hơn 20 năm.

spread under the Han dynasty. But at first it was a foreign religion of the non-Chinese populations in China's outlying marches. In 148 a Parthian, Ngan Che Kao, and in 170 an Indian, Tshou Cho-fo, and a Yueh-chi, Tche tsh'an, arrived in China from Central Asia and established a monastery in Lo-yang, the capital of the Han.

It was only in the period of disunity (221-589) which followed on the collapse of the Han, that Buddhism really became a major force in China itself. Only in 355 were Chinese for the first time permitted to become monks, at least in the realm of the Eastern Ts'in rulers. In the second century foreigners from Central Asia - Parthians, Sogdians, Indians, etc. - did some translations. In the third and fourth centuries Buddhism gained momentum among the people and at the Court, and some emperors clearly favoured it. By AD 400 1,300 works had been translated. Then came Kumarajiva, whose translations, made with the help of Chinese literati, were classical works and are still being read. By 500 Buddhism was firmly established throughout the whole of China and in a flourishing condition, with countless monasteries, temples, and sculptured grottoes for the monks.

---

[4] Ngài là một trong các cao tăng Ấn Độ đến Trung Hoa sớm nhất. Niên đại cũng không được rõ, chỉ biết vào khoảng niên hiệu Kiến An thứ 2 đời Hiến Đế nhà Đông Hán (197), ngài đã ở Lạc Dương và dịch kinh Tu Hành Bản Khởi (2 quyển).

[5] Kusana, nằm cách xa về hướng Bắc của Ấn Độ chừng 7.000 dặm.

[6] Không rõ niên đại chính xác, chỉ biết ngài đến Lạc Dương vào cuối đời Hán Linh Đế và đã cùng Nghiêm Phật Điều dịch kinh Pháp Cảnh và kinh A-hàm khẩu giải thập nhị nhân duyên vào niên hiệu Quang Hòa thứ 4 nhà Hán (181).

Đây là sự thành công đáng kể cho một tôn giáo có khá nhiều bất đồng với quan niệm chính thống được thừa nhận của người Trung Hoa. Chẳng hạn như, Phật giáo không quan tâm đến việc nối dõi tông đường, hoặc không chú trọng mấy đến lòng trung thành với đất nước, và có vẻ như khuyến khích việc đặt niềm tin không hoàn toàn dựa vào lý luận.[1] Các vị tăng sĩ, vì đã dứt bỏ đời sống thế gian nên không thực hiện những nghi thức lễ kính đối với nhà vua và triều thần như những người khác. Thực tế, trong suốt lịch sử của mình, Phật giáo có khuynh hướng phát triển một cách độc lập trong phạm vi quốc gia. Những người chống đối cho rằng tăng sĩ đã hưởng ơn vua lộc nước mà không làm được gì để đền đáp. Nhưng ngược lại, tín đồ Phật giáo cho rằng, nếu có ai đã ban phát một cách vô cùng rộng lượng thì đó chính là chư tăng, bởi vì những lợi lạc mà các ngài mang lại cho toàn xã hội qua việc thực hành nếp sống theo lời Phật dạy là vô cùng to lớn. Trong thực tế, những điều lợi được hưởng từ nhà vua chỉ là một giọt nước nhỏ nhoi khi so sánh với sức hộ trì mà chư tăng Phật giáo mang lại cho khắp cả nhân loại.

Tuy nhiên, triều đình vẫn luôn muốn kiểm soát tăng đoàn Phật giáo thông qua bộ Lễ, và trong một chừng mực nào đó cũng lưu ý xem chư tăng có làm đúng theo lời nguyện hiến thân vì sự an lành của mọi người hay không.

Những người giữ theo truyền thống cũng nhấn mạnh đến nguồn gốc ngoại lai của Phật giáo, cho là tôn giáo này đã đến từ những xứ man rợ,[2] và thuyết luân hồi đối với những người này dường như không thể tin được, bởi vì họ cho rằng khi một người chết thì linh hồn cũng mất đi.

---

[1] Nghĩa là nghiêng về trực giác nhiều hơn.

This was a remarkable success for a religion which offended Chinese official sentiment at many points, for it seemed indifferent to the perpetuation of the family, showed little loyalty to the country and seemed to encourage baseless superstitions. The Buddhist clergy, on the ground that they had withdrawn from the world, refused to make the socially recognized signs of outward respect to the Son of Heaven and his representatives. All through its history, in fact, the Buddhist Church tended to develop into a state within the state. Their opponents blamed them for enjoying the benefits of the rule of the Son of Heaven without doing anything in return. The Buddhists claimed that on the contrary it is the monk, if anyone, who dispenses munificence, for enormous benefits accrue to the whole of society from his practice of the way of the Buddha. In fact, the benefits bestowed by the Son of Heaven are as but a drop of water when compared to the favours dispensed on all mankind by the Buddhist clergy.

The state, however, always insisted on controlling, the Buddhist Church through the Ministry of Worship and saw to it that to some extent the monks lived up to their claim that they were sacrificing themselves for the good of the people.

The traditionalist opponents also stressed the foreign origin of Buddhism, which came from "barbarian lands", and the doctrine of reincarnation seemed to them quite incredible, because they believed that when a man dies his soul also perishes.

---

[2] Với quan điểm tự cho mình là tinh hoa của đất trời, người Trung Hoa ngày trước xem tất cả những dân tộc bao quanh mình đều là man di, mọi rợ. Chính Tổ Đạt-ma cũng bị xem là "rợ Hồ".

Vấn đề tồn tại sau khi chết đã gợi lên nhiều quan tâm mạnh mẽ vào thời đó. Trong những cuộc tranh cãi, các tín đồ Phật giáo Trung Hoa có khuynh hướng giữ khoảng cách với sự phủ nhận theo giáo lý chính thống về một linh hồn riêng của mỗi cá nhân, và thừa nhận sự hiện hữu của một "phần tâm linh tinh tế nhất" lưu chuyển từ đời sống này sang đời sống khác. Họ trích dẫn lời của Lão Tử hoặc Hoàng Đế[1] đã từng nói rằng "Thân xác có hủy diệt, nhưng linh hồn bất biến. Với sự bất biến đó, linh hồn đi theo những sự thay đổi, và vì thế luân chuyển qua vô số kiếp." Điều này không thực sự phù hợp với Phật giáo, theo như được hiểu cho đến thời điểm đó.

Dĩ nhiên, sự thành công phần lớn là nhờ vào việc Phật giáo hàm chứa một thông điệp mà các bậc thầy bản xứ không thể đưa ra. Bởi vì, như Tăng Hựu[2] đã diễn đạt vào thế kỷ 5, "không có ai trong bọn họ đo lường được cõi trời hoặc hiểu thấu được tâm ý thánh nhân". Cả giai cấp cai trị và nhân dân đều ủng hộ tôn giáo mới này. Các vị vua thường hài lòng muốn thấy số tín đồ Phật giáo yêu chuộng hòa bình trong thần dân của mình gia tăng càng nhiều càng tốt, vì xã hội Trung Hoa chưa từng biết đến việc trưng binh tập thể, và luôn hết sức xem trọng hòa bình.

Tầng lớp thống trị xã hội thường thấy rằng các vị tăng sĩ Phật giáo dễ hòa hợp hơn là những người theo Lão giáo đối nghịch với họ - những người liên tục xúi giục các cuộc khởi nghĩa ở miền quê, và những nơi thờ cúng của họ được xây dựng bởi sự đóng góp của chính thành viên ở những nơi ấy. Còn tín đồ Phật giáo thì ngược lại, dựa vào sự hiến cúng

---

[1] Vị vua đầu tiên trong truyền thuyết của Trung Hoa, họ Công Tôn, sinh ở Hiên Viên (軒轅) cho nên cũng có tên là Hiên Viên. Tương truyền ông tại vị đến 100 năm, lên ngôi vào năm Quý Hợi (2698 trước công nguyên).

The problem of survival after death aroused intense interest at the time. In their polemics the Chinese Buddhists were apt to spray away from the orthodox denial of an individual soul and to postulate some enduring "spiritual something of the finest essence", which transmigrates from existence to existence. They quoted either Lao Tzu or the Yellow Emperor as having said that "the body suffers destruction, but the soul undergoes no change. With its unchangingness it rides upon changes and thus passes through endless transformations". This did not really well agree with Buddhism as it had been understood up to then.

The success was of course largely due to the fact that Buddhism contained a message which the indigenous teachers could not provide. For, as Seng-yu expressed it in the fifth century, "none of them have measured the shape of Heaven or peered into the mind of the Sage". Both the ruling classes and the people supported the" new religion. The Emperors would be pleased to number as many peace-loving Buddhists as possible among their subjects, because Chinese society never knew universal conscription, and has always valued peace very highly.

The ruling layers of society would find the Buddhist priests more amenable than their Taoist rivals who were continually fomenting rebellions among the peasantry and whose churches were supported by contributions of the members who constituted them. The Buddhists, on the

[2] Tăng Hựu (僧祐), sinh năm 445 và mất năm 518, là một trong những người đầu tiên thực hiện việc thống kê và sắp xếp Đại tạng kinh chữ Hán. Tác phẩm chính là Xuất tam tạng ký tập (出三藏記集). Ông hoàn tất công trình của mình ngay trước khi mất, biên soạn từ những bản liệt kê đã có trước đó (nay đã mất), cộng thêm với sự nghiên cứu của chính mình.

của những người giàu có, và do đó có thể tin được là không theo đuổi những mục đích chính trị riêng mà giới cầm quyền không mong muốn. Sau cùng, quần chúng bị thu hút mạnh mẽ bởi lý tưởng Bồ Tát, mở ra những khả năng được lợi lạc to lớn nhất, ngay cả cho những hạng người thấp kém trong xã hội. Đền thờ Phật giáo với các vị thánh đầy lòng từ bi như đức Quán Thế Âm và những vị khác đã mang đến cho họ sự khích lệ và thanh thản. Nhờ sự cúng dường Phật và chư tăng, họ hy vọng sẽ được hưởng phước lành vào kiếp sau.

Một niềm tin phổ biến rộng rãi ở Trung Hoa là con người có thể ảnh hưởng đến Diêm Vương, vị vua của cõi âm. Một số tăng sĩ, chẳng hạn như ngài Phật-đà Ma-đằng vào thế kỷ 3 đã thực hiện phép lạ và đưa ra những lời tiên tri, cũng như chữa bệnh bằng chú thuật.

Sự phát triển của tư tưởng Phật giáo Trung Hoa được quyết định phần lớn bởi sự chọn lựa kinh điển để dịch sang chữ Hán. Trong số các kinh được dịch đầu tiên và có ảnh hưởng lớn nhất là những kinh nói về Bát-nhã Ba-la-mật-đa. Người Trung Hoa được cho là có đầu óc duy lý, thực nghiệm, điềm tĩnh và chống lại siêu hình học. Nhưng đó chỉ là một phần trong tính cách của dân tộc này, như có thể thấy rõ qua sự nồng nhiệt tiếp nhận kinh văn thuộc hệ Bát-nhã, vốn rất siêu hình, từ đời Hán trở đi. Những người châu Âu theo Tin Lành cũng không nghiên cứu Kinh Thánh một cách nhiệt tình hơn là người Trung Hoa khi nghiên cứu phần kinh điển rất trừu tượng về trí tuệ chứng ngộ và tánh không này.[1]

[1] Cho đến nay, được biết đã có ít nhất là 9 vị dịch Tâm kinh Bát-nhã sang tiếng Hán. Trước hết là ngài Cưu-ma-la-thập dịch vào năm 402. Tiếp theo là Huyền Trang dịch vào năm 649, rồi ngài Nghĩa Tịnh dịch vào năm 700, ngài Pháp Nguyệt dịch vào năm 733, các ngài Bát-nhã và Lợi Ngôn dịch vào năm 790, ngài Trí tuệ Luân dịch vào năm 850, ngài Thi Hộ dịch vào năm 980 và ngài Pháp

other hand, relied on the donations of wealthy laymen, and could therefore be relied upon not to pursue unwelcome political schemes of their own. The masses, finally, were greatly attracted to the Bodhisattva ideal which opened the highest possibilities even for those low on the social scale; the Buddhist pantheon, with merciful deities like Kuan Yin and others, brought encouragement and comfort; and from the support of the Buddha and Saṅgha they expected rewards in an after-life.

It was widely believed in China that thereby one could influence Yama, the God of the Nether World. Some Buddhist priests, like for instance Buddha Matanga in the third century, performed miracles, prophesied and cured diseases by means of their spells.

The development of Chinese Buddhist thought was largely determined by the choice of the sacred texts which were translated into Chinese. Among the first and most influential were the Sutras on Prajnaparamita. The mentality of the Chinese is said to be rationalistic, positivistic, matter-of-fact and anti-metaphysical. That this is only one side of their national character is shown by the enthusiastic reception which they gave to the highly metaphysical Prajnaparamita literature from Han times onwards. The Bible was not studied with greater avidity in Protestant Europe than these very abstract writings on perfect wisdom and emptiness in China.

Thành chưa xác định được năm dịch. Ngoài ra, người ta tin rằng còn có 2 dịch giả khác nữa đã dịch kinh này là ngài Bất Không đời Đường và ngài Từ Hiền đời Tống.

Còn có những kinh điển khác cũng được phổ biến rộng rãi và thường trở thành hạt nhân cho các bộ phái riêng biệt. Đó là bộ kinh Diệu Pháp Liên Hoa (được bắt đầu dịch từ năm 250), thu hút người Trung Hoa bởi những cảnh giới đầy ấn tượng và nhiều mẩu chuyện lý thú; kinh Duy-ma-cật (bắt đầu dịch từ năm 188), lôi cuốn bởi hình tượng cao quý của một vị cư sĩ nhận hết mọi bệnh khổ của thế gian về cho chính mình; và kinh Đại Bát Niết-bàn (bản dịch năm 423), có vẻ như được quan tâm vì dạy về Phật tánh hiện hữu ngay trong mỗi chúng ta.

Khoảng từ năm 200 đến 450, đã có sự quan tâm mạnh mẽ đến các phương pháp thiền định, và nhiều sách hướng dẫn được phiên dịch trong suốt thời gian này.

Sự phát triển của Phật giáo trùng hợp với sự hồi phục của Lão giáo, và nhiều người Trung Hoa nhấn mạnh đến sự tương tự giữa hai khuynh hướng tư tưởng này. Hầu hết đều tin chắc rằng đức Phật và các bậc thánh nhân của Trung Hoa - cụ thể như Lão Tử và Trang Tử - đã nhận ra cùng một chân lý như nhau. Mãi đến thế kỷ 5, nhiều người theo Lão giáo vẫn xem Phật giáo như một phương pháp được vận dụng thêm để đạt đến những mục đích của Lão giáo. Vào thế kỷ 3, Vương Phù[1] viết một cuốn sách khá nổi tiếng, trong đó ông trình bày Phật giáo như là kết quả của "sự giáo hóa những người man rợ" do Lão Tử thực hiện.

Các thuật ngữ Lão giáo thường được cố ý sử dụng để diễn đạt những khái niệm của Phật giáo. Bao giờ cũng vậy, nhiều từ Hán tương đương với các thuật ngữ Sanskrit được sử dụng trước hết với ý nghĩa trong Lão giáo, và điều này trong một

[1] Vương Phù (王浮), sống vào đời Huệ Đế nhà Tây Tấn, giữ chức Sái Tửu của Lão giáo. Ông thường tranh luận với vị tăng Phật giáo là Bách Viễn (帛遠) nhưng nhiều lần bị thua. Sau mới viết quyển "Lão Tử hóa Hồ kinh" (老子

Other works which gained a great popularity, and often became the nucleus of separate schools, were the Lotus of the Good Law (translations 250 onwards), which attracted the Chinese by the splendour of the scenery and by its parables, the story of Vimalakirti (translations 188 onwards), which fascinated by the noble picture of a "white-robed" layman who took the sickness of the world upon himself, and the **Nirvāṇa** Sutra (translation of 423) which seemed interesting for its teaching about the Buddha-nature within each of us.

Between 200 and 450 there developed a strong interest in the technical details of Buddhist meditation, and many handbooks were translated during that period.

The rise of Buddhism coincided with the revival of Taoism, and many Chinese stressed the similarity in outlook between these intellectual trends. Few doubted that the Truth as it had been seen by the Buddha and the sages of China, by Lao-tzu and Chuang-tzu in particular, was one and the same. Until the fifth century, many Taoists considered Buddhism as one more method of reaching Taoist goals. In the third century Wang Fo wrote a famous pamphlet, in which he represented Buddhism as the result of "the conversion of the Barbarians by Lao-tzu".

Taoist terminology was often deliberately used to explain Buddhist concepts and in any case many of the Chinese

化胡經) nhằm đả kích và bóp méo tư tưởng Phật giáo. Trong đó ông dựng chuyện Lão Tử sang Ấn Độ giáo hóa cho Phật Thích-ca. Hồ là tên chỉ dân Ấn Độ, bị người Trung Hoa lúc ấy xem như một giống dân "mọi rợ".

chừng mực nào đó cũng ảnh hưởng đến cách dùng của chúng trong Phật giáo. Chẳng hạn như chữ đạo (道)) khi được dùng để dịch chữ mārga trong tiếng Sanskrit, có nghĩa là con đường, liền tự nhiên được thêm vào nhiều hàm nghĩa theo Lão giáo, vượt ra ngoài những ý nghĩa diễn đạt trong nguyên bản tiếng Sanskrit, một sự khác biệt không thể ngờ trước và cũng không hề được tính đến. Từ niệm xứ (念處) là tương đương với chữ satipatthāna, thường được xem là giống như chữ niệm xứ của Lão giáo, có nghĩa là sự duy trì sinh khí. Từ nairātmya được dịch với nghĩa như "không có sắc thân", dễ bị hiểu sai thành sự hiện hữu không có thân xác, hay trong một linh hồn. Và tánh không được nhận hiểu giống như thái hư (太虛), hay trạng thái "hỗn mang vô vật" của Lão Tử, tức là cái không từ khởi nguyên, cái không bao trùm cả vũ trụ, giống như một bào thai cưu mang hết thảy vạn hữu. Với một nhà tư tưởng tiêu biểu như Huệ Viễn thì pháp thân tương đương với thực tại cao nhất, là sự thể hiện tự tính, là bậc thánh hiền hay vĩ nhân của những người theo Lão giáo cải cách, là đức Phật, là phần tinh túy trong trung tâm của vạn hữu, và là linh hồn của thế giới. Những ý tưởng của Phật giáo thường được tự do diễn dịch bằng cách dùng những từ ngữ trích ra từ các tác phẩm của Lão tử, Trang tử hoặc Kinh Dịch, và rất thường khi thế giới quan Lão giáo được hiểu như thuộc về hệ thống tư tưởng Phật giáo.

Ảnh hưởng của Khổng giáo ít được nói đến, mặc dù vậy vẫn được thấy rõ trong việc phiên dịch kinh điển. Suốt trong giai đoạn này, bất kỳ ý tưởng hay từ ngữ nào không phù hợp với những chuẩn mực của Khổng giáo trong các vấn đề như đạo đức gia đình, quan hệ nam nữ, sự tôn kính đối với bề trên trong quan hệ xã hội... đều được hết sức quan tâm thay thế bằng những cách diễn đạt hoặc từ ngữ khác.

equivalents of *Sanskrit* technical terms had first been used with a Taoist meaning, which to some extent influenced their use also in Buddhist contexts. A word like tao, used to translate marga, or "Path", would automatically carry with it many Taoist connotations and overtones quite unforeseen and unintended in the *Sanskrit* scriptures of India. Shou-yi, the equivalent of **satipaṭṭhāna**, was often equated with the Taoist Shou-yi meaning the retention of the flame of life; or **nairātmya**, translated as the "absence of shen (body)", was easily misunderstood as existence without a body, or in a spirit body; and "Emptiness" was identified with pen-wu, the "Original Non-existence" of Lao-tzu, the "Void filled to the brim", which, like a womb, carries all existence within it. To a representative thinker like Hui-Yuan the Dharmakaya is equivalent to the Highest Being, Personified Nature, the Sage or Great Man of the Neo-Taoists, the Buddha, the Spirit in the Centre of Existence, and the World Soul. Buddhist ideas were freely interpreted by the use of phrases taken from Lao-tzu, Chuang-tzu and the Book of Changes and it was quite usual to read the Taoist world-view into the Buddhist system.

Less pronounced was the influence of Confucianism, which nevertheless made itself felt in the translation of the Sutras. During this period great care was taken to alter any sentiments or phrases which would offend the Confucian sense of propriety in such matters as family ethics, the relation between the sexes and the attitude to social superiors.

Vấn đề chính mà tín đồ Phật giáo Trung Hoa quan tâm trong suốt giai đoạn này xuất phát từ truyền thống Lão giáo và liên quan đến mối quan hệ giữa hữu (有) và vô (無), vốn sau này được xem như đồng nghĩa với "tánh không" trong các bản văn tiếng Sanskrit. Sự tranh luận về vấn đề này dẫn đến việc hình thành bảy bộ phái. Trong đó, trường phái "bản lai không" của ngài Đạo An[1] dạy rằng cái không có trước hết thảy mọi hình thức của sự tiến hóa, và tánh không là sự khởi đầu của vô số hình tượng vật thể. Giáo thuyết do ngài giảng dạy được vận dụng thay đổi khác đi để hình thành một trường phái thứ hai.

Trường phái thứ ba tập trung vào vấn đề tánh không của vật chất. Trường phái thứ tư dạy về sự vô tâm, nghĩa là khi bậc thánh không chú tâm vào vạn vật, điều đó không có nghĩa là chúng không hiện hữu. Như vậy dẫn đến yêu cầu là chúng ta phải dừng mọi suy nghĩ trong tâm tưởng và không để cho ngoại cảnh tác động vào. Điều này về sau được nhắc lại rất nhiều lần trong Phật giáo Trung Hoa.

Trường phái thứ năm nói về những ấn tượng được chất chứa, cho rằng tất cả mọi hiện tượng đều là những ảo ảnh như trong một giấc mộng, gây ra bởi tâm thức, và sẽ chấm dứt cùng với nguồn gốc của chúng khi ta tỉnh mộng. Khi ấy, thế giới này được nhìn thấy như trống rỗng, và mặc dù tâm đã tịch diệt, nhưng không có gì mà tâm lại không tạo tác được.

Trường phái thứ sáu là trường phái ảo giác hiện tượng, dạy rằng tất cả các pháp đều chỉ là ảo giác như nhau, và ảo giác ấy hợp thành những gì gắn liền với sự thực thông

[1] Thích Đạo An (312-385), học trò ngài Phật Đồ Trừng và là cao tăng kiệt xuất đời Đông Tấn. Ngài là người có công hoằng hóa Phật pháp, giảng giải nhiều kinh điển và đã có công trình kê cứu các bản kinh văn từ trước cho đến thời

The main problem which interested the indigenous Buddhists during this period was taken from the Taoist tradition and concerned the relationship of being (yu) and non-being (wu) which later they identified with the "emptiness" (Sunyata) of the *Sanskrit* writings. The discussion of this problem led to the emergence of "the seven schools". Among these Tao-an's (312-85) School of Original Non-being taught that "non-being lies prior to the myriad kinds of evolution, and emptiness is at the beginning of the multitudinous shapes of physical things". The variations of this doctrine are counted as the second school.

The third concentrated on the question of the emptiness of matter. The fourth teaches "the non-being of mind" which means "that the sage lacks any deliberate mind toward the ten thousand things; it does not mean that these things themselves are ever non-existent". This leads to the demand that we should "stop the activities of the mind within, and not let it be impeded by external matter", which is re-echoed in Chinese Buddhism again and again.

The fifth, the "school of stored impressions", maintains that all phenomena are apparitions in a dream caused by mind and consciousness and will cease, together with their source, when we awaken from this dream. "Then the triple world is seen to be empty, and although the mind is extinguished, there is nothing it cannot produce."

The sixth, called the "school of phenomenal illusion",

của ngài. Công trình được ghi lại trong cuốn Đạo An Lục nhưng đã thất lạc, chỉ biết là ngài Tăng Hựu về sau có sử dụng quyển này để soạn bộ Xuất Tam Tạng Ký Tập. Ngài là người đầu tiên khởi xướng việc tăng sĩ lấy chữ Thích làm họ thống nhất trong danh hiệu. Về phương diện tu tập, ngài giảng dạy việc kết hợp Thiền định và Trí tuệ trong công phu hành trì, và lấy kinh Bát-nhã Ba-la-mật-đa làm tông chỉ.

thường. Nhưng thần thức là chân thật và không phải trống rỗng, và do vậy gắn liền với chân lý cao nhất. Bởi vì nếu như ngược lại, thần thức là trống không, thì giáo lý Phật giáo có thể truyền dạy cho ai, và ai là người theo đuổi đạo Phật, từ bỏ thế gian và chứng đắc thánh quả? Do nơi đó, chúng ta biết rằng thần thức không phải là trống không.

Trường phái thứ bảy nói về sự kết hợp các nguyên nhân, xác định dứt khoát rằng sự hiện hữu, hay những thực thể của thế gian, đều là do sự kết hợp của những nguyên nhân, và sự cắt đứt mối quan hệ của chúng dẫn đến sự không hiện hữu, là chân lý cao nhất.

Khoảng 400 công trình học thuật của Ngài Cưu-ma-la-thập đã củng cố thêm cho Phật giáo và tạo ra một uy tín lớn lao. Ngài là người xứ Quy Tư,[1] sinh vào năm 344. Cha ngài là người Ấn Độ. Năm 384, ngài được mang về Trung Hoa như một chiến lợi phẩm.[2] Sau đó ngài đến sống ở Lương châu, tỉnh Cam Túc trong 15 năm rồi được đón về thủ đô Trường An vào năm 402 . Nơi đây, ngài được tôn xưng là Quốc sư, và mất vào năm 413.

Ngài được sự bảo trợ của Hoàng đế Diêu Hưng và dịch rất nhiều kinh điển. Ban đầu ngài theo Nhất thiết hữu bộ, nhưng về sau, ngay lúc vẫn còn ở Quy Tư, ngài chuyển sang theo giáo lý [Đại thừa] của ngài Long Thọ.

Hai đệ tử quan trọng nhất của ngài là Tăng Triệu (384-414) và Đạo Sinh (vào khoảng 360-434).

[1] Kucha, tức là nước Quy Tư (龜茲), cũng đọc là Khưu Từ, Khâu Tư, hoặc Diêu Tần thuộc xứ Tân Cương ngày nay.

[2] Đây là cuộc chiến tranh xâm lược của nhà Tiền Tần. Vua Tiền Tần lúc ấy là Phù Kiên, vào năm 383 sai Lã Quang mang quân sang đánh Quy Tư. Lã Quang thắng trận, trong số tù binh mang về có ngài Cưu-ma-la-thập. Giữa đường, Quang nghe nhà Tiền Tần đã mất, Hậu Tần lên thay, liền không về nữa mà đóng quân lại ở Lương Châu, tự lên ngôi vua, lập ra nhà Lương.

taught that "all dharmas are equally illusory and, being so, constitute what pertains to ordinary truth. But the spirit (shen) of the mind is genuine and not empty, and as such pertains to the highest truth. For if this spirit were likewise empty, to whom could the Buddhist doctrine be taught and who would be there to cultivate its path, renounce the world and become a Sage? Hence we know that the Spirit is not empty."

The seventh "school of causal combination" finally asserted that being, or worldly truth, results from the combination of causes and their disconnection leads to non-being, which is the highest truth.

About 400 Kumdrajiva's scholarly work consolidated Buddhism and gave it greater prestige. He came from Kucha, born in 344 of an Indian father. Carried off as war booty to China in 384, he lived for fifteen years in Leang-chou in Kansu, and was taken in 402 to the capital of Chang-an, where he became Kuo-Shih, or Director of Religious Instruction, and died in 413.

He enlisted the patronage of the emperor Yao Hsing, and translated more than a hundred works. Originally he was a Sarvastivadin monk, but later, while still in Kucha, he was converted to the doctrines of Nagarjuna.

His two most important disciples were Seng-chao (384-414) and Chu Tao-sheng (c. 360-434).

Ngài Cưu-ma-la-thập cũng bị giam giữ ở đó. Về sau, vua Hậu Tần là Diêu Hưng sai Diêu Thạc Đức mang quân đánh dẹp nhà Lương, dùng lễ quốc sư mà đón rước ngài về Trường An vào khoảng năm 401. Vua hết sức tôn kính và giúp đỡ mọi điều kiện cho ngài chủ trì việc phiên dịch kinh điển tại kinh đô. Ngài mất năm 413, sau 12 năm dồn hết tâm lực vào việc phiên dịch kinh điển, được hơn 380 quyển. Hiện trong Đại Tạng Kinh còn giữ lại được 55 bộ kinh do ngài dịch, chưa đến 300 quyển.

Các tác phẩm của Tăng Triệu được thu góp lại trong bộ Triệu luận, cho thấy sự kết hợp lý thú giữa Phật giáo và Lão giáo cải cách. Vào giai đoạn này, những đối kháng cơ bản trong tư tưởng Phật giáo được xem như tương đương với trong phái Lão giáo cải cách. Sự tương phản giữa cái tuyệt đối và chuỗi sinh diệt tạm bợ dường như tương ứng với cái không và cái có; sự tương phản giữa cái thường và vô thường là tương ứng với cái tĩnh và cái động; và sự tương phản giữa Niết-bàn và luân hồi là tương ứng với vô vi và hữu vi. Tăng Triệu bàn luận về triết lý Phật giáo Đại thừa trên cơ sở những sự tương ứng này, và những quan điểm của ông là những quan điểm đầu tiên hình thành nên hệ thống triết học Phật giáo Trung Hoa truyền lại cho đến nay.

Đạo Sinh tỏ ra là một trong những cốt lõi của Phật giáo Trung Hoa khi ông nói: “Từ khi kinh điển được truyền qua phía Đông (Trung Hoa), những người phiên dịch đã liên tục gặp phải những trở ngại, và nhiều người bị trói buộc bởi việc bám chặt lấy văn từ, kết quả là chẳng mấy ai có thể hiểu được trọn vẹn ý nghĩa. Chỉ khi nào họ chịu quên đi những chuyện vặt vãnh mà nắm lấy điều cốt yếu, lúc ấy mới có thể bắt đầu luận bàn về Đạo.”

Một trong những vấn đề làm bận tâm các tín đồ Phật giáo Trung Hoa vào thời đó là vấn đề số phận của những kẻ gọi là nhất-xiển-đề.[1] Liệu có chúng sanh nào có thể gọi là nhất-xiển-đề, vĩnh viễn không đạt đến quả Phật hay không? Ngược lại với phần đông các học giả khác, Đạo Sinh khẳng định rằng nhất-xiển-đề cũng có tánh Phật, và do đó có thể thành Phật. Ngay trong đời ông, trọn bộ kinh Đại-bát Niết-

[1] Icchantikas, Hán dịch âm là nhất-xiển-đề (一闡提), dịch nghĩa là đoạn thiện căn (斷善根) hay tín bất cụ túc (信不具足), tức là những kẻ mất niềm tin nơi Phật pháp, và được xem là tội lỗi nặng nề nhất.

Seng-chao's writings, collected under the title "Book of Chao", represent an interesting combination of Buddhism and Neo-Taoism. On this period the basic oppositions within Buddhist thinking were considered equivalent to those of Neo-Taoism. The contrast between the Absolute (bhutatathata) and the temporal sequence of production and stopping seemed to correspond to that between non-being (wu) and being (yu); that between permanence and impermanence to that between quiescence (ching) and movement (tung)', and the contrast between **Nirvāṇa** and Samsara to that of non-activity (wu wei) and having activity (yu wei). Seng-chao discussed the Buddhist philosophy of the **Mahāyāna** on the basis of these equivalences and his views are the first formulated indigenous Chinese Buddhist philosophical system which has come down to us.

Tao-sheng sounded one of the leitmotifs of Chinese Buddhism when he said: "Ever since the transmission of the scriptures eastward (i.e. to China), their translators have encountered repeated obstacles, and many have been blocked by holding too narrowly to the text, with the result that few have been able to see the complete meaning. Let them forget the fish-trap and catch the fish. Then one may begin to talk with them about the Way (Tao)"

One of the questions which agitated the Chinese Buddhists of that time was that of the destiny of the Icchantikas. Are there any beings called icchantikas (a word of unknown etymological derivation), who are forever excluded from Buddhahood? Tao-sheng asserted, in opposition to most other scholars, that the icchantikas also possess the Buddha-nature and are therefore capable of achieving Buddhahood.

bàn đã đến được Trung Hoa, xác nhận cho sự đúng đắn của quan điểm này.

Đạo Sinh cũng dạy rằng: "Tánh Phật chỉ được thành tựu qua sự đốn ngộ." Đối với những người đương thời với ngài, đây là một giáo lý có vẻ mới mẻ, nhưng rồi sự phủ nhận việc tiệm ngộ[1] từ đó tiếp tục là một trong những đặc điểm của Phật giáo Trung Hoa.

Vào thế kỷ 5, một vị học quan là Lư Trình (425-494) đã từng cho rằng khác biệt này cần chú ý nhiều vào đặc điểm tâm lý dân tộc. Ông nói: "Người Trung Hoa có khả năng nhận hiểu chân lý bằng trực giác, hay là sự phản hồi chân lý, nhưng họ lại thấy khó khăn khi thu thập tri thức. Bởi đó họ khước từ việc góp nhặt kiến thức nhưng sẵn sàng chấp nhận chân lý tối thượng. Ngược lại, người Ấn Độ có khả năng học hỏi dễ dàng, nhưng lại khó khăn trong việc hiểu được chân lý bằng trực giác. Bởi vậy họ phủ nhận ý tưởng về sự đốn ngộ mà chấp nhận việc tiệm ngộ."

Thật ra, tín đồ Phật giáo Ấn Độ đã có phân biệt giữa tiệm ngộ và đốn ngộ, nhưng vẫn xem đốn ngộ là giai đoạn cuối cùng theo sau tiệm ngộ, và không ai nghĩ đến việc chọn lựa giữa đốn hay tiệm. Ngài Đạo Sinh vào thời ấy biện luận rằng bởi vì tánh không tuyệt đối của Niết-bàn chắc chắn là hoàn toàn khác biệt với tất cả những sự việc tương đối khác, cho nên sự giác ngộ phản ánh Niết-bàn cũng phải hoàn toàn khác so với tất cả những giai đoạn tinh thần nào hướng đến những sự việc khác. Theo như vậy thì sự giác ngộ, nếu như

[1] Ngài Đạo Sinh cho rằng giữa mê và ngộ chỉ là một sự thay đổi tức khắc (đốn ngộ), và không thể có sự giác ngộ dần dần (tiệm ngộ). Theo quan điểm này, những công phu tu tập hay thực hiện các việc lành chỉ là nhằm chuẩn bị cho

During his own lifetime a fuller text of the Great Nirvāṇa Sutra reached China and confirmed his views.

Tao-sheng also taught that "Buddhahood is achieved through instantaneous enlightenment". To his contemporaries this teaching appeared to be a "new doctrine", and the denial of a gradual enlightenment continued to be one of the special features of Chinese Buddhism.

In the fifth century already Lu-cheng (425-94), a scholar-official, ascribed this difference in emphasis to a difference in national psychology. "The people of China have a facility for comprehending Truth intuitively or 'mirroring' it, but difficulty in acquiring learning. Therefore they close themselves to the idea of accumulating learning, but open themselves to that of one final ultimate. The *Hindus*, on the other hand, have a facility for acquiring learning, but difficulty in comprehending Truth intuitively. Therefore they close themselves to the idea of instantaneous comprehension, but open themselves to that of gradual enlightenment."

In fact, Indian Buddhists had made a distinction between "gradual" and "sudden" enlightenment, but had regarded the second as the final stage of the first and nobody had thought of taking sides for one or the other. Tao-sheng now argues that, since the absolute emptiness of Nirvāṇa is absolutely and totally different from all conditioned things, the enlightenment which mirrors it must also be totally different from all mental stages which are directed on other things. In consequence, enlightenment, if it is to be

sự chín mùi của thời điểm giác ngộ, nhưng tự thân chúng không mang tính chất giác ngộ. Khi việc tu tập đã viên mãn, người tu chỉ trong khoảnh khắc đạt đến giác ngộ, và trước khoảnh khắc ấy vẫn là mê lầm.

có thể đạt đến, chỉ có thể là đạt đến một cách hoàn toàn trọn vẹn, chứ không thể theo cách dần dần hoặc từng phần.

Dĩ nhiên là cần phải có nhiều giai đoạn chuẩn bị trước khi có được sự đốn ngộ cuối cùng. Nhưng những giai đoạn đó nên gọi là phần kiến giải, vẫn nằm trong thế giới hiện tượng và không thuộc về chính kinh nghiệm chứng ngộ thực sự. Bởi vì khi sự giác ngộ duy nhất được đạt đến thì hết thảy mọi trở ngại đều đồng thời chấm dứt. Cái nhìn cuối cùng là sự trừ diệt tất cả những mối ràng buộc, giải thoát hoàn toàn ra khỏi chúng, bởi vì cái chân thật thì thường tồn, nên những gì không bền vững tức là giả tạo.

Từ thời của ngài Đạo Sinh về sau, vấn đề này liên tục gây tranh luận ở Trung Hoa, và các học giả đã phân chia thành hai phái ủng hộ cho hai quan điểm đốn ngộ và tiệm ngộ.

Chúng ta đã bàn qua về những giáo lý siêu hình. Trong khi đó, về phần tín ngưỡng bình dân thì chỉ hoàn toàn quan tâm đến việc được vãng sanh về cõi Phật. Vào thời đó, có ba cõi Phật chính - một là cõi Phật Dược Sư ở phương Đông, hai là cõi Phật A-di-đà ở phương Tây, và ba là cõi Phật Di-lặc[1] trong tương lai ở thế giới này.

Sự thờ kính Phật Bất Động được xác nhận là có từ đời Hán. Những người tin theo được khuyên là nên học theo ngài, không bao giờ có ý thù hằn hay giận tức với ai, để có thể được vãng sanh về cõi nước Điều Hỷ[2] của ngài, nằm ở rất xa về phương Đông. Dần dần, sự sùng bái đức Phật A-di-đà trở nên phổ biến hơn. Điều này được khởi xướng đầu tiên nhờ vào các bản dịch kinh điển và sự giáo hóa của một vị hoàng tử nước An Tức là ngài An Thế Cao vào khoảng năm 150.

---

[1] Thật ra, ngài Di-lặc được cho là hiện đang ở cõi trời Đâu-suất, nên những người phát nguyện vãng sanh về cõi của ngài tức là sanh lên cõi trời Đâu-suất.

achieved at all, can be achieved only in its totality, and not in a gradual or piecemeal fashion.

Many preparatory stages must, of course, precede the final flash of insight, but those ought to be called "learning"; they remain inside phenomenal existence and are not a part of the actual experience of enlightenment itself. For "when the single enlightenment comes, all the myriad impediments are equally brought to an end". The final vision is the total extinction of all ties, final liberation from them, for "what is genuine, that is permanent; what is temporary is false". From Tao-sheng's time onwards this theme was constantly debated in China and the theoreticians were divided into supporters of "gradual" or "instantaneous" enlightenment respectively.

So far about metaphysics. Popular faith, in its turn, was preoccupied with rebirth in Paradise. There were at that time three principal Paradises - that of the Buddha Akshobhya in the East, that of Amitabha in the West, and that of Maitreya at a future time on earth.

The cult of Akshobhya is attested for Han times, and the faithful were advised to imitate him in never feeling wrath or anger for any being, in order that they may be reborn in Abhirati, His kingdom far away on a star in the East. In the course of time the cult of Amitabha proved more popular. It is said to have been first made known by the translations and preachings of the Arsacid prince An-Shih-Kao about AD 150.

Ngài Huyền Trang là một trong số những người phát nguyện như vậy. Còn việc xem thế giới này là một trong ba cõi Phật e không phù hợp với quan điểm người Trung Hoa lúc đó.

[2] Abhirati, Hán dịch là Điều Hỷ Quốc (調喜國).

Vào cuối thế kỷ 4, có ngài Huệ Viễn (334-416) là một người trước kia theo Lão giáo, và ngay cả sau khi tin theo Phật giáo vẫn còn dùng những tác phẩm của Trang Tử để diễn giải về Phật giáo. Ngài đã biến ngôi chùa ở Lư Sơn,[1] Hồ Bắc thành trung tâm thờ phụng lớn. Năm 402, ngài quy tụ một nhóm 124 người cùng cầu nguyện để được vãng sanh về cõi Phật A-di-đà. Nhóm này được gọi là Bạch Liên Xã, và là hình thức đầu tiên của phong trào Tịnh Độ sau này.

Cũng giống như các bộ phái khác của Trung Hoa, Tịnh độ tông chỉ thật sự được thành lập sau năm 500. Phật Dược Sư và Phật A-di-đà là những vị Phật hóa thân chỉ được biết đến bởi tín đồ theo Đại thừa. Trong khi đó, Phật Di-lặc là vị Phật tương lai sẽ xuất hiện nơi thế giới này thì được cả Đại thừa và Tiểu thừa biết đến. Những kinh điển mô tả sự uy nghiêm của thế gian vào lúc ngài hạ sanh đều được dịch ra chữ Hán vào thời kỳ thứ hai này. Nhưng niềm tin tưởng đối với ngài phổ biến nhất ở Trung Hoa là vào khoảng những năm 400 đến 650, và sự sùng bái ngài dường như phần lớn được khuyến khích bởi phái Du-già.

[1] Tức là chùa Đông Lâm, một trung tâm lớn của vùng phía Nam.

At the end of the fourth century, Hui-Yuan (334-416), a former Taoist, who even after his conversion to Buddhism still used Chuang-tzu's writings to explain his new faith, made the Lu-Feng monastery in Hupeh into a centre of the cult. In 402 a group of 124 persons was formed who prayed to be reborn in Amida's Paradise. This group was later on called the "Fellowship of the White Lotus" and was the prototype of the later Ching-t'u movement.

Like the other Chinese schools, the Ching-t'u or "Pure Land" school was really founded only after AD 500. Akshobhya and Amitabha are cosmic Buddhas known only to the Mahāyāna. Maitreya, on the other hand, is the future Buddha due to appear on this earth, and he is known to both Mahayanists and Hinayanists. Sutras describing the splendour of the earth at the time of His coming were translated into Chinese in this our second period, but Maitreya's greatest popularity in China lay between c AD 400 and 650 and His cult seems to have been largely stimulated by the Yogacarin school.

CHƯƠNG III: THỜI KỲ THỨ BA (TỪ NĂM 500 ĐẾN NĂM 1000)

1. ẤN ĐỘ

Sự kiện quan trọng nhất ở Ấn Độ vào thời kỳ thứ ba này là sự ra đời của những kinh điển Tan-tra.[1] Thêm vào đó, chúng ta sẽ phải nói qua về sự tổng hợp của tư tưởng Đại thừa, sự phát triển của lý luận và những thành quả của Tiểu thừa.

Thể loại kinh điển Tan-tra là thành quả sáng tạo thứ ba, và là cuối cùng của tư tưởng Phật giáo Ấn Độ.[2] Sự sáng tạo này trải qua gần như ba giai đoạn.

Giai đoạn đầu có thể gọi là Chân ngôn thừa.[3] Khởi đầu vào thế kỷ 4 và tạo được đà phát triển từ sau năm 500. Những gì mà bộ phái này đạt được là làm phong phú thêm cho Phật giáo bằng cách thêm vào những yếu tố phụ có tính cách thần bí truyền thống, và sử dụng chúng vào mục đích làm cho việc đạt đến giác ngộ trở nên dễ dàng hơn. Theo phương thức này, rất nhiều các hình thức thần bí như man-tra, mu-dra, mạn-đà-la... và nhiều vị Phật, Thánh được thêm vào Phật giáo theo một cách có phần nào đó không được hệ thống hóa.

Và điều này được nối tiếp bởi một sự hệ thống hóa vào sau năm 750, với Kim cang thừa kết hợp tất cả những giáo

---

[1] Hán dịch âm là Át-đặc-la (怛特羅), nguyên nghĩa là tấm lưới dệt, mối liên hệ, sự nối tiếp, liên tục thống nhất thể, đôi lúc còn được dịch là Nghi quỹ. Đây là một danh từ trừu tượng, rất khó dịch, nên phần lớn các ngôn ngữ trên thế giới (Anh, Pháp, Đức...) đều không có từ tương đương. Trong Phật giáo Tây Tạng, Tan-tra chỉ tất cả các kinh sách về nhiều ngành khác nhau (Tan-

Chapter 3: The Third Period AD 500-1000

1. INDIA

The most important event in India in this third period is the emergence of the Tantra. In addition we will have to say a few words about the Pāla synthesis of Mahayana thought, the development of logic, and the doings of the Hinayanists.

The Tantra is the third, and last, creative achievement of Indian Buddhist thought. It went through roughly three phases.

The first may be called Mantrayana. It began in the fourth century, gained momentum after AD 500, and what it did was to enrich Buddhism by the appurtenances of magical tradition, utilizing them for the purpose of facilitating the search for enlightenment. In this way many mantras, mudras, mandalas and new deities were more or less unsystematically introduced into Buddhism.

This was, after 750, followed by a systematization, called the Vajrayana, which co-ordinated all previous

---

tra y học, Tan-tra thiên văn...), nhưng trong nghĩa hẹp Tan-tra chỉ cho sách vở nói về phép tu thiền định của Kim cương thừa và cũng được dùng để chỉ những phép tu thiền định này.

[2] Ba sự sáng tạo được đề cập ở đây là: 1. Kinh điển nguyên thủy, 2. Kinh điển Đại thừa, và 3. Kinh điển Tantra.

[3] Mantrayanā, cũng gọi là Chân âm thừa, chỉ chung những người theo phương pháp hành trì có sử dụng Man-tra, tức là những chân ngôn có sức mạnh huyền bí.

lý trước đó với năm vị Như Lai. Dần dần, các khuynh hướng và hệ thống tiến xa hơn nữa xuất hiện. Đáng chú ý trong số đó là Câu sanh thừa, giống như Thiền tông của Trung Hoa, nhấn mạnh sự thực hành công phu thiền định và rèn luyện trực giác, giảng dạy bằng cách đặt ra những câu hỏi khó giải quyết, những vấn đề mâu thuẫn và những hình ảnh cụ thể, tránh rơi vào những học thuật không còn sức sống, bằng cách không cố chấp vào các giáo lý cứng nhắc.

Cho đến cuối thời kỳ này, vào thế kỷ 10, xuất hiện phái Thời Luân, nổi bật lên với sự gia tăng mức độ dung hòa và chú trọng nhiều đến khoa chiêm tinh.

Trào lưu mới này phát triển ở miền nam và tây bắc Ấn Độ. Những ảnh hưởng của nước ngoài, từ Trung Hoa, Trung Á và các vùng biên giới bao quanh Ấn Độ đóng vai trò quan trọng trong việc định hình cho nó.

Còn có sự hấp thụ nhiều tư tưởng của các bộ tộc nguyên khai nằm ngay trong lòng xứ Ấn. Những Tan-tra cố gán một vai trò tôn kính, dù chỉ là thứ yếu, cho tất cả những linh thần, yêu tinh, thần tiên, ác quỷ, hung thần, ma quái... vốn đã từng ám ảnh trong trí tưởng tượng của những người bình dân, như những chuyện phù phép gắn chặt với tất cả những người dân du mục và nông dân. Bước tiến xa hơn trong việc bình dân hóa Phật giáo như thế là nhằm mục đích tạo ra một nền móng vững chắc hơn nữa trong xã hội. Nhưng đối với tầng lớp trí thức, vẫn có sự khác biệt quan trọng: những kẻ ngoại đạo dùng pháp thuật để đạt được quyền lực, trong khi tín đồ Phật giáo sử dụng nó để thoát khỏi những ngoại lực xa lạ với bản tánh chân thật của chính mình.

Những Tan-tra khác biệt với kinh điển ban đầu của Đại thừa trong việc xác định mục đích nhắm đến, và khác biệt về

teachings with a group of Five Tathagatas. In the course of time, further trends and systems made their appearance. Noteworthy among them is the Sahajayana, which, like the Chinese Ch'an school, stressed meditational practices and the cultivation of intuition, taught by riddles, paradoxes and concrete images, and avoided the fate of turning into a dead scholasticism by holding on to no rigidly defined tenets.

Towards the end of our period, in the tenth century, we have the Kalacakra, "Wheel of Time", which is marked by the extent of its syncretism and by its emphasis on astrology.

This new movement arose in the South and the North-West of India. Non-Indian influences, from China, Central Asia and the border lands round India, played a great part in shaping it.

There was also much absorption of ideas from aboriginal tribes within India itself. The Tantra endeavoured to assign an honoured, though subordinate, role to all the spirits, sprites, fairies, fiends, demons, ogres and ghosts which had haunted the popular imagination, as well as to the magical practices so dear to all nomadic and agricultural populations. This further step in popularizing the religion aimed at providing it with a more solid foundation in society. But as far as the elite was concerned, there was the important difference that non-Buddhists use magic to acquire power, whereas the Buddhists do so to free themselves from the powers alien to their own true being.

The Tantra departed from the early Mahāyāna in its definition of the goal and of the ideal type of person and

khuôn mẫu lý tưởng của người tu tập, cũng như về phương pháp truyền dạy. Mục đích vẫn là đạt đến quả Phật, nhưng không còn là trong một tương lai xa xôi vô tận nhiều đời nhiều kiếp nữa, mà là ngay trong hiện tại, trong chính thân xác này, chỉ trong một niệm tưởng, thành tựu một cách kỳ diệu nhờ vào một phương tiện mới, nhanh chóng và dễ dàng. Bậc thánh lý tưởng giờ đây là một vị Tất-đạt,[1] hay một vị Pháp sư[2] nhưng tương tự như một vị Bồ Tát đã lên đến Bát địa, với những năng lực thần thông biến hóa thành tựu trọn vẹn.

Về phương pháp truyền dạy, Đại thừa đã nêu rõ giáo lý của họ trong những kinh và luận được phổ biến rộng rãi, sẵn có cho bất cứ ai quan tâm tìm học và có đủ trí tuệ để nhận hiểu. Thay thế vai trò của những kinh luận ấy, giờ đây chúng ta chứng kiến sự hình thành của một khối lượng khổng lồ các Tan-tra, loại kinh văn bí truyền chỉ dành riêng cho một số ít người được chọn lựa, và được một đạo sư truyền dạy theo cách thích hợp. Những Tan-tra được cố ý viết ra bằng một loại ngôn ngữ bí ẩn và khó hiểu, tự chúng là vô nghĩa nếu không có sự trực tiếp giảng giải của một vị thầy đã học được những bí mật trong đó.

Những bí ẩn được giữ kín, và cho dù có đến hàng ngàn kinh Tan-tra vẫn tồn tại, nhưng các học giả hiện đại rất ít khi hiểu được chút ý nghĩa nào trong đó. Một phần là vì họ bị chìm đắm trong những giả thuyết khoa học của thời đại nên có rất ít sự đồng cảm với cách suy nghĩ có tính chất huyền bí này.

Những nguyên tắc chính trong việc truyền dạy Tan-tra có thể hiểu được với phần nào chắc chắn, nhưng chi tiết

[1] Siddha, Hán dịch âm là Tất-đạt (悉達), dịch nghĩa là Thành tựu giả (成就者), tức là người đã thành tựu trong việc tu tập.

also in its method of teaching. The aim is still Buddhahood, though no longer at a distant future, aeons and aeons hence, but Buddha-hood right now, "in this very body", "in the course of one single thought", achieved miraculously by means of a new, quick and easy way. The ideal saint is now the Siddha, or magician, who has, however, some resemblance to a Bodhisattva as he was said to be after the eighth stage, with his wonder-working powers fully developed.

As for the method of teaching, the **Mahāyāna** had stated its doctrines in Sutras and Sastras which were public documents, available to anyone sufficiently interested to procure, and sufficiently intelligent to understand them. In their stead we now witness the composition of a new vast canonical literature of Tantras, which are secret documents destined only for a chosen few who are properly initiated by a guru, or teacher, and which are phrased in a deliberately mysterious and ambiguous language, meaningless in itself without the oral explanations of a teacher who had been properly initiated into its secrets.

The secret has been well kept, and although thousands of Tantras are still extant, modern scholars seldom have a clue to their meaning, partly because, hypnotized by the "scientific" assumptions of their own age, they have little sympathy with magical modes of thinking.

The general principles of Tantric teaching can be inferred with some certainty, but the concrete detail, which

[2] Trong ý nghĩa người có thể điêu luyện trong việc thực hiện các phép thuật mầu nhiệm.

cụ thể, vốn gắn liền với công phu thực hành thiền định và mang lại ý nghĩa thật sự thì không thể nắm bắt được. Không giống như Đại thừa trước đây, những người biên soạn Tan-tra không nối kết những kinh văn mới của họ với đức Thích-ca Mâu-ni, mà nói rất xác quyết rằng đó là của một vị Phật trong truyền thuyết, đã thuyết giảng những kinh văn này từ thời quá khứ rất lâu về trước.

Những nền tảng để phát minh ra loại kinh văn mới này vốn đã sẵn có trong trường phái Du-già. Trường phái này đã hệ thống hóa những kinh nghiệm đạt được trong quá trình thiền định với sự tập trung cao độ, và các hành giả Du-già tin rằng những gì họ thấy được trong thiền định gần với thực tại hơn nhiều so với những gì chúng ta gọi là "thực tiễn", hơn cả những thời gian hay nơi chốn, hơn cả những con người với những họ tên và tiểu sử. Và do đó, họ thường tuyên bố về một bản kinh nào đó là theo sự truyền dạy của một vị Phật, chẳng hạn như đức Phật Di-lặc, và họ quên đi việc đề cập đến tên tuổi cụ thể của người đã nhận sự truyền dạy đó. Như vậy, họ gây rất nhiều khó khăn cho việc nghiên cứu lịch sử hiện đại, mặc dù theo quan điểm riêng của họ thì tất cả những gì là cốt lõi, cần thiết đều đã được ghi chép đủ.

Trong một thời gian dài, những người thuộc phái Du-già cũng tỏ ra hết sức quan tâm đến những phương thức truyền pháp bí mật hơn nữa, và bộ Nhiếp đại thừa luận (攝大乘論) của ngài Vô Trước có phân loại rất rõ những phương thức được phép sử dụng để truyền đạt mật nghĩa, khi điều được nói ra khác với những gì thật sự muốn nói. Thật ra, chính từ trường phái Du-già của Đại thừa mà những ý tưởng và sự hành trì các Tan-tra được sản sinh ra.

Khuynh hướng mới tất yếu sẽ làm suy yếu hệ thống tự viện. Sự phát triển các nhóm nhỏ môn đồ phụ thuộc hoàn

is bound up with actual yogic practices and constituted the real message, eludes our grasp. Unlike the early Mahayanists, the Tantric authors no longer link their scriptures with Sakyamuni, but frankly assign them to some mythical Buddha Who is said to have preached them at some remote and distant past.

The foundations for these new literary conventions were laid already in the Yogacara school. That school systematizes the experiences gained in the course of an excessively introverted transic meditation, and the Yogins were convinced that the visions they had in trance had much greater reality than what we call "facts", than dates or localities, than individuals, their names and biographies. In consequence they tell us that certain works are due to the inspiration of, say, "Maitreya" and forget to mention the individual name of the human author who took down the inspiration. They thus cause great difficulties to modern historical research, though in their own view they tell us all that is essential and needful.

The Yogacarins had also for a long time shown a keen interest in the more secretive modes of conveying information, and Asanga's Mahayanasamgraha contains a fine classification of the permissible ways by which a "hidden meaning" may be conveyed, when one says something different from what one really wants to say. It was in fact from the Yogacara branch of the Mahāyāna that the Tantric ideas and practices originated.

The new trend was bound to weaken the monastic system. By fostering the development of small conventicles

toàn vào từng vị đạo sư đã thúc đẩy việc phân tán tăng đoàn thành các nhóm hành giả Du-già tự lập. Nhiều người trong số đó tin rằng họ đã trưởng thành về mặt tâm linh đủ để không cần đến sự kiềm chế bởi giới luật trong tự viện nữa. Một số khác, do lối sống không đúng đắn của chính mình nên cố ý xúc phạm đến cuộc sống khắc khổ của những vị tăng bình thường.

Sự phát triển của Tan-tra ban đầu là một phản ứng tự nhiên chống lại các khuynh hướng lịch sử đối nghịch đang ngày càng gia tăng, đe dọa bóp chết sự phát triển của Phật giáo Ấn Độ. Để tự bảo vệ, những người truyền nối Phật giáo ngày càng phải vận dụng nhiều hơn những sức mạnh siêu nhiên huyền bí và cầu khẩn sự giúp đỡ của nhiều vị thần linh hơn, những vị mà họ tin chắc là đã hiện ra rất thật trong lúc họ thực hành công phu thiền định.

Trong số các thần linh này, những vị có dáng vẻ giận dữ, như các vị hộ pháp, cũng gọi là thiên tướng Vi-đà, được chú ý đến rất nhiều. Họ vốn có bản chất hiền thiện, nhưng hiện ra vẻ ngoài rất dữ tợn để bảo vệ những tín đồ trung thành.

Thật thú vị khi có thể nhận ra là vào thời đó, để tìm kiếm sự an ổn, tín đồ Phật giáo ngày càng đặt niềm tin nhiều hơn vào các vị thần nữ. Khoảng năm 400, thần nữ Đà-la[1] và Bát-nhã Ba-la-mật-đa[2] đã được sùng kính như hai vị Bồ Tát hóa thân. Và không lâu sau đó, lại có thêm 5 vị nữ hộ thần, với hình ảnh Đại khổng tước trên đỉnh đầu.

Sau đó, những người thực hành thiền định huyền vi đến mức độ cao, dần dần đưa thêm vào những vị nữ hộ thần như Thuần-đà, Trì Thế, Phật Mẫu Đảnh Tôn Thắng, Kim Cang

---

[1] Tārā, Hán dịch nghĩa là Độ mẫu (度母) hay Duyên độ mẫu (緣度母), được Phật giáo Tây Tạng tôn thờ như là hiện thân của Bồ Tát Quán Thế Âm.

of disciples who owed absolute submission to their guru it favoured the dispersal of the **Saṅgha** into self-sufficient bands of Yogins, many of whom believed that they were spiritually so developed as not to need the restraint of the monastic rules any longer, while others by their unconventional behaviour liked to cock a snook at the sheltered lives of the ordinary monks.

The mantrayanic development was originally a natural reaction against the increasingly adverse historical trends which threatened to suffocate Indian Buddhism. In their defence and for their protection its adherents now more and more mobilized magical and occult powers and invoked the help of more and more mythological beings, whose actual reality was attested to them in the practice of transic meditation.

Among these great attention was paid to the "wrathful" deities, like the "Protectors of the Dharma", also called **vidyarāja**, "kings of the sacred lore", who are inherently well-meaning, but assume a terrifying appearance to protect the faithful.

It is also interesting to note that in their search for security the Buddhists of that time more and more relied on feminine deities. Already about AD 400 Tara and Prajnaparamita had been adored as celestial Bodhisattvas. They were soon joined by the "Five Protectresses", with Mahamayuri, "the great Pea Hen", at their head.

Later on the practitioners of advanced mystical meditation evolved a whole pantheon of feminine deities, like Cunda, Vasudhara, Usnisavijaya, Vajravarahi,

---

[2] **Prajñā-paramitā**, Bát-nhã ba-la-mật-đa là dịch theo âm, dịch nghĩa là Trí tuệ (智慧). Mật tông cho rằng thần nữ là biểu tượng hiện thân của trí tuệ.

Mẫu, Phật Quán Mẫu... và nhiều vị khác nữa. Những người thực hành pháp thuật đặc biệt sùng bái các vị nữ thần trong truyền thuyết thiêng liêng, và các vị Không Hành Mẫu.[1] Những người bình dân thường được khuyến khích sùng bái các vị nữ thần có thể ban cho họ con cái, hoặc bảo vệ cho khỏi bệnh đậu mùa .v.v...

Sau năm 700, những kinh văn được gọi là Tan-tra cải cách lại đưa thêm vào một số các vị Phật và Bồ Tát. Những vị này được gọi là Minh trí hay Bát-nhã, tương đương với Ennoia và Sophia[2] của những tín đồ theo giáo phái Gnosticism.[3] Một nghi lễ có vẻ như liên quan đến tính dục thường được kèm theo việc thờ cúng các vị Minh trí, và khía cạnh này của Tan-tra đã gây bối rối rất nhiều cho những người châu Âu thiếu kinh nghiệm khi tìm hiểu việc này. Ở đây không có gì cần nói đến, vì sự thật như thế nào về nghi lễ này chúng ta hoàn toàn không được biết.

Niềm tin vào sự huyền bí, vào thần thông và sự mầu nhiệm bao giờ cũng là một yếu tố nội tại của Phật giáo, cho dù điều đó được thừa nhận như một kết quả tu tập thực tế hơn là một vấn đề quan trọng thực tiễn cần thúc đẩy. Nhưng khi những tác động tinh thần của giáo pháp ngày càng yếu đi, và khi hoàn cảnh lịch sử ngày càng trở nên bất lợi hơn, càng phải có nhiều trông cậy vào phép mầu để xua tan những nguy hiểm và có được sự chở che phù hộ.

Chúng ta được biết rằng, khoảng sau năm 300 có rất nhiều loại thần chú Man-tra[4] dần dần được đưa vào kinh

[1] Dākinī, Hán dịch là Không hành mẫu (空行母) hay Không hành nữ (空行女), tức là vị thần nữ thường hiện thân đi trên không trung.

[2] Tên gọi trong truyền thuyết của giáo phái Gnosticism, có nghĩa là trí khôn, kiến thức, được xem là phương tiện để giúp con người trở lại được với thiên đàng mà họ bị cách ly trước đây.

Buddhalocana, and others; the practitioners of the magical arts were especially devoted to the "Queens of the sacred Lore" and to the dakinis, or "sky walkers"; and the general population was encouraged to turn for their own specific interests to goddesses who gave children, protected from the smallpox and so on.

After 700 the so-called "left-handed" Tantra added consorts of the Buddhas and Bodhisattvas. These were called **Vidyās** of **Prajñā**, corresponding literally to the Ennoias and Sophias of the Gnostics. A seemingly erotic ritual often accompanied the cult of the vidyas, and this aspect of the Tantra has greatly bemused the more unsophisticated European enquirers. Nothing need be said about it here, because the actual facts of this ritual are totally unknown to us.

The belief in the occult, in magic and miracles, has at all times been an integral part of Buddhism, though more by way of recognizing an established fact than as a matter of urgent practical importance. But as the spiritual potency of the Dharma waned and as history was felt to become more and more adverse, greater reliance was placed on magic to ward off dangers and secure help.

We find that after AD 300 sporadically mantras of all kinds are slowly incorporated into the holy writings. These were also called dharanis, from the rooter, because they are

---

[3] Một giáo phái phát triển từ Thiên chúa giáo nhưng chống lại những niềm tin cơ bản của đạo này. Phát triển mạnh vào khoảng thế kỷ 2 và 3.

[4] Mantra, những âm thanh đặc biệt khi đọc lên có công năng gợi một sức mạnh siêu hình hoặc gây ra một tác động huyền bí nào đó.

điển. Những thần chú này cũng được gọi là Đà-la-ni,[1] bởi vì chúng có mục đích hộ trì hay duy trì đời sống tín ngưỡng. Từ sau năm 500, tất cả các hình thức huyền bí đều được vận dụng, như các nghi lễ cũng như những hình tròn và đồ hình huyền bí. Những hình thức này được dùng để bảo vệ đời sống tâm linh của các pháp sư, đồng thời mang lại cho người bình dân những gì họ mong ước. Phép bắt ấn[2] thường làm tăng thêm hiệu lực của những câu thần chú.

Thêm vào đó còn có những mạn-đà-la,[3] với nét đẹp hài hòa mà cho đến nay vẫn còn hấp dẫn khiếu thẩm mỹ của chúng ta. Những vòng tròn huyền diệu này, thường được vẽ quanh một điểm linh thiêng hay thuần khiết về mặt nghi lễ, dĩ nhiên là cũng có nguồn gốc rất xa xưa như các phép mầu từ thời tiền sử. Tuy nhiên, cách sắp xếp kỳ lạ của Phật giáo trong các mạn-đà-la này dường như đã phát triển ở vùng Trung Á và có nguồn gốc liên quan nhiều đến khuôn mẫu các loại gương cổ Trung Hoa có niên đại xác định[4] vào đời Hán. Các mạn-đà-la diễn tả những sức mạnh tâm linh và sức mạnh vũ trụ dưới một hình thức huyền bí hay được nhân hóa, thể hiện những sức mạnh ấy thông qua hình ảnh các vị thần, được trình bày bằng hình dạng có thể nhìn thấy được, hoặc bằng những ký tự có khả năng gây liên tưởng đến các vị thần và những gì tạo thành tính chất huyền bí của họ.

Những biểu tượng này, nếu được nhận hiểu một cách thích hợp sẽ cho phép chúng ta diễn đạt được những nỗi lo sợ sâu thẳm trong tâm hồn, những rung động từ thuở sơ khai và những cảm xúc từ xa xưa. Thông qua chúng, ta có thể liên kết, khống chế và làm tan biến đi những sức mạnh của

[1] Dhāranī, dịch nghĩa là Tổng trì (總持), nghĩa là thâu nhiếp tất cả. Thật ra, tuy cũng là dạng thần chú như Mantra, nhưng những câu đà-la-ni thường có độ dài hơn.

intended to "uphold" or "sustain" the religious life. Then, after AD 500, all the customary procedures of magic were resorted to rituals as well as magical circles and diagrams. These were employed to both guard the spiritual life of the elite, and to give to the unspiritual multitude that which it desired. Mudras, or ritual gestures, often reinforced the efficacy of the spells.

Moreover there are the mandalas, the harmonious beauty of which still appeals to our aesthetic sense. Magical circles, which mark off a sacred or ritually pure spot, are, of course, as old as magic and go back well into prehistoric times. The peculiar Buddhist arrangement of mandalas seems, however, to have developed in Central Asia and owes much to the pattern of the Chinese TLV mirrors of the Han dynasty. The mandala expresses cosmic and spiritual forces in a mythological, or personified form, representing them by the images of deities, shown either in their visual appearance, or by the syllable which allows us to evoke them and which constitutes their occult principle.

These symbols, properly read, allow us to give expression to deeply hidden fears, primordial impulses and archaic passions. Through them we can chain, dominate and dissolve the forces of the universe, effect a revulsion

[2] Mudrā, tức là việc sử dụng hai bàn tay đặt theo những tư thế nhất định trong khi đọc chú, hành lễ hoặc cầu nguyện.

[3] Maṇḍala, dịch nghĩa là Viên tướng, hay vòng tròn, được sử dụng như những hình ảnh thiêng liêng nhắm đến những mục đích nhất định trong các nghi lễ.

[4] Nguyên tác dùng TLV, viết tắt của thermoluminescent version, một phương pháp xác định niên đại bằng đồng vị phóng xạ.

vũ trụ, tạo ra được sự chán ghét đối với tất cả những điều giả tạo của thế giới luân hồi, và đạt đến sự hợp nhất với ánh sáng tâm thức duy nhất và tuyệt đối.

Những mạn-đà-la là một hình thức đặc biệt của những đồ hình vũ trụ xa xưa, được xem như tiến trình thiết yếu phát triển từ một nguyên tắc cốt yếu và xoay quanh một trục trung tâm là núi Tu-di.

Những đồ hình như vậy không những được tái tạo trong các mạn-đà-la, mà còn có ở những loại bình dùng trong nghi lễ, ở những cung điện hoàng gia, ở các bảo tháp và đền thờ. Nhờ sự tương đồng giữa vũ trụ rộng lớn và tiểu vũ trụ trong con người mà kịch bản của vũ trụ được tái hiện trong mỗi cá nhân, với tâm thức cũng như xác thân có thể được xem như là một mạn-đà-la, là bối cảnh của sự tìm cầu giác ngộ.

Cấu trúc, sự thiết kế những mạn-đà-la, và sự liên tưởng đến các thần linh đều được khống chế một cách tự nhiên bởi những quy tắc nghiêm ngặt và nghi thức hành lễ được xác định rõ.

Sự bộc phát sáng tạo của những Tan-tra đầu tiên đã dẫn đến một sự hỗn loạn hoàn toàn của vô số những giả thuyết về các sức mạnh vũ trụ và tâm linh, và chính Kim cang thừa là bộ phái đã áp đặt trật tự sắp xếp cho khối lượng khổng lồ những truyền thống mới hình thành đó. Bộ phái này chấp nhận việc phân chia tất cả sức mạnh vũ trụ thành năm phần, mỗi phần thuộc về một trong 5 đức Như Lai. Đó là các vị Đại Nhật Như Lai, A-súc-bệ Như Lai, Bảo Sinh Như Lai, A-di-đà Như Lai và Bất Không Thành Tựu Như Lai.

Tiếp đó là một hệ thống phức tạp và rất chi tiết của những mối tương quan huyền bí, sự xác định, biến đổi và chuyển hóa, liên kết tất cả những sức mạnh và sự kiện trong vũ trụ với 5 phần này. Thân thể con người được đặc biệt xem

from all the illusory things of the samsaric world, and achieve reunion with the light of the one absolute Mind.

Mandalas are a special form of age-old diagrams of the cosmos, considered as a vital process which develops from one essential principle and which rotates round one central axis, Mount Sumeru, the axis mundi.

Such diagrams were reproduced not only in mandalas, but also in ritual vases, royal palaces, Stupas and Temples. Owing to the equivalence of macrocosm and microcosm, the drama of the universe is reproduced in each individual, whose mind, as well as whose body, can be regarded as a mandala, as the scene of the quest for enlightenment.

The construction and designing of mandalas, and the evocation of deities, were naturally governed by strict rules and well defined ritual observances.

The creative outburst of the early Tantra led to a complete chaos of assumptions about cosmic and spiritual forces and it was the Vajrayana which imposed order on the vast inchoate mass of traditions which had evolved. It adopted a fivefold division of all cosmic forces, each class being in a sense presided over by one out of five Tathagatas. The names of the Five Tathagatas were Vairocana, Akshobhya, Ratnasambhava, Amitabha and Amoghasiddhi.

A complicated and most intricate system of magical correspondences, identifications, transformations and transfigurations then link all the forces and facts of the universe with these five "families". The body in particular is regarded as a microcosm, which embodies the entire

như một tiểu vũ trụ, là biểu hiện của toàn thể vũ trụ, và là phương tiện để nhận thức chân lý, chủ yếu là nhờ vào những phương pháp đã hình thành nên một phần của môn Du-già Hatha[1] ngày nay ở Ấn Độ.

Chúng ta nghe nói nhiều về sự tương đồng giữa những gì nhìn thấy, nghe biết và sờ mó được, và tất cả mọi việc đều được vạch ra nhằm hợp nhất những sức mạnh của tâm ý, lời nói và thân thể, hướng đến mục đích nhận ra được trạng thái rốt ráo của sự hoàn tất, hay chính là sự giác ngộ.

Kim cang thừa được xác định rất rõ ràng như là một "phương thức sống giúp người ta sử dụng được mỗi một hoạt động của thân, khẩu và ý đều như là phương tiện giúp cho sự tiến đến giác ngộ", và như vậy thật đáng ngạc nhiên là rất giống với Thiền tông ngày nay.

Tuy nhiên, ý nghĩa chân thật của Kim cang thừa không phải lúc nào cũng dễ dàng nhận ra được, bởi vì ở đây đã thành một thông lệ là, đưa cái cao nhất vào trong hình thức thấp nhất, làm cho cái linh thiêng nhất trở thành tầm thường nhất, cái siêu việt nhất trở thành trần tục nhất, và tri thức chân chánh nhất được che giấu bởi những nghịch lý kỳ lạ nhất. Đây là một cách đối trị có dụng tâm với sự tri thức hóa quá đáng của Phật giáo vào thời đó. Việc dùng đến rất nhiều hình ảnh gợi dục đặc biệt có dụng ý đánh thức thái độ nghiêm khắc quá đáng của tăng sĩ đối với mọi vấn đề liên quan đến tính dục. Sự giác ngộ, kết quả sự kết hợp giữa trí tuệ và phương tiện thiện xảo, được trình bày bằng sự hợp nhất nam và nữ trong khoái cảm tình yêu. Sự hợp nhất cả

[1] Hatha Yogā, chi phái của Yogā chú trọng nhiều đến sự luyện tập thể lực, thân xác.

universe and is the medium for realizing the truth, very largely by methods which form a part of what is nowadays known as Hathayoga in India.

We hear much about parallelisms between the visible, the audible and the touchable, and everything is designed to unite the powers of mind, speech and body for the purpose of realizing the final state of completeness, or enlightenment.

The Vajrayana has been well defined as "the art of living which enables us to utilize each activity of body, speech and mind as an aid on the Path to Liberation", and in this way it is astonishingly akin to the contemporary Ch'an school.

The true meaning of Vajrayana teachings is, however, not always easy to ascertain, because here it has become a convention to clothe the highest into the form of the lowest, to make the most sacred appear as the most ordinary, the most transcendent as the most earthly, and the sanest knowledge is disguised by the most grotesque paradoxes. This is a deliberate shock therapy directed against the over-intellectualization of Buddhism at that time. The abundant sexual imagery in particular was intended to shock monkish prudery. Enlightenment, the result of a combination of wisdom and skill in means, is represented by the union of female and male in the ecstasy of love. Their becoming one

hai trong trạng thái giác ngộ là niềm hạnh phúc không thể diễn đạt.[1]

Sự phát triển xa hơn nữa của Phật giáo ở vùng Bắc Ấn chịu ảnh hưởng lớn lao bởi sự ủng hộ thất thường của các vị vua chúa. Vào thế kỷ 7, vua Giới Nhật,[2] một quốc vương có phần kém hơn vua A-dục, hết lòng ủng hộ Phật giáo. Vị vua này trước kia ưa chuộng Chánh lượng bộ [thuộc Tiểu thừa], và có lẽ do kết quả chuyến viếng thăm của ngài Huyền Trang từ năm 630 đến năm 644, ông quay sang hâm mộ Đại thừa, mặc dù tín ngưỡng của nhà vua có lẽ là giáo phái Shiva. Tuy nhiên, chính triều đại Pāla của Bengal (750 - 1150) đã quyết định lịch sử Phật giáo trong những thế kỷ tiếp theo sau đó bằng sự giúp đỡ cho những đại học của Phật giáo. Từ thế kỷ 6 đến thế kỷ 9, đại học Nālandā trở thành một trung tâm tư tưởng sinh động cho toàn thế giới Phật giáo.

Dưới triều đại Pāla, những trung tâm mới được thành lập ở miền Đông Ấn, đặc biệt là Vikramasila và Odantapuri. Những trung tâm này, cùng với Jaggadala và Somarupa là những trung tâm điểm mà từ đó văn hóa Phật giáo lan tỏa ra khắp châu Á trong suốt từ thế kỷ 9 đến thế kỷ 12.

Ngài Nghĩa Tịnh viếng thăm đại học Nālandā khoảng năm 700,[3] đã nói về các giáo phái ở đây rằng: "Họ sống ở những nơi riêng biệt và không can dự vào nhau." Nhưng thật ra thì Phật giáo chính thức của thời đó đã là sự pha trộn giữa giáo lý Bát-nhã và những Tan-tra. Vua Hộ Pháp (khoảng 770 - 810) ngay sau khi lên ngôi rất sùng kính đại sư Haribhadra, một pháp sư uyên bác hàng đầu về giáo pháp

[1] Mahāsukha, Hán dịch nghĩa là đại an lạc (大安樂).

[2] Harshavardhana, trị vì từ năm 606 - 647.

[3] Chi tiết này có lẽ không chính xác vì ngài Nghĩa Tịnh về đến Lạc Dương, Trung Hoa vào mùa hè năm 695, và vào năm 701, khi Võ Tắc Thiên qua đời

in enlightenment is the highest indescribable happiness (mahāsukha).

The further development of Buddhism in Northern India was greatly influenced by the accidents of royal patronage. In the seventh century, King Harshavardhana, a lesser Aśoka, patronized Buddhism, preferring first the Sammitiyas, and then, perhaps as a result of Yuan-tsang's visit in 630-44, the Mahayana, though *Shivaism* may have been his own personal religion. It was, however, the Pala dynasty of Bengal (750-1150) who by their support of the great Buddhist universities determined the history of Buddhism for centuries to come. From the sixth to the ninth centuries, Nālandā had been the centre of living thought for the entire Buddhist world. Under the Pala dynasty new centres were founded in Eastern India, especially Vikramasila, and Odantapuri. These together with Jaggadala and Somarupa were the focal points from which Buddhist culture radiated over Asia during the ninth to twelfth centuries.

I-Tsing, who visited Nālandā about AD 700, said of the sects there that "they rest in their own places, and do not get themselves embroiled with one another". In fact, the official Buddhism of the period became a mixture of Prajnā-paramitā and Tantra. King Dharmapala (c. 770-810), immediately on ascending the throne, greatly honoured the teacher Haribhadra, a leading authority on

thì ngài đang ở Trung Hoa và đã dịch được khá nhiều kinh điển rồi. Ngài đến Ấn Độ vào khoảng năm 673, thăm viếng rất nhiều nơi và có lưu lại đại học Nālanda trong khoảng 10 năm để học hỏi, nhưng phải sớm hơn so với thời điểm nói ở đây.

Bát-nhã và Hiện quán trang nghiêm luận,[1] nhưng đồng thời cũng không coi thường những người diễn dịch bộ Bí mật tập hội, một bộ Tan-tra rất nổi tiếng.

Chư tăng ở những đại học này kết hợp siêu hình học với sự mầu nhiệm, gần giống với những câu chuyện “Gerbert ở thành Rheims” và “Đại đế Albert” của văn học dân gian thời trung cổ. Phạm vi quan tâm của họ được thể hiện rất rõ qua những gì mà Taranatha ghi nhận lại về một vị trong số họ như sau:

“Bằng cách chăm chú nhìn vào khuôn mặt của nữ thần Đà-la, Sư phá tan mọi nghi ngờ của mình. Sư lập ra 8 trường để dạy Bát-nhã Ba-la-mật-đa, 4 trường để giảng giải bộ Tan-tra Bí mật tập hội, mỗi trường dành cho một trong ba loại Tan-tra, và Sư còn lập nhiều trường với đủ phương tiện để giảng dạy lý luận Trung Quán. Sư bào chế rất nhiều thuốc trường sanh và phân phát cho mọi người, để những người già, 150 tuổi hoặc hơn nữa, đều được trẻ lại.”

Sự tổng hợp các tư tưởng Đại thừa trong triều đại Pāla đã tỏ ra có một sức sống kỳ lạ. Mặc dù bị những người Hồi giáo hủy diệt ở Bengal, Phật giáo vẫn được truyền qua Java và Nepal. Và ở Tây Tạng vẫn duy trì được một truyền thống sinh động cho đến những năm gần đây.

Vì tín đồ Phật giáo đi trước những người đạo Hindu trong việc phát triển những kinh Tan-tra, nên họ cũng đi trước cả trong sự phát triển môn luận lý.

Vào thời Trung cổ, vị trí trong xã hội cũng như quyền lợi của các nhóm tôn giáo ở Ấn Độ, trong một chừng mực nào đó, tùy thuộc vào sự thể hiện của họ trong những cuộc tranh luận về tôn giáo, cũng rất phổ biến như những cuộc đấu kiếm ở châu Âu vào thời Trung cổ.

[1] Abhisamayālankarā-śāstra, Hán dịch là Hiện quán trang nghiêm luận (現觀莊嚴論)

Prajnā-paramitā and Abhisamayālankarā, while not at the same time neglecting the interpreters of the Guhyasamaja, a celebrated Tantric text.

The monks of these universities combined metaphysics and magic almost like the Gerbert of Rheims and Albert the Great of mediaeval folklore. Their range of interest is well typified by what Taranatha reports of one of them.

"By constantly looking on the face of the holy Tara he resolved all his doubts. He erected eight religious schools for the Prajnaparamita, four for the exposition of Guhyasamaja, one each for each one of three kinds of Tantra, and he also established many religious schools with provisions for teaching the Madhyamika logic. He conjured up large quantities of the elixir of life, and distributed it to others, so that old people, 150 years old and more, became young again."

This Pala synthesis of Mahāyāna thought has shown an astounding vitality. Though destroyed by the Muslims in Bengal, it spread to Java and *Nepal*, and in Tibet it continued as a living tradition up to recent years.

As the Buddhists preceded the *Hindus* in the development of Tantras, so also in that of logic.

The social standing, as well as the income, of religious groups in the Indian Middle Ages depended to some extent on the showing they could make in the religious disputations which were about as popular at that time as tournaments were in the European Middle Ages.

Trong bối cảnh này, sẽ là một lợi thế rất mạnh mẽ nếu có được kiến thức về những quy luật mà nhờ đó có thể phân biệt rõ những kết luận được rút ra là hợp lý hoặc không hợp lý. Cũng giống như những cuộc tranh luận của các nhà hùng biện Hy Lạp đã dẫn đến hệ thống lý luận của trường phái Socrates, những cuộc tranh luận của các giáo phái ở Ấn Độ cũng đưa đến việc hình thành trong Phật giáo những lý thuyết về lý luận và nhận thức.

Khuynh hướng mới này đã có từ thời ngài Long Thọ, nhưng người đầu tiên giảng dạy một hệ thống mạch lạc về lý luận chính là ngài Trần-na[1] (vào khoảng năm 450), một đệ tử của Bồ Tát Vô Trước.[2] Ngài cũng khởi xướng những nghiên cứu có hệ thống về nhận thức luận trong Phật giáo, bàn luận về nguồn gốc của tri thức, giá trị của sự nhận hiểu và suy luận, cũng như đối tượng của tri thức và tính hiện thực của thế giới ngoại vi.

Trải qua thời kỳ thứ ba, những nghiên cứu về lý luận này đã đạt những thành tựu lớn lao với các ngài Pháp Xứng (khoảng năm 600 - 650) và Pháp Thượng (khoảng năm 850), những người đã đề cập đến nhiều vấn đề từng làm bận tâm các triết gia châu Âu, chẳng hạn như vấn đề tự ngã duy nhất và sự hiện hữu của các tâm thức khác. Mối quan tâm này vẫn còn được duy trì cho đến giai đoạn cuối của Phật giáo Ấn Độ, rồi từ đó truyền sang Tây Tạng, và có phần nào giảm nhẹ khi sang đến Trung Hoa và Nhật Bản.

Những nghiên cứu về lý luận của Duy thức tông được phát triển một cách hoàn toàn tự nhiên từ một số vấn đề

[1] Dinnāga, Hán dịch âm là Trần-na (陳那), cũng dịch theo nghĩa là Vực Long (域龍), niên đại của ngài chưa được rõ lắm. Có thuyết nói ngài sanh năm 400 và mất năm 480. Nhưng theo tư liệu của Tây Tạng thì ngài là đệ tử của Bồ Tát Thế Thân (320 - 400), niên đại phải là từ 380 đến 460. Hai thuyết

In this context, a knowledge of the rules by which valid can be distinguished from invalid inferences would be a definite advantage. Just as the disputes of the Greek sophists led to the logical systems of the Socratic schools, so disputes of the Indian religious sects led to the formulation of logical and epistemological theories among the Buddhists.

This new trend goes back to Nagarjuna, but the first Buddhist to teach an articulate system of logic was Dinnaga (c. 450), a pupil of Asanga. He also initiated systematic epistemological studies among the Buddhists, discussing the sources of knowledge, the validity of perception and inference, as well as the object of knowledge, and the reality of the external world.

In the course of this third period these logical studies reached great maturity with Dharmakirti (c. 600-50) and Dharmottara (c. 850), who dealt with many of the problems which have occupied modern European philosophy, such as the problem of solipsism and the existence of other minds. This interest continues right to the end of Buddhism in India, and it was from there carried to Tibet and to a lesser extent to China and Japan.

The logical studies of the Yogacarins developed quite

---

thống nhất ở khoảng thời gian tại thế của ngài là 80 năm. Ngài là người đầu tiên cải cách và phát triển bộ môn lý luận Nhân minh học nổi tiếng của Phật giáo. Tác phẩm quan trọng nhất là Tập lượng luận (Pramānasamuccaya). Tuy nhiên, trước tác của ngài chỉ còn lại trong các bản dịch chữ Hán và Tây Tạng mà thôi.

[2] Không biết Conze căn cứ vào đâu, nhưng Phật Quang Từ điển và một số tư liệu khác đều nói ngài Trần-na là đệ tử Bồ Tát Thế Thân, em ruột ngài Vô Trước.

mà Tỳ-bà-sa bộ đã tự đặt ra trước đây.[1] Chúng đã giữ cho tư tưởng triết học Phật giáo luôn luôn tiến tới, và thường là vượt lên trước thời đại.

Ngay tại Ấn Độ, những người Đại thừa dường như vẫn chỉ là thiểu số. Chẳng hạn như, vào năm 640 ngài Huyền Trang đã tính đếm trong số 250.000 vị tăng chỉ có từ 70.000 đến 100.000 vị thuộc Đại thừa. Và như vậy, hẳn là sự việc có vẻ như không hoàn toàn công bằng khi chúng ta chẳng có gì để nói về Tiểu thừa mà chỉ đề cập đến Đại thừa, bộ phái đối nghịch của họ.

Sự không cân đối này có lẽ do một sai lầm trong cách tiếp cận vấn đề đã ảnh hưởng đến hầu hết các công trình sử học. Đó là, sự tiếp tục của một truyền thống, cho dù có giá trị đến đâu đi nữa, thường được xem là tất nhiên và không có gì đáng nói, và sẽ còn tiếp tục qua đi mà không có bất cứ một lời nhận xét nào. Thời điểm khởi đầu của một cuộc sống mới bao giờ cũng thu hút hoàn toàn mọi sự chú ý. Và như một cách để điều chỉnh sai lầm này, đôi khi chúng ta cũng nên nhớ lại rằng, vào bất cứ giai đoạn nào cũng luôn luôn hiện hữu một đa số tín đồ Phật giáo có đức độ, những người vẫn tiếp tục đi theo truyền thống cũ và không nhận được bất cứ một sự đánh giá nào,[2] cũng giống như những người đàn bà đức hạnh thường không được ai nói đến giá trị đức hạnh ấy.

2. NEPAL VÀ KASHMIR

Phật giáo Nepal tiếp tục phát triển mạnh như là một chi nhánh của Phật giáo Bắc Ấn, và đại học Pātan là sự rập khuôn theo một trong những đại học thời đại Pāla. Giữa thế kỷ 7 và 9, những quan hệ mật thiết với Tây Tạng được phát

---

[1] Xem lại phần 2, Chương II

naturally from some of the questions which the Vaibhashikas had asked themselves and they kept Buddhist philosophical thinking abreast, and often ahead, of the time.

In India itself the Mahayanists appear to have remained numerically a minority. In AD 640, for instance, out of 250,000 monks counted by Yuan-tsang, only 70,000 to 100,000 belonged to the **Mahāyāna**. It must seem definitely unfair therefore that I can find nothing to say about the Hinayanists, and that all the space is given to their **Mahāyāna** rivals.

This disproportion is perhaps due to a fault in perspective which affects most historical works. The continuing tradition, however praiseworthy, is taken for granted and passed over without comment. The life sprouting out at the growing points gets all the limelight. By way of correction it is sometimes good to remember that at any given time the majority of Buddhists were virtuous people who just carried on in the old ways, and who have no news value, just as virtuous women are said to have none.

2. NEPAL AND KASHMIR

The Buddhism of *Nepal* continued to flourish as an offshoot of that of Northern India, and Patan became a replica of one of the Pala universities. Between the seventh and ninth centuries close ties were developing with

[2] Tức là những người theo Tiểu thừa.

triển và nhiều người Tây Tạng đến Nepal để học hỏi Phật giáo Ấn Độ. Chính tại Nepal, ngài Tịch Hộ[1] đã gặp ngài Liên Hoa Sanh[2] khi vị này chuyển đến ngài lời thỉnh cầu của vua Tây Tạng.[3]

Vào đầu thời kỳ này, sự phát triển của Tăng-già ở Kashmir bị trì trệ một cách nghiêm trọng do những cuộc xâm lăng của người Hung Nô, dưới sự chỉ huy của Đại đế Mật-hi-lạp-cổ-lạp (khoảng năm 515) đã tàn phá đất nước và ngược đãi tăng sĩ. Sau khi họ rút đi, một Phật tử là Meghavahana nắm quyền cai trị và ban hành lệnh cấm giết hại loài vật, đồng thời có chính sách bồi thường cho những người làm nghề bán thịt và đánh cá chịu thiệt hại bởi lệnh cấm này. Nhà vua cho xây nhiều tự viện, và những người nối nghiệp ông cũng tiếp tục ủng hộ tăng đoàn.

Ngài Huyền Trang có lưu lại 2 năm ở Kashmir. Ở đây, ngài thấy có khoảng 5.000 vị tăng, nhưng nhận xét rằng "... hiện nay vương quốc này không có khuynh hướng sùng đạo lắm".[4]

Sự phát triển mạnh mẽ của Phật giáo lại bắt đầu vào thế kỷ 7 và 8 với các vua dòng Karkota. Niềm tin được hồi phục, nhưng với một hình thức gần giống hơn với sự thờ cúng của đạo Hindu. Điều này bộc lộ rõ ở Tát-bà-nhã-mật-đa và những bài tụng ca xưng tán thần nữ Đà-la của ông.

Việc thực hiện những phép thuật huyền bí và mầu nhiệm lan rộng, và các tăng sĩ đều học cách cầu mưa hoặc cầu tạnh, làm thế nào để chặn đứng cơn lũ lụt của những dòng sông.v.v...

Sự lan truyền của giáo lý Tan-tra và chủ nghĩa sùng tín đã mang Phật giáo đến gần hơn với đạo Shiva. Và đến

[1] Śāntarakṣita, Hán dịch nghĩa là Tịch Hộ (寂護), một vị tăng Ấn Độ xuất thân từ viện Phật học Nālanda.

Tibet, and many Tibetans came to *Nepal* to learn about the Buddhism of India. It was in *Nepal* that Santaraksita encountered Padmasambhava when he conveyed to him the invitation of the king of Tibet.

At the beginning of this period, the **Saṅgha** of *Kashmir* suffered a serious setback from the invasions of the Huns, who under Mihirkula (c. 515) devastated the country and persecuted the monks. After their departure Meghavahana, a Buddhist ruler, forbade all slaughter of animals, while compensating butchers and fishermen for the resulting loss. This king erected many religious buildings and his successors continued to patronize the Church.

Yuan-tsang remained for two years in *Kashmir*. He found about 5,000 monks, but noted that "at the present time this kingdom is not much given to the faith".

New prosperity began in the seventh and eighth centuries with the Karkota rulers. The faith revived again, though in a form which brought it nearer to *Hindu* cults. This shows itself in Sarvajnamitra, and his Hymns in praise of Tara.

Sorcery and miracle-working spread and the monks practised how to make or stop rain, how to check the flow of flooded rivers, etc.

The spread of Tantrism and Devotionalism brought Buddhism nearer to Sivaism, which in its turn in the

---

[2] **Padma-sambhava**, Hán dịch nghĩa là Liên Hoa Sanh (蓮華生), một cao tăng Ấn Độ sang Tây Tạng và là Tổ khai sáng Hồng phái của Tây Tạng.

[3] Vua Tây Tạng thỉnh ngài Tịch Hộ đến Tây Tạng để giáo hóa.

[4] "Hiện nay" tức là vào thời điểm mà ngài Huyền Trang lưu lại đó.

lượt mình, trong thế kỷ 9 và 10, giáo phái này đã phát triển những nền tảng triết học vững chắc với Vasugupta và một số người khác nữa. Khoảng năm 1000, Kshemendra viết ra quyển Avadanas, những truyền thuyết Phật giáo, tương tự như quyển Mahatmyas của đạo Bà-la-môn. Trong thế kỷ 9, có nhiều tăng sĩ Kashmir đã sang Tây Tạng.

3. TÍCH LAN

Vào thời điểm này, Thượng tọa bộ tìm cách phát triển ra bên ngoài Tích Lan qua con đường nối giữa Tích Lan và những thánh địa ở Ma-kiệt-đà. Nhiều tăng sĩ của bộ phái này xuất hiện ở Nam Ấn và trong khu vực 2 bến cảng mà họ đi qua, nghĩa là vùng đồng bằng sông Hằng (Đa-ma-lê-đế) ở phía đông và Bharukaccha ở phía tây.

Ngay tại Tích Lan, bộ luận A-tỳ-đạt-ma rất được tôn sùng, nhưng đồng thời việc luyện tập các pháp thuật cũng bắt đầu được khuyến khích. Khoảng năm 660, lần đầu tiên chúng ta nghe nói đến việc tán tụng Paritta[1] như một nghi lễ, và từ đó về sau đã trở thành một thông lệ của Phật giáo Tích Lan.

Đã có lúc Đại thừa phát triển khá mạnh, và có những trung tâm ở đảo quốc này dành cho cả giáo lý Bát-nhã và các kinh Tan-tra. Những văn bản cổ khắc trên các mảnh đồng lá ở Indikutasaya còn giữ lại cho chúng ta nhiều phần của một trong những bản kinh Bát-nhã đồ sộ viết bằng tiếng Tích Lan từ thế kỷ 8 hoặc 9.

Những người ở Da-kì-ly[2] vẫn tiếp tục tiếp thu nhiều đặc

[1] Một thể loại kệ tụng được tin là có năng lực che chở, bảo vệ cho người trì tụng.

ninth and tenth centuries developed, with Vasugupta and others, firm philosophical foundations. About 1,000 we have Kshemendra, who wrote Avadanas, Buddhist legends resembling Brahminic Mahatmyas. In the ninth century many *Kashmiri* monks went to Tibet.

3. CEYLON

At this time the Theravadin sect managed to expand beyond Ceylon itself on the route between Ceylon and the places of pilgrimage in *Magadha,* and many were found in Southern India and in the region of the two ports through which they went, i.e. the Ganges delta (Tamralipti) in the East and Bharukaccha in the West.

In Ceylon itself the Abhidhamma was greatly honoured, but at the same time magical practices began to be encouraged. About 660 we hear for the first time of the chanting of Paritta as a ceremony, which became a regular feature of later Buddhism in Ceylon.

For a time the Mahāyāna was fairly strong, and both Prajna-paramita and Tantra had their centres in the island. The Indikutasaya Copper Plates have preserved for us parts of one of the large Prajnaparamita Sutras in Sinhalese script of the eighth or ninth century.

The Abhayagiri continued to import many Mahāyāna features and its relations to the Mahavihara remained unfriendly. About 620 the members of the Mahavihara

[2] Abbhayagiri, Hán dịch âm là Da-kì-ly, (耶祇釐) dịch nghĩa là Vô Úy Sơn (無畏山), tên một ngọn núi ở Tích Lan, thuộc vùng Anuradhapura, là nơi xuất phát một chi nhánh lớn của Thượng tọa bộ, cũng lấy tên ngọn núi này.

điểm của Đại thừa, và mối quan hệ giữa họ với Mahā-vihāra[1] vẫn không được thân thiện. Khoảng năm 620, các vị tăng ở Mahā-vihāra từ chối yêu cầu của nhà vua về việc tổ chức lễ Bố-tát cùng với các vị tăng ở Abhayagiri. Và đến khoảng năm 650, tăng sĩ ở Mahā-vihāra đã tức giận vì những ân huệ nhà vua ban cho Abhayagiri đến nỗi từ chối không nhận vật thực cúng dường của nhà vua. Hành động này đối với một cư sĩ cũng tương đương như việc bị trục xuất ra khỏi hàng ngũ tín đồ.

Vào năm 536, một quyển kinh có tên gọi Pháp Giới[2] được mang đến Tích Lan, có lẽ là nói về Tam thân Phật.[3] Quyển kinh này được nhà vua rất tôn trọng, và trở thành đối tượng thờ kính.

Vào thế kỷ 9, giáo lý Kim cang thừa được một nhà sư Ấn Độ đến ngụ ở Abhayagiri truyền dạy, và nhà vua đã bị cuốn hút mạnh mẽ bởi giáo lý này. Theo như biên niên sử ghi chép lại thì giáo lý này "cũng trở nên phổ biến trong số những người ngu muội, thấp trí ở đây nữa", và đã dẫn đến sự hình thành một tăng đoàn đặc biệt của các tăng sĩ mặc áo màu xanh đậm.

Trong thế kỷ 7, phản ứng của những vị tăng khổ hạnh chống lại lối sống tiện nghi của chư tăng đã lộ rõ ở Abhayagiri. Những vị tăng muốn khôi phục nếp sống khắc khổ xưa kia đã tự tách riêng vào thế kỷ 9 thành phái Pamsukulika và nổi bật lên trong nhiều thế kỷ. Tên gọi của họ được xuất phát từ việc mặc y may bằng những miếng giẻ vụn đã bỏ đi, theo như truyền thống nguyên thủy.

Trong thời kỳ Polonnaruva, từ cuối thế kỷ 8 trở đi, ảnh hưởng của đạo Hindu vào những tập tục của Phật giáo bắt đầu xuất hiện.

---

[1] Xem lại phần 4, Chương II, nói về Phật giáo Tích Lan.

refused the king's request that they should hold the uposatha -ceremony together with those of the Abhayagiri, and about 650 the Mahavihara were so incensed with the king for the favours he bestowed on the Abhayagiri that they applied to him the "turning down of the alms-bowl", an act equivalent to the excommunication of a layman.

In 536 a book called Dharmadhatu was brought to Ceylon, which probably dealt with the Three Bodies of the Bhudda and this book was greatly honoured by the king and became an object of ritual worship.

In the ninth century Vajrayana tenets were spread by an Indian monk residing in Abhayagiri and the king was greatly attracted to the teaching. In the words of the Chronicle, "it also became prevalent among the foolish and ignorant people of this country" and led to the formation of a special order of monks clad in dark blue robes.

During the seventh century an ascetic reaction against the generally comfortable life of the monks made itself felt at the Abhayagiri. Those who strove to revive the rigours of old separated themselves in the ninth century and as Pamsukulikas they were prominent for centuries, deriving their name from the ancient practice of wearing robes made from rags collected on rubbish heaps.

In the Polonnaruva period, from the end of the eighth century onwards, *Hindu* influences on Buddhist practices began to come in.

[2] Dharmadhātu, Hán dịch là Pháp giới (法界).
[3] Pháp thân, Báo thân và Ứng hóa thân, như đã nói rõ ở trước.

4. TRUNG Á

Vào đời nhà Đường, Trung Á lại một lần nữa trở nên vùng môi giới giữa Trung Hoa và Ấn Độ. Bởi vì từ năm 692 cho đến khoảng năm 800, Trung Á trở lại phụ thuộc đế quốc Trung Hoa. Người Tây Tạng cũng có một thời gian kiểm soát vùng này, và nhiều tài liệu quý giá của Tây Tạng ở những vùng như Đôn Hoàng[1] v.v... từ thế kỷ 7 đến thế kỷ 10 đã được khám phá trong những năm gần đây.

Đế quốc của người Duy-ngô-nhĩ, cực thịnh vào khoảng năm 744 đến 840, cũng có phần ảnh hưởng quan trọng đối với lịch sử Phật giáo. Năm 840, sau khi bị người Kirgiz đánh bại, người Duy-ngô-nhĩ bèn lập một vương quốc mới trong vùng Turfan, Bechbaliq, Karachar và Kucha, rồi tồn tại ở vùng Turfan và một số vùng khác cho đến thế kỷ 14.[2]

Từ thế kỷ 8, những người Duy-ngô-nhĩ vốn tin theo đạo Mani. Vào thế kỷ 9, họ quay sang tin theo Phật giáo, và rất nhiều kinh văn Phật giáo được dịch sang tiếng Duy-ngô-nhĩ từ các bản văn tiếng Phạn, tiếng Kucha, tiếng Khotan và tiếng Trung Hoa. Tuy nhiên, khoảng sau năm 900, nói chung thì ở vùng Trung Á những người gốc Thổ theo Hồi giáo đã thay thế người Ấn Âu theo Phật giáo.

5. ĐÔNG NAM Á

Phật giáo truyền đến Đông Nam Á là kết quả những hoạt động thuộc địa hóa của người Ấn. Họ không chỉ thiết lập những cơ sở thương mãi, mà còn mang theo cả nền văn hóa và tín ngưỡng của họ đến nữa. Từ thế kỷ 3 trở đi, vùng

[1] Thành phố thuộc tỉnh Cam Túc, vùng Tây Bắc của Trung Hoa, là nơi đã khai quật được rất nhiều di tích văn hóa Phật giáo từ khoảng thế kỷ thứ 5 đến nay.

4. CENTRAL ASIA

Under the T'ang dynasty, Central Asia once more became an intermediary between China and India, for between 692 and c. 800 it was again part of the Chinese empire. The Tibetans held sway for some time and many valuable Tibetan documents from Tun-huang, etc., dating from the seventh to tenth centuries, have been recovered in recent years.

The empire of the Uigurs, at its height between 744 and 840, is also of some importance for the history of Buddhism. Defeated in 840 by the Kirghiz, the Uigurs then founded a new kingdom in the region of Turf an, Bechbaliq, Karachar and Kucha, which persisted in Turfan and some other areas until the fourteenth century.

The Uigurs, from the eighth century onwards Manichaeans, were in the ninth century converted to Buddhism and an abundance of Buddhist works was translated into Uigur from the *Sanskrit*, Kuchean, Khotanese and Chinese. Generally speaking, however, after 900 Turkish Islamic populations displaced the Buddhist Indo-Europeans in Central Asia.

5. SOUTH-EAST ASIA

Buddhism reached South-East Asia as the result of the colonizing activities of *Hindus*, who not only founded trading stations, but also brought their cults and culture with

[2] Sau khi bị người Kirgiz đánh bại và phải rút chạy ra khỏi Mông Cổ, người Duy-ngô-nhĩ phân tán ra và thành lập hai vương quốc mới, một thuộc vùng tỉnh Cam Túc của Trung Hoa ngày nay, và một ở vùng Tân Cương. Vùng Tân Cương này bị người Mông Cổ chiếm mất vào thế kỷ 13.

Đông Nam Á cũng được biết như là một "Ấn Độ mở rộng", ngày càng bị thống trị nhiều hơn bởi những triều đại hoặc là có gốc Ấn, hoặc ít nhất cũng là chịu sự thúc đẩy bởi những lý tưởng của văn hóa Ấn.

Cho đến thế kỷ 5 và 6, cả Phật giáo Đại thừa và Tiểu thừa đều đã truyền vào Miến Điện. Ban đầu là truyền đến từ xứ Pallava ở Nam Ấn (Magadha), và những người thuộc Nhất thiết hữu bộ có lẽ đã tạo được vị trí vững chắc trong một thời gian. Từ thế kỷ 9 trở đi, Phật giáo của thời đại Pāla truyền đến từ Bihar và Bengal, dẫn đến sự thành lập một tổ chức tăng đoàn mạnh mẽ tự gọi là Ari (từ chữ ārya có nghĩa là cao quý). Chúng ta không có thông tin gì về những giáo lý siêu hình của họ, nhưng biết rằng họ thờ phụng theo tín ngưỡng Đại thừa, say mê việc thực hành các kinh Tan-tra, biện minh cho việc thay đổi giáo lý bằng cách thỉnh thoảng "khám phá" ra một bản kinh văn bị chôn giấu nào đó, và tiếp thu nhiều tập tục địa phương, chẳng hạn như tập tục đêm tân hôn,[1] được họ xem như một nghi lễ tôn giáo.

Quay sang Đông Dương, chúng ta nhận thấy rằng vào khoảng năm 400 thì ở Kam-pu-chia những dòng họ cai trị, quý tộc và tăng lữ là người Ấn Độ. Chúng ta cũng thấy một sự pha trộn giữa Phật giáo Đại thừa với đạo Shiva xuất hiện đầu tiên ở đây, khi đó là Phù Nam,[2] và sau năm 540 là vương quốc Khmer, với Angkor trở thành thủ đô vào năm 802. Người Khmer đã xây dựng nhiều kiến trúc đồ sộ, một số được dùng để thờ kính các vị thánh của Phật giáo Đại thừa, trong đó đặc biệt phổ biến là đức Bồ Tát Quán Thế Âm và đức Phật Dược Sư.

them. From the third century onwards the area, also known as "Further India", was increasingly ruled by dynasties which could either claim Indian descent, or which were at least motivated by the ideals of *Hindu* civilization.

By the fifth and sixth century both **Mahāyāna** and **Hīnayāna** Buddhism had filtered into Burma. At first it came from the Pallava country of Southern India (*Magadha*) and the Sarvastivadins may well have established themselves for a time. From the ninth century onwards, Pala Buddhism was imported from Bihar and Bengal. It led in Burma to the formation of a powerful organization of monks who called themselves "Aris" (from **ārya**, "noble")- We have no information about their metaphysical teachings, but we know that they worshipped the **Mahāyāna** pantheon, were addicted to Tantric practices, justified doctrinal innovations by occasionally discovering some "hidden scripture" and absorbed many local customs, for instance the jus primae noctis, which they considered as an act of religious worship.

Turning to Indo-China, we find that in Cambodia about AD 400 already the reigning house, the nobility and the priesthood are *Hindus*. We also find a mixture of Sivaism and **Mahāyāna** first in Fu-nan, and then, after 540, in the Khmer kingdom, of which Angkor became the capital in 802. The Khmers erected many huge buildings, some of which were devoted to **Mahāyāna** deities, among whom Lokcsvara and Bhaisajyaguru were specially popular.

---

[1] Nguyên tác dùng jus primae noctics, chỉ một tập tục ở châu Âu thời Trung Cổ. Theo đó, vị Chúa đất có thể ngủ trước với cô dâu của thuộc hạ mình trong đêm tân hôn. Không biết là ở đây chỉ đến tập tục nào của Miến Điện.

[2] Funan, Hán dịch âm là Phù Nam (扶南).

Cho đến khoảng năm 1000, sự pha trộn giữa đạo Shiva và Đại thừa cũng lan truyền khắp vương quốc Chiêm Thành, mặc dù nơi đây yếu tố Đại thừa không mạnh lắm, và còn có sự hiện diện của cả Chính lượng bộ và Nhất thiết hữu bộ nữa.

Ảnh hưởng của Srivijaya càng củng cố thêm sức mạnh của Đại thừa trong suốt thế kỷ 9 ở Đông Dương.

Tương tự, Indonesia cũng bị cai trị bởi những người Ấn Độ và một hình thức Phật giáo du nhập từ vùng đông nam Ấn Độ được xác nhận là đã hiện diện ở đây từ thế kỷ 5 trở đi.

Sau năm 675, thế lực cai trị của Srivijaya đã thay thế Bà-la-môn giáo, vốn rất được phổ biến từ trước cho đến lúc này, bằng Phật giáo.

Ở Sumatra, Nhất thiết hữu bộ phát triển mạnh vào thế kỷ 7. Sau đó, Kim cang thừa được truyền vào từ các đại học Phật giáo thời Pāla. Điều này cũng diễn ra ở Trung bộ Java dưới triều đại Sailendra từ thế kỷ 8 trở đi, mặc dù đạo Shiva ở đây vẫn luôn duy trì sức mạnh. Các vua triều Sailendra xây dựng khắp vùng bình nguyên Kedu những đền thờ xinh đẹp, được chạm trổ hết sức tinh vi. Nổi tiếng nhất trong số này là ngọn tháp khổng lồ Borubudur, được xây dựng vào thế kỷ 6,[1] kiến trúc theo kiểu một mạn-đà-la khổng lồ bằng đá, tượng trưng cho vũ trụ và con đường đi đến giải thoát.[2]

[1] Chi tiết này không đúng, vì triều đại Sailendra bắt đầu trong thế kỷ thứ 8, và công trình này do họ thực hiện vào khoảng giữa thế kỷ thứ 9.

[2] Kiến trúc Phật giáo đồ sộ này nằm gần Magelang, trên đảo Java ở Indonesia. Được các vua triều Sailendra của Java xây dựng vào khoảng giữa thế kỷ thứ 9, bị bỏ hoang phế vào thế kỷ thứ 11, và bị các nhà khảo cổ học khai quật một phần vào đầu thế kỷ 20. Chịu ảnh hưởng lối kiến trúc thời Gupta của Bắc Ấn, ngôi đền này được xây dựng trên một ngọn đồi cao 46 mét và có tám tầng bằng đá theo kiểu bậc thang, tầng này xây chồng lên đỉnh tầng kia. Năm tầng

Up to about AD 1000 the syncretism of Sivaism and **Mahāyāna** also dominated the Champa kingdom, although the **Mahāyāna** element was less strong there, and also the Sammitivas and Sarvastivadins were represented.

The influence of Srivijaya greatly strengthened the **Mahāyāna** during the ninth century also in Indo-China.

Indonesia was likewise ruled by Indian emigrants, and a Buddhism imported from South-East India is attested there from the fifth century onwards.

The imperial power of Srivijaya after 675 replaces by Buddhism the Brahminism prevalent until then.

In Sumatra the Sarvastivadins were strong in the seventh century. Later on the Vajrayana was brought in from the Pala Universities. The same happened in Central Java under the Sailendra dynasty from the eighth century onwards, although Sivaism always remained fairly strong. The Sailendras filled the Kedu plain with beautiful temples, adorned with exceptionally fine sculptures. The most famous of these is the gigantic Borobudur, a Stupa built in the sixth century, which is a mandala in stone, and symbolizes the cosmos as well as the way to salvation. Those who walk

---

dưới được xây hình vuông và bao quanh bằng những bức tường có rất nhiều kiến trúc Phật giáo được chạm nổi lên trên bề mặt. Ba tầng trên hình tròn, mỗi tầng đều có tháp thờ Phật. Toàn bộ kiến trúc này được đặt dưới một ngọn tháp lớn xây lên từ trung tâm điểm của đỉnh cao nhất. Đường đi lên từ chân đến đỉnh qua các bậc thang và hành lang dài tổng cộng khoảng 4,8 kilomet. Thiết kế của đền Borobudur là một sự tượng trưng cho cấu trúc của vũ trụ, và chịu ảnh hưởng của những đền đài được xây ở Angkor, Kam-pu-chia. Vào năm 1983, Borobudur được đưa vào sử dụng như một tượng đài kỷ niệm quốc gia của Indonesia, sau rất nhiều nỗ lực khôi phục với sự tài trợ của chính phủ Hoa Kỳ.

Vì thế, những ai bước đi trong đền, qua các hành lang, về mặt nghi lễ sẽ là trải qua tiến trình chuyển biến từ luân hồi lên đến cảnh giới Niết-bàn, vượt qua ba cõi[1] trần tục để lên đến cảnh giới siêu nhiên.

Một số những kinh văn quan trọng của Đại thừa được minh họa ở đây bằng các hình chạm nổi trên tường, chẳng hạn như kinh Bản sanh,[2] kinh Phổ diệu,[3] kinh Hoa nghiêm và kinh Phân biệt nghiệp báo.

6. TRUNG HOA VÀ TRIỀU TIÊN

Khoảng thời gian 3 thế kỷ từ năm 500 đến năm 800 là những năm hưng thịnh và sáng tạo nhất của Phật giáo Trung Hoa. Phật giáo lúc bấy giờ đã hòa nhập và trở thành một phần trong đời sống dân tộc. Trong giai đoạn này, có 8 tông phái được lập ra tại Trung Hoa. Đó là:

1. Luật tông, do ngài Đạo Tuyên (596-667) sáng lập.[4]

2. Tam luận tông, do ngài Cát Tạng (549-623) sáng lập.[5]

3. Pháp tướng tông, do ngài Huyền Trang (596-664)[6] sáng lập.

4. Mật tông, do ngài Bất Không (705-774) sáng lập.[7]

---

[1] Tức là Tam giới, gồm Dục giới, Sắc giới và Vô sắc giới.

[2] Nói về các truyện tiền thân của đức Phật.

[3] Cũng gọi là Thần thông du hý kinh, nói về hiện thân hai đời cuối của đức Phật trước khi thành chánh quả.

[4] Ngài Đạo Tuyên (道宣) sáng lập Luật tông dựa trên cơ sở giới luật Đại thừa.

[5] Cát Tạng (吉藏), một vị luận sư nổi tiếng, đã từng ở chùa Gia Tường (嘉祥寺) nên còn được gọi là Gia Tường Đại Sư. Cha mẹ ngài đến từ xứ An Tức (Parthia). Ngài theo học với Pháp Lãng từ năm lên 7, và khi lớn lên nổi tiếng

in **pradaksina** through its galleries will thereby ritually undergo the process of moving out of Samsara into **Nirvāṇa**, ascending through the three levels of the triple world to the supramundane transcendental realm.

Some of the great **Mahāyāna** texts are here illustrated on bas-reliefs, i.e. the **Jātakamāid**, Lalitavistara, Gandavyuha and Karmavibhanga.

6. CHINA AND KOREA

The three centuries between 500 and 800 were the most prosperous and creative years for Chinese Buddhism. The religion was now assimilated, and became an integral part of national life. Eight indigenous schools arose during this period. They were:

(1) the Lu-tsung, founded by Tao-Hsuan (595-667);
(2) the San-lun, founded by Chi-tsang (549-623);
(3) the Weih-shih, founded by Yuan-tsang (596-664);
(4) the Mi-tsung, founded by Amoghavajra (705-74);

vì sự uyên bác phi thường, nhất là về giáo lý của phái Trung quán. Ngài đã giảng dạy và chú giải nhiều kinh văn của phái Trung quán, và nhờ đó củng cố được nền tảng để thành lập Tam luận tông (三論宗), dựa trên ba bộ luận là Trung quán luận, Thập nhị môn luận và Bách luận. Tác phẩm Tam luận huyền nghĩa (三論玄義) của ngài được xem là một nền tảng vững chắc cho giáo lý của tông này. Ngài còn chú giải cho bộ kinh Pháp Hoa nữa.

[6] Theo Phật Quang Từ điển thì ngài Huyền Trang (玄奘) sinh khoảng năm 602, nhưng có thuyết cho là vào năm 600. Ở đây không biết Conze căn cứ vào đâu để đưa ra niên đại này.

[7] Ngài Bất Không là người Ấn Độ, tên là Amoghavajra, Hán dịch nghĩa là Bất Không (不空), là một người phiên dịch rất nhiều kinh điển Phật giáo và là một trong những cao tăng có nhiều ảnh hưởng trong lịch sử Phật giáo Trung Hoa. Ngài sinh ở Samarkand, cha là người Ấn Độ và mẹ là người Khang Cư (Sogdian), đến Trung Hoa năm 10 tuổi sau khi cha ngài qua đời. Năm 719, ngài xuất gia học đạo với ngài Vajrabodhi (Kim Cang Trí - 金剛智). Năm

5. Hoa nghiêm tông, do ngài Đỗ Thuận (557-640) sáng lập.[1]

6. Thiên thai tông, do ngài Trí Khải (538-597) sáng lập.[2]

741, khi tất cả các tăng sĩ ngoại quốc đều bị trục xuất khỏi Trung Hoa, ngài cùng với một số người tổ chức hành hương để thu thập kinh điển, đi qua các vùng Tích Lan, Đông Nam Á và Ấn Độ. Trong chuyến đi này, ngài đã gặp ngài Nagabodhi (Long Trí -龍智), thầy của ngài Kim Cang Trí, tức là sư tổ của ngài, và được học một cách chi tiết hệ thống Kim Cang Đảnh Kinh (金剛頂經 - Tattvasamgraha). Ngài trở về Trung Hoa năm 746, mang theo khoảng 500 bộ kinh. Năm 754, ngài bắt đầu dịch phần đầu bộ Kim Cương Đảnh, kinh điển cốt lõi của Phật giáo Mật Tông, và công trình này là một trong những thành quả đáng kể nhất của ngài. Ngài xem giáo pháp này như là phương pháp tu tập hiệu quả nhất để đạt đến giác ngộ, và đã kết hợp những nền tảng của giáo lý này trong một số trước tác của mình. Ngài bị bắt trong cuộc nổi loạn của An Lộc Sơn (安祿山), nhưng được các lực lượng của triều đình giải cứu vào năm 757. Khi ngài mất đi vào năm 774, triều đình ban lệnh cả nước để tang 3 ngày, và truy tặng rất nhiều danh hiệu. Theo sự ghi nhận của chính bản thân ngài, thì đã có 77 bộ kinh được ngài phiên dịch, mặc dù con số được chính thức đưa vào Hán tạng với tên ngài là vượt xa hơn nhiều, hiện trong Đại Tạng Kinh còn giữ lại được đến 166 bộ ghi tên ngài. Mật Tông được truyền ở Trung Hoa bởi ngài Thiện Vô Úy và sau đó là Kim Cương Trí, nhưng với những đóng góp nổi bật của ngài Bất Không, người ta đã xem ngài như vị Tổ sáng lập tông này.

[1] Tông này được hai ngài Trí Nghiễm (智儼 – 602-668) và Đỗ Thuận (杜順 – 557-640) khơi nguồn, nhưng phải đến ngài Pháp Tạng (法藏 – 643-712) mới chính thức hình thành, và là một trong những tông chính tạo được ảnh hưởng sâu rộng nhất đối với Phật giáo của cả vùng Đông Nam Á. Được thành lập vào khoảng cuối đời Tùy, đầu đời Đường, tông này tập trung chú trọng vào triết lý nội hàm, cho rằng vạn vật trong vũ trụ đều hàm chứa lẫn nhau, là những yếu nghĩa mà vị Tổ sáng lập đã tiếp nhận được từ bộ kinh Hoa nghiêm (華嚴經). Tuy nhiên, sự nổi bật của tông này không chỉ là ở nơi bộ kinh này, mà thật sự là nhờ vào các trước tác ở dạng chú giải của các vị tổ sư sáng lập, với rất nhiều danh từ, khái niệm chưa hề xuất hiện trong kinh. Theo truyền thống, có đến 5 vị cao tăng được xem là đã góp phần sáng lập tông này. Các vị ấy là Đỗ Thuận (杜順), Trí Nghiễm (智儼), Pháp Tạng (法藏), Trừng Quán (澄觀 - 738-839) và Tông Mật (宗密 –780-841). Một học giả cư sĩ cũng góp phần quan trọng trong tư tưởng Hoa nghiêm của tông này là Lý Thông Huyền (李通玄 – 635-730). Các môn đồ của tông này còn xem hai vị Mã Minh (馬

(5) the Hua-yen tsung, founded by Tu-shun (557-640);

(6) the T'ien-t'ai, founded by Chih-k'ai (538-597);

鳴 - Aśvaghosa) và Long Thọ (龍樹 - Nāgārjuna) cũng là những vị tổ sáng lập ban đầu. Tuy có phần nào rõ ràng là không xác thực trong việc gán ghép tổ vị cho tất cả các vị như trên, nhưng hoàn toàn có thể chấp nhận được một điều là mỗi người trong số họ đều đã giữ một vai trò quan trọng đáng kể trong sự phát triển của tông này. Chẳng hạn như, ngài Đỗ Thuận là người đã biến tư tưởng Hoa nghiêm thành một lãnh vực nghiên cứu chuyên biệt; ngài Trí Nghiễm thiết lập những giáo lý cơ bản của tông; ngài Pháp Tạng đã góp phần biện giải hợp lý các giáo lý của tông, tạo ra sự chấp nhận rộng rãi trong xã hội; hai ngài Trừng Quán và Tông Mật đã phát triển và chuyển hóa giáo lý ở một mức độ cao hơn. Sau thời ngài Tông Mật và cư sĩ Lý Thông Huyền, tông Hoa nghiêm của Trung Hoa nói chung không còn bước phát triển mới nào nữa, và cuối cùng bước vào giai đoạn phai nhạt dần. Mặc dù vậy, giáo lý siêu hình của tông này, chẳng hạn như quan niệm về Tứ pháp giới (四法界) với sự dung thông lẫn nhau, đã tạo ảnh hưởng rất sâu đậm đối với những tông phái Phật giáo Đông Á còn tồn tại, đặc biệt là Thiền tông. Đóng góp quan trọng nhất của Hoa nghiêm Tông về mặt triết học là khía cạnh siêu hình, với giáo lý về pháp giới dung thông và hết thảy mọi hiện tượng đều không ngăn ngại lẫn nhau (sự sự vô ngại - 事事無礙): một là tất cả, và tất cả là một.

[2] Ngài Trí Khải (智顗) vẫn được xem là tổ thứ tư của tông Thiên thai (天台), nhưng thật ra ngài mới chính là người thành lập tông này ở Trung Hoa. Ngài nổi tiếng vì là người đầu tiên trong lịch sử Phật giáo Trung Hoa đã đưa ra một sự phân loại trọn vẹn, quan trọng và có hệ thống các giáo pháp của Phật giáo, nhằm giải thích những phần giáo lý có vẻ như mâu thuẫn nhau. Ngài cũng được xem như là người đầu tiên dứt bỏ những trói buộc theo truyền thống Ấn Độ để có thể hình thành nên một hệ thống Phật giáo mang bản sắc riêng cho Trung Hoa. Ngài chịu ảnh hưởng rất nhiều từ vị thầy đầu tiên là Nam Nhạc Huệ Tư (南嶽慧思 - 515-577), một thiền sư về sau được xem như vị tổ khai sáng tông Thiên Thai trước ngài. Sau khi học với Huệ Tư, ngài đến Nam kinh và trụ tại núi Thiên Thai để dành trọn thời gian cho việc hành trì và nghiên cứu sâu xa kinh điển cùng với một số môn đệ, vận dụng phương pháp Chỉ quán (止觀) của thiền Ấn Độ vào phương thức tu tập của chính mình. Trong số các tác phẩm quan trọng của ngài có các bộ Ma-ha chỉ quán (摩訶止觀) Lục diệu pháp môn (六妙法門). Vì ngài trụ ở núi Thiên Thai, nên thường được biết với danh xưng là Thiên Thai Đại sư (天台大師). Có 28 tác phẩm được cho là của ngài còn để lại trong Đại Tạng Kinh cho đến nay, nhưng trong số đó có thể có nhiều bản do môn đồ của ngài viết ra về sau.

7. Tịnh độ tông, Do ngài Thiện Đạo (613-681) sáng lập.[1]

8. Thiền tông, được cho là do ngài Bồ-đề Đạt-ma sáng lập vào khoảng năm 520.[2]

Tông phái thứ nhất, Luật tông, không có một giáo lý riêng biệt đáng kể, chỉ đưa ra mục đích là nỗ lực thúc đẩy việc tuân thủ giới luật một cách nghiêm ngặt hơn, đặc biệt là việc thọ giới và khất thực. Tông phái này thành công phần nào trong việc nâng cao những chuẩn mực nghiêm túc trong các tự viện, nhưng chẳng bao lâu đã trở nên mờ nhạt.

Ba tông phái tiếp theo là những hệ thống học thuật Ấn Độ, ít nhiều vẫn là những hệ thống ngoại lai của Phật giáo Trung Hoa, và không tồn tại quá một vài thế kỷ.

---

[1] Thật ra, ngài Thiện Đạo (善導) được xem là tổ thứ 3 của Tịnh Độ Tông (淨土宗), và lịch sử hình thành của tông này có lẽ phải nhìn ngược lại đến ngài Đạo An (道安- 314-385), và đệ tử nối pháp là ngài Huệ Viễn (慧遠 - 334-416), người đã thành lập Bạch Liên Xã vào năm 402 để thực hành việc niệm Phật A-di-đà cầu vãng sanh về Tịnh Độ. Tuy nhiên, ngài Thiện Đạo vẫn giữ một vị trí vô cùng quan trọng trong việc phát triển và truyền bá rộng rãi giáo lý Tịnh độ tông. Ngài xuất gia từ lúc còn trẻ và chuyên tâm thiền quán về Phật A-di-đà với cõi Tịnh độ của ngài. Khi nghe danh Đạo Xước (道綽 - 562-645), ngài đã tìm đến tham học và được truyền dạy giáo lý Tịnh độ. Từ đó ngài dành trọn phần đời còn lại cho việc hành trì và phổ biến giáo pháp này. Tương truyền ngài đã sao chép hơn 100.000 bản kinh A-di-đà và thực hiện hơn 300 bức vẽ cảnh Tịnh độ trang nghiêm. Ngoài việc kiên trì tụng kinh và niệm Phật, ngài còn rất thành công trong thiền quán, và đã có lần trong thiền định ngài nhìn thấy Phật A-di-đà với cõi Tịnh độ. Ngài có viết ra 5 bộ sách, sắp xếp thành 9 tập, bao gồm cả phần chú giải cho kinh Quán Vô Lượng Thọ (觀無量壽經). Ngài thường được tôn xưng bằng nhiều danh hiệu như Quang Minh Tự Hòa Thượng (光明寺和尚), Chung Nam Đại Sư (終南大師)...

[2] Bồ-đề Đạt-ma (菩提達磨), cao tăng Ấn Độ. Niên đại của ngài không rõ ràng lắm. Có thuyết cho là vào khoảng 470 - 543, nhưng theo Phật Quang Từ điển thì ngài mất vào năm 535, còn năm sinh không rõ. Tuy nhiên, các thuyết đều thống nhất việc ngài từ Ấn Độ sang Trung Hoa là vào năm 520. Ngài là tổ

(7) the Ching-t'u, founded by Shan-tao (613-81); and

(8) the Gh'an school, said to have been founded by Bodhidharma about 520.

The first school, or Vinaya sect, had no doctrinal significance, its purpose being to work for a stricter observance of the Vinaya rules, particularly as regards ordination and the begging of food. The school had some success in raising the standards of monastic strictness, but it soon passed to the periphery of the Buddhist world.

The next three schools are Indian scholastic systems, which remained more or less foreign bodies in Chinese Buddhism and did not endure for more than a few centuries.

---

thứ 28 của dòng Thiền Ấn Độ, và là Sơ tổ của Thiền tông Trung Hoa. Ngài là đệ tử của Tổ thứ 27 là Bát-nhã Đa-la (Prajnādhāra) và là thầy của Huệ Khả (慧可), tổ thứ hai của thiền Trung Hoa. Sau khi đến miền Nam Trung Hoa vào năm 520, gặp gỡ vua Lương Vũ Đế và nhà vua không đủ sức tiếp nhận giáo pháp của ngài, ngài liền đến Lạc Dương, lên chùa Thiếu Lâm trên núi Tung Sơn. Nơi đây, ngài ngồi chín năm liền quay mặt vào vách không giao tiếp với ai, cho đến khi gặp được ngài Huệ Khả và truyền pháp. Có truyền thuyết cho rằng ngài đã sống đến 150 tuổi, cuối cùng bị đầu độc chết và được chôn ở Hồ Nam. Sau đó một vị tăng đi hành hương ở Ấn Độ về gặp ngài trên núi Hùng Nhĩ, tay cầm một chiếc dép, cho biết mình đang trên đường về Ấn Độ. Về tới Trung Hoa, vị tăng này kể lại chuyện này với mọi người. Khi ấy, áo quan được mở ra thì không thấy gì cả, chỉ còn một chiếc dép. Vì tích này, tranh tượng của ngài hay được vẽ vai vác gậy mang một chiếc dép. Bồ-đề Đạt-ma truyền phép thiền định mang truyền thống Đại thừa Ấn Độ, đặc biệt chú trọng đến kinh Lăng-già (Lakvatra-sutra), là bộ kinh duy nhất ngài mang theo khi đến Trung Hoa. Tuy nhiên, Thiền tông Trung Hoa chỉ thành hình thật sự với Huệ Năng, Tổ thứ sáu, được xem là một trường phái đặc biệt nằm ngoài giáo pháp nguyên thủy. Thiền tông Trung Hoa phát triển rực rỡ kể từ đời Đường. Theo giáo sư Nguyễn Lang trong Việt Nam Phật giáo sử luận thì Bồ-đề Đạt-ma có thể đã từng đến Việt Nam (Giao Châu) vào cuối đời nhà Tống (420 - 447), cùng với một vị tăng Ấn Độ khác tên là Pháp Thiên (Dharmadeva) trước khi sang Trung Hoa.

Tam luận tông là biến dạng kiểu Trung Hoa của phái Trung luận, hay Trung quán tông của Ấn Độ. Đúng như tên gọi, tông này dựa trên ba bộ luận, một bộ của ngài Long Thọ và hai bộ của ngài Thánh Thiên, được ngài Cưu-ma-la-thập hoàn tất vào khoảng năm 400.[1] Cát Tạng, người sáng lập tông này, là người có rất nhiều trước tác, phần lớn là những bộ chú giải và những sách trình bày kiến thức tổng quát. Mục đích chung của tông này là loại bỏ hết thảy mọi quan điểm để tánh không có thể hiển hiện.

Pháp tướng tông là biến dạng kiểu Trung Hoa của Duy thức tông hay Du-già hành tông của Ấn Độ, với nền tảng căn bản là bộ Thành duy thức luận. Ngài Huyền Trang, một nhà chiêm bái vĩ đại, đã mang về từ đại học Phật giáo Nālanda 10 cuốn chú giải bộ Duy thức tam thập tụng của ngài Thế Thân, và kết hợp tất cả lại thành một cuốn, nhìn chung là nghiêng theo những luận giải của ngài Hộ Pháp[2] (thế kỷ 6).

Mục đích của Pháp tướng tông là phủ nhận tất cả đối tượng, xem đó chỉ là sự biểu lộ của tinh thần tùy thuộc vào những diễn tiến của thức, và nhắm đến việc hòa nhập vào một tâm duy nhất, trong đó chỉ có thức là duy nhất. Tuy nhiên, những giáo lý và việc làm của họ không hòa hợp với khuynh hướng chung của tinh thần người Trung Hoa. Với Khuy Cơ (632-682), đệ tử hàng đầu của ngài Huyền Trang, trường phái này có thêm một bộ óc siêu việt nữa, nhưng chẳng bao lâu lại bị suy thoái thành những cuộc tranh cãi mang tính học thuật về thức thứ bảy, thức thứ tám và thức

[1] Thật ra, hai trong số 3 bộ luận của tông này được xem là của ngài Long Thọ. Đó là bộ Trung luận và Thập nhị môn luận. Bộ thứ ba là Bách luận của ngài Thánh Thiên. Đóng góp của ngài Cưu-ma-la-thập là dịch sang Hán văn vào khoảng năm 400, và truyền dạy ba bộ luận này cho ba vị đại đệ tử là Đạo Sinh (道生), Tăng Triệu (僧肇) và Tăng Lãng (僧朗). Trong số này, ngài

The San-lun is the Chinese form of the Madhyamikas. It is based, as the name says, on "three treatises", one by Nagarjuna and two by Aryadeva, and continues the work done by Kumarajiva about 400. Chi-tsang, its founder, was a most prolific writer of books, chiefly commentaries and encyclopaedias. The general purpose of the school is to discard all views, so that emptiness may prevail.

The Weih-Shih is the Chinese form of the Yogacarins and its basic textbook is the Ch'eng Weih-shih Lun, "The Completion of the Doctrine of mere ideation". The great pilgrim Yuan-tsang had brought with him from **Nālandā** ten commentaries to Vasubandhu's "Thirty Stanzas", and he combined them into one work, generally giving preference to the interpretations of Dharmapala (sixth century).

It is the purpose of this school to discard all objects, to see that they all "are mental representations dependent upon the evolutions of consciousness", and to merge into the one Mind in which everything is mere ideation. Its tenets and attitudes were, however, not in harmony with the general tendencies of Chinese mentality. In K'uei-chi (632-82), Yuan-tsang's leading disciple, this school attracted another first-class mind, but soon it degenerated into scholastic disputes about

---

Tăng Lãng là người đã nêu bật được sự khác biệt giữa Tam luận tông và Thành thật tông, nên có thể xem là người thật sự sáng lập tông này. Pháp Lãng (法朗) và Cát Tạng (吉藏) là hai vị nổi bật trong khoảng thế kỷ thứ 6, là thời hoàng kim của giáo lý tông này.

[2] **Dharmapāla**, Hán dịch nghĩa là Hộ Pháp (護法). Bộ Duy thức tam thập luận tụng (唯識三十論頌) do ngài Thế Thân trước tác, đã được rất nhiều người luận giải. Ngài Hộ Pháp chỉ là một trong số đó, nhưng luận giải của ngài được đánh giá rất cao và được ngài Huyền Trang chọn để đưa vào tác phẩm của mình.

thứ chín, nói chung là chẳng đưa đến kết quả gì mà chỉ phản ánh những truyền thống rất khác biệt của Ấn Độ, không phải bao giờ cũng được hiểu một cách rõ ràng.

Mật tông là hình thức của những Tan-tra khi đến Trung Hoa, cũng được gọi là Chân ngôn tông, tông phái của những câu thần chú. Vào thế kỷ 8, ba vị tăng Ấn Độ là Thiện Vô Úy (637-735), Kim Cang Trí[1] (670-741) và Bất Không (705-774) đã đưa vào Trung Hoa hệ thống kinh Tan-tra và gây được ảnh hưởng rất lớn đối với triều đình các vua Đường. Họ thiết lập rất nhiều nghi lễ khác nhau, một phần là nhắm đến việc ngăn ngừa các tai họa cho vương triều, và một phần là để tạo ảnh hưởng tốt cho những người đã chết.

Tông phái này tồn tại không hơn một thế kỷ, và trong những giai đoạn về sau, truyền thống Mật giáo ở Trung Hoa chịu ảnh hưởng của các vị Lạt-ma từ Tây Tạng đến.

Ba trường phái tiếp theo có mức độ hoà nhập tốt hơn.

Trước hết là Hoa nghiêm tông, tiêu biểu cho mối liên hệ giữa Duy thức tông và giáo lý Tan-tra, trong đó tông này đưa ra một sự diễn giải có tính cách vũ trụ đối với những tư tưởng về bản thể của phái Du-già. Tông phái này xuất phát từ việc nghiên cứu kinh Hoa nghiêm. Ở đây, sự tương đồng hay giống nhau của vạn hữu được hiểu như là sự dung thông, hàm chứa của mỗi một yếu tố trong thế giới với hết thảy mọi yếu tố khác. Nguyên lý duy nhất của vũ trụ hiện diện trong muôn loài muôn vật, theo nghĩa là mọi thứ đều hòa hợp với hết thảy những thứ khác. Mỗi một hạt bụi cũng hàm chứa tất cả các cõi Phật, và mỗi một ý tưởng đều hướng đến tất cả trong quá khứ, hiện tại và tương lai. Thế giới của giác quan là sự phản ánh của chân lý vĩnh cửu và huyền bí có thể được nhìn thấy ở khắp nơi.

[1] Vajrabodhi - theo Phật Quang Từ điển thì niên đại của ngài là 671 - 741.

the "seventh", "eighth" and "ninth" consciousness, which generally did nothing but reflect divergent Indian traditions, not always clearly understood.

The Mi-tsung, or "School of the Mysteries", is the Chinese form of the Tantra. It is also known as Chen-yen, the school of the "Mantras". In the eighth century, three Indians, Subhakarasimha (637-735), Vajrabodhi (670-741) and Amoghavajra (705-74), imported into China Tantric systems of the non-Shaktic type, and won great influence at the Court of the T'ang emperors. They there established a great variety of rites, partly designed to avert catastrophes from the Empire, and partly to favourably influence the fate of people after their death.

The school lasted not much longer than a century, and in later times the Tantric tradition in China fell into the hands of Lama monks from Tibet.

The next three schools attained a greater degree of assimilation.

First among these is the Hua-yen-tsung, literally the "Wreath" school, which represents the link between Yogacara and Tantra, in that it gives a cosmic interpretation to the ontological ideas of the Yogacarins. It is derived from a study of the Indian Avatamsaka Sutra. Here the sameness, or identity, of everything is interpreted as the interpenetration of every element in the world with every other element. The one principle of the cosmos is present in all beings and in all things, in the sense that everything harmonizes with everything else. Each particle of dust contains all the Buddha-lands, and each thought refers to all that was, is and will be. The sensory universe is a reflex of the eternal and the mysteries of the truth can be beheld everywhere.

Không giống như giáo lý Tan-tra, Hoa nghiêm tông không nhắm đến việc sử dụng và kiểm soát các sức mạnh của vũ trụ bằng những phương thức mầu nhiệm, mà nhắm đến việc nghiền ngẫm và đánh giá sự tương tác của chúng. Giáo lý này ảnh hưởng rất mạnh mẽ đến cách nhìn về thế giới tự nhiên của người Viễn Đông, và cũng mang lại cảm hứng cho nhiều nghệ sĩ ở Trung Hoa, rồi sau đó là Nhật Bản.

Thành lập vào khoảng năm 630, Hoa nghiêm tông tồn tại cho đến khoảng năm 1000.

Một trong những cao tăng lỗi lạc nhất của phái này là ngài Pháp Tạng (643-712), người nước Khang Cư, và ban đầu là đệ tử của ngài Huyền Trang.[1] Theo Duy thức tông, ngài nói đến một cái tâm duy nhất tạo thành tính khả hữu cho thế giới vạn tượng. Nhưng rồi ngài vượt xa hơn giáo lý Duy thức khi cho rằng hết thảy vạn vật đều có ba đặc điểm sau đây:

1. Về mặt hiện hữu, mỗi một vật thể riêng biệt, cho đến mỗi một hạt bụi, đều hàm chứa trong bản thân nó một cách trọn vẹn toàn thể thế giới thực tại.

2. Về mặt sáng tạo, mỗi một vật thể riêng biệt, cho đến mỗi một hạt bụi, đều có thể tạo ra được hết thảy mọi phẩm chất có thể có, và vì thế mà mỗi một vật thể đều có thể bộc lộ những bí ẩn của toàn bộ thế giới.

3. Trong mỗi một vật thể riêng biệt, cho đến mỗi một hạt bụi, đều có thể nhận ra được tánh không của thực tại.

Môn đồ Hoa nghiêm tông được gợi ý nghiền ngẫm về 6 vấn đề sau:

---

[1] Đúng ra, Pháp Tạng, hay Hiền Thủ Pháp Tạng (賢首法藏) là đệ tử của ngài Trí Nghiễm (智儼), và có giúp ngài Huyền Trang dịch kinh điển, nhưng không được bao lâu. Chúng tôi chưa thấy tư liệu nói ngài là đệ tử của Huyền Trang.

Unlike the Tantra this school did not aim at the manipulation and control of cosmic forces by magical means, but was content with the contemplation and aesthetic appreciation of the interplay of these forces. This doctrine greatly influenced the attitude to nature in the Far East, and also inspired many artists in China and later on in Japan.

The Hua Yen school, founded about 630, lasted until about AD 1000.

One of its greatest teachers was Fa-tsang (643-712), the descendant of a Sogdian family and originally a disciple of Yuan-tsang, who wrote an important work called "Meditation which extinguishes false imaginations, and by which one returns to the source". With the Yogacarins he speaks of one mind which makes possible the world of particulars. But then he goes beyond the Yogacarin doctrine by claiming that everything has the following three marks, or characteristics:

1. Existentially, each particular object, each "particle of dust", contains in itself the whole realm of reality (dharmadhatu) in its entirety;
2. Creationally it can generate all possible kinds of virtue, and any object may therefore reveal the secrets of the entire world;
3. In each particle the emptiness of true reality is perceivable.

Six kinds of contemplation are recommended to the disciple:

1. Quán sát sự tĩnh lặng của tâm thức, nơi mà tất cả vạn pháp đều quy về.
2. Nhận rõ sự hiện hữu của thế giới vạn tượng chỉ là do từ tâm thức.
3. Quán sát sự dung thông toàn hảo và vi diệu của vạn pháp.
4. Quán sát vạn pháp đều chỉ là một thể chân như, ngoài ra không có gì cả.
5. Quán sát rằng trong tấm gương lớn của sự tương đồng phản chiếu được hình ảnh của hết thảy vạn vật, mà vì thế chúng không hề ngăn ngại lẫn nhau.
6. Quán sát rằng khi một pháp khởi lên thì tất cả các pháp cũng đồng thời sanh khởi với nó.

Thiên thai tông được mang tên này vì tổ sư khai sáng là ngài Trí Khải đã sống và giảng đạo ở núi Thiên Thai, tỉnh Triết Giang. Tông này còn được gọi là Pháp hoa tông, vì lấy bộ kinh Diệu pháp liên hoa làm nền tảng. Ngài Trí Khải có trước tác một số luận giải cực kỳ giá trị về phương thức tu thiền.

Trong giáo lý của mình, Thiên thai tông nhắm đến việc tổng hợp tất cả các trường phái Đại thừa khác nhau. Và trong khuynh hướng chung, họ tán thành việc nâng cao địa vị xã hội bằng cách cộng tác với triều đình. Tinh thần này tương đồng với Hoàng phái của Tây Tạng, mặc dù những điều kiện ở Trung Hoa liên tục tạo ra sự ngăn chặn ảnh hưởng chính trị của tông này.

Trong giáo lý mang tính triết học sâu xa và phức tạp của mình, Thiên thai tông cho thấy những dấu hiệu ảnh hưởng rất mạnh mẽ không chỉ của Pháp tướng tông và Hoa nghiêm tông, mà còn là của bộ Đại thừa khởi tín luận, một tác phẩm

1. To look into the serenity of Mind to which all things return;
2. To realize that the world of particulars exists because of the One Mind;
3. To observe the perfect and mysterious interpenetration of all things;
4. To observe that there is nothing but Suchness;
5. To observe that the mirror of Sameness reflects the images of all things, which thereby do not obstruct each other;
6. To observe that, when one particular object is picked up, all the others are picked up with it.

The T'ien-t'ai school is so called because its founder, Chili-k'ai, lived and taught in the T'ien-t'ai mountains in Chekiang. It is also known as the Fa-ma, or "Lotus" school, because it took the Saddharmapundarika as its basic text. Chih-k'ai wrote some extremely valuable treatises on the art of meditation.

In its doctrines the T'ien-t'ai aimed at a syncretism of all the different Mahāyāna schools and in its general policy it tended to promote social order in collaboration with the secular authorities. Its mentality is akin to that of the Yellow Church of Tibet, although Chinese conditions produced constant checks on its political influence.

In its profound and complicated philosophical teachings the T'ien-t'ai shows strong traces of the influence not only of the Weih-shih and Hua-yen schools, but also of the Awakening of Faith in the Mahayana, a work falsely ascribed

được cho là của ngài Mã Minh nhưng rất có thể được viết tại Trung Hoa.

Thiên thai tông thiên nhiều về khuynh hướng gọi cái tuyệt đối là chân như hoặc Như Lai tạng, hàm chứa trong đó hết thảy mọi vật thể thanh tịnh và không thanh tịnh , và vì thế có thể tạo ra được những gì thuộc thế giới này cũng như thế giới khác. Lý thuyết nhị nguyên này là điểm đặc biệt của Thiên thai tông. Hết thảy sự vật trong thế giới hiện tượng đều hòa nhập, hàm chứa trong nhau, và không hề có sự ngăn ngại nào giữa sự vật này với sự vật khác. Thiên thai tông có khuynh hướng tin vào một mức độ thực tại lớn hơn trong thế giới hiện tượng, so với giới hạn của những trường phái Ấn Độ. Trong quan hệ với hoạt động xã hội, họ nhấn mạnh rằng Niết-bàn diệt trừ hết mọi khổ não, nhưng không giống như cái đại dụng của vũ trụ. Theo họ, chính các đức Phật có thể là đang hoạt động và lưu lại trong vòng sinh tử, bởi vì ngay cả sau khi giác ngộ các ngài vẫn còn khả năng hàm chứa những điều bất tịnh, vốn chẳng bao giờ có thể hủy hoại được, và vì thế, giống như những người bình thường, các ngài có thể can dự vào những hành động bất tịnh và tầm thường.[1]

Và bởi vì mỗi vật thể riêng biệt đều hàm chứa trọn vẹn tâm thể tuyệt đối, cho nên không những là, như ngài Đạo Sinh đã nói, mọi hữu tình đều có tánh Phật, mà như ngài Trạm Nhiên (711-782), Tổ thứ 9 của tông Thiên thai, cũng giải thích rằng "ngay cả những vật vô tri giác cũng có tánh Phật, vậy tại sao lại có thể có ngoại lệ, ngay cả là với một hạt bụi nhỏ?"

Trong Tịnh độ tông, giáo thuyết về Phật A-di-đà đã tồn

---

[1] Trong đoạn này cách diễn giải của tác giả có vẻ không hoàn toàn phù hợp với giáo lý Thiên thai tông. Dường như ông đã suy diễn từ quan điểm "tất cả chúng sanh đều có tánh Phật" để hiểu ngược lại rằng "tất cả Phật đều có tánh

to Asvaghosha, which may very well have originated in China.

The T'ien-t'ai had a strong preference for calling the Absolute "true or genuine Suchness" or also the "Womb of the Tathagata", which contains within itself all the pure and impure potentialities and is thus capable of generating both this-worldly and other-worldly things. This dualistic theory is special to the T'ien't'ai school. All things and events of the phenomenal world are "harmoniously integrated", and there is no barrier between one thing and another. The T'ien-t'ai tend to ascribe a greater degree of reality to the phenomenal world than the Indian schools would allow. In their concern with social activity they emphasized that Nirvāṇa eliminates all ills, but not likewise "the great functioning" of the universe. According to them even the Buddhas can work and stay within the circle of birth and death, because even after enlightenment they retain their impure potentialities, which cannot ever be destroyed and therefore they may, like ordinary people, be engaged in impure or mundane acts.

And because every single thing contains the absolute Mind in its totality, not only, as Tao-sheng had said, all sentient beings have the Buddha-nature in them, but also, as Chan-jan (711-82), the ninth patriarch of the T'ien-t'ai explained, "even inanimate things possess the Buddha-nature", "and why should exception be made of even a tiny particle of dust?"

In the Ching-t'u ("Pure Land") school Amidism, which

---

chúng sanh". Và cách hiểu này chưa thấy được đề cập đến trước đây bao giờ. Hình tướng trần tục chỉ có thể hiểu là hóa thân của các đức Phật mà thôi.

tại qua nhiều thế kỷ như một trào lưu phổ biến, và ngày càng được tổ chức chặt chẽ hơn.

Tông phái này được ngài Đạo Xước (562-645) thành lập, và được củng cố bởi ngài Thiện Đạo (613-681). Hai vị này được tiếp nối bởi một số các tên tuổi xuất chúng khác, đều được tôn xưng danh hiệu Tổ sư. Người cuối cùng là ngài Thiếu Khang,[1] mất năm 805.

Từ sau thế kỷ 9, giáo thuyết A-di-đà không tồn tại riêng biệt như một tông phái nữa, mà đã hiện diện trong mọi hình thức Phật giáo ở Trung Hoa.

Giáo lý Tịnh độ dạy rằng, nhờ nguyện lực của Phật A-di-đà mà việc xưng danh hiệu ngài có thể loại trừ mọi chướng ngại để đi đến giải thoát, và chỉ cần niệm danh hiệu ngài là có thể chắc chắn sẽ được vãng sanh về cõi Phật của ngài. Thuyết A-di-đà chủ yếu dựa vào kinh A-di-đà,[2] một bản kinh bằng Phạn ngữ có vào khoảng thế kỷ thứ nhất. Trong kinh nói rằng, cách đây vô số kiếp, Bồ Tát Pháp Tạng đã lập 48 lời nguyện lớn, trong đó có lời nguyện rằng: tất cả chúng sanh nào xưng danh hiệu ngài đều sẽ được cứu độ; và rằng sau này vị Bồ Tát ấy thành Phật hiệu là A-di-đà; và cuối cùng, trong kinh nói rằng cách đây 10 kiếp, theo đúng lời nguyện của mình, đức Phật A-di-đà đã hóa hiện cõi Tịnh độ phương Tây, cách xa nơi đây mười vạn ức cõi Phật.

Tông phái này tôn kính đức Phật A-di-đà bằng cách sao chép thật nhiều ảnh tượng của ngài và những bản kinh nói về ngài, cũng như những tranh vẽ để minh họa và những bài tụng tán ca ngợi vẻ đẹp trang nghiêm của cõi Tịnh độ.

---

[1] Thiếu Khang (少康) là người đã thành lập Tịnh Độ Đạo Tràng ở Mục Châu, thuộc tỉnh Triết Giang, để truyền bá tông chỉ của ngài Thiện Đạo. Ngài mất năm 805 nhưng không rõ sinh năm nào.

had for centuries existed as a popular trend, became more strictly organized.

This school was founded by Tao-ch'o (562-645), and consolidated by Shan-tao (613-81). These two were followed by a few more outstanding figures, called "patriarchs", the last of whom, Shao-k'ang, died in 805.

After the ninth century Amidism ceases to have a separate corporate existence as a sect and becomes an influence which pervades all forms of Buddhism in China.

Amidism taught that the power inherent in the name of the Buddha Amitabha can remove all obstacles to salvation and that the mere utterance of His name (O-mi-to-fo) can assure rebirth in His kingdom. The legend of Amitabha is based chiefly on the Sukhavativyuha, a *Sanskrit* text of the first century AD. It tells us that inconceivable aeons ago the Bodhisattva Dharmakara made forty-eight vows, among them the promise that all who call on his name shall be saved; that later on he became the Buddha Amitabha; and that finally, ten aeons ago, in accordance with his vows, he established the Pure Land or Western Paradise which lies one million billion Buddha-lands away.

This sect honoured Amitabha by multiplying copies of His statues as well as of the Sutras which deal with Him, and also by paintings which depict and by hymns which sing the splendours of the Pure Land.

---

[2] Sukhāvativyuha Sutra, Hán dịch là A-di-đà Kinh (阿彌陀經), cũng gọi là Tiểu Vô lượng thọ kinh (小無量壽經) hay Xưng tán tịnh độ Phật nhiếp thụ kinh (稱讚淨土佛攝受經).

Một cuộc nghiên cứu các văn bản có ghi ngày tháng ở Long Môn[1] cho thấy sự thờ cúng Phật A-di-đà đã rất thịnh hành ở xứ này vào khoảng năm 647 đến năm 715. Những tín đồ tin Phật A-di-đà còn thờ cả đức Quán Thế Âm, một vị Bồ Tát Ấn Độ mà qua thời gian đã chuyển đổi từ nam tính thành nữ tính ở Trung Hoa.

Sức mạnh của thuyết A-di-đà Phật nằm trong tính cách phổ cập với tất cả mọi người. Tri thức của hàng tăng sĩ cao quý ẩn mình trong núi sâu là hoàn toàn vượt quá khả năng của những người bình dân phải sống trong cảnh bon chen của cuộc sống tầm thường. Một tôn giáo thu hút đông đảo giới bình dân trước hết phải nhắm đến sự đơn giản cực kỳ, và theo những người khởi xướng thì lợi thế lớn lao của giáo lý Tịnh độ chính là việc nó hết sức đơn giản và dễ làm theo. Tất cả những gì được đòi hỏi về mặt đức hạnh chỉ duy nhất là đức tin, và những người khởi xướng dường như đã đảm bảo rằng điều đó dễ tìm thấy hơn nhiều so với khả năng nhập định hoặc trí thông minh.

Tuy nhiên, Thiền tông mới là quan trọng nhất trong tất cả các tông phái ở Trung Hoa. Đây là sự tái tạo độc đáo những tư tưởng trong kinh Phật lần thứ tư, và cũng là lần cuối cùng. Ba sự tái tạo trước đó đã sản sinh bộ luận A-tỳ-đạt-ma, giáo lý Đại thừa và những kinh điển Tan-tra. Thiền tông gần như đồng thời với giáo lý Tan-tra, và cả hai có rất nhiều điểm chung.

Lịch sử Thiền tông Trung Hoa bắt đầu với ngài Huệ Năng (638-713), cũng được biết với danh xưng là Lục Tổ. Trước ngài Huệ Năng, chúng ta có một giai đoạn chuẩn bị kiểu tiền lịch sử của Thiền tông, được cho là bắt đầu từ Bồ-đề Đạt-ma, một cao tăng Nam Ấn có phần nào mang tính

A study of the dated inscriptions at Long-men shows that the cult of Amitabha flourished there particularly between 647 and 715. The Amïdists also worshipped Kuan-yin, the Indian Avalokitesvara, who in the course of time changed his sex in China, and became a feminine deity.

The strength of Amidism lies in its democratic spirit. The intellectualism of religious aristocrats who retire into solitary mountain places is quite beyond the reach of the common people who must live in the bustle of ordinary life. A religion which appeals to the masses must above all aim at extreme simplification, and the great merit of the Ching-t'u teaching, according to its propounders, is that it is simple and easy to follow. All that is required by way of virtue is just faith, and the Ching-t'u authors seem to assume that that is more commonly found than the capacity for trance or wisdom.

The most important of all Chinese schools is, however, the Ch'an school. It is the fourth and last of the original recreations of the Buddha's thought, the first three being the Abhidharma, the Mahāyāna and the Tantra. With the Tantra Ch'an is nearly contemporary and the two have much in common.

The history of the Ch'an school begins with Hui-neng (638-713), also known as the "sixth Patriarch". Before Hui-neng we have a kind of pre-history of Ch'an, which is said to begin with Bodhidharma, a more or less legendary

[1] Khu vực có nhiều hang động được khai quật thấy rất nhiều di tích văn hóa Phật giáo, thuộc Lạc Dương.

cách huyền thoại, đã đến Trung Hoa vào khoảng đầu thế kỷ 6[1] và trải qua 9 năm ở kinh đô Lạc Dương chỉ ngồi nhìn vào vách tường.[2]

Tầm quan trọng của Bồ-đề Đạt-ma nằm ở việc ngài đã tạo ra cho Thiền tông Trung Hoa một mối liên hệ cụ thể với truyền thống Ấn Độ, một mối liên hệ mà Thiền tông rất trân trọng, bất chấp những sáng tạo đi khá xa của mình. Như chúng ta được nghe, đức Thích-ca Mâu-ni đã truyền giáo pháp bí mật cho ngài Đại Ca-diếp, và từ ngài Ca-diếp truyền dần qua từng vị tổ sư, nhưng chỉ "lấy tâm truyền tâm, không dùng đến văn tự".[3] Cho đến ngài Bồ-đề Đạt-ma là tổ sư thứ 28 được truyền thừa.

Từ Tổ Bồ-đề Đạt-ma đến Tổ Huệ Năng, chúng ta còn có bốn vị tổ sư nữa, là những người giảng giải Phật pháp có pha lẫn phần nào với Lão giáo, theo truyền thống của ngài Đạo Sinh trước đây. Trong số này, Tổ thứ ba là Tăng Xán (mất năm 606)[4] rất đáng chú ý với bài Tín tâm minh, một trong những tác phẩm cổ điển vĩ đại của văn học Phật giáo.

Tuy nhiên, các vị tổ sư này nói chung không tạo được bao nhiêu ảnh hưởng đối với xã hội, vì họ sống trong thanh bần, không có trụ xứ cố định, và thường theo một nguyên tắc là không ngủ lại bất cứ nơi nào quá một đêm.[5]

Những ghi chép trong lịch sử còn đi xa hơn nữa khi cho thấy rằng sự giảng giải giáo lý của các vị tổ này đã đưa đến

---

[1] Nhiều tư liệu đồng ý chính xác là vào năm 520.

[2] Chuyện "cửu niên diện bích" của ngài Đạt-ma được biết là tại động Thiếu Thất trên Tung Sơn, cũng chính là nơi ngài truyền pháp cho Nhị tổ Huệ Khả.

[3] Dĩ tâm ấn tâm, bất lập văn tự (以心印心, 不立文字).

[4] Theo Phật Quang Từ điển thì Tam Tổ Tăng Xán (僧粲) sinh năm 529 và mất năm 613.

Southern Indian who came to China at the beginning of the sixth century and spent nine years in Lo-yang, the capital, in "wall-gazing".

The importance of Bodhidharma lies in providing the Ch'an sect with a concrete link with the Indian tradition, a link which the school in spite of its profound originality greatly cherished. The Buddha Sakyamuni, so we are told, had given the secret doctrine to Mahakasyapa, and from him it was transmitted to one "patriarch" after the other, but "from mind to mind, without the use of written texts", until it reached Bodhidharma, the twenty-eighth of the line.

Between Bodhidharma and Hui-neng we have four more "patriarchs" who taught a Buddhism strongly tinged with Taoism in the tradition of Tao-sheng. Among them the third patriarch, Seng-t'san (died 606), is noteworthy for his superb poem on "Believing in Mind", which is one of the great classics of Buddhist literature.

These patriarchs had, however, little influence on society in general, because they lived in poverty without a fixed residence and generally made it a rule not to spend more than one night in any one place.

History further records that the interpretation of the teachings of these patriarchs led to a rift between a

[5] Điểm này có vẻ không được rõ ràng lắm. Như chúng ta biết, các Tổ sư đều có trụ xứ để hoằng hóa, và như theo kinh Pháp Bảo Đàn còn ghi lại thì núi Hoàng Mai nơi Ngũ Tổ truyền pháp là một ngôi chùa lớn với tăng chúng hơn ngàn người, còn có các cư sĩ tụ tập để giúp việc tạp dịch hàng ngày. Lục tổ ban đầu cũng là một trong những cư sĩ đó. Về điểm "không ngủ một nơi quá hai đêm" là theo đúng truyền thống Phật giáo nguyên thủy, như các vị sư khất thực của Thượng tọa bộ, không phải quan điểm của các thiền sư. Việc Tổ Đạt-ma chín năm ngồi ngó vách (cửu niên diện bích) cũng đủ nói lên điều này.

sự bất đồng giữa một chi phái ở miền Bắc, đứng đầu là ngài Thần Tú (khoảng 600-706),[1] với một chi phái ở miền Nam, đứng đầu là ngài Huệ Năng ở Quảng Châu. Điểm chính trong sự tranh luận giữa đôi bên là tiệm ngộ và đốn ngộ. Môn đồ phía bắc theo chủ trương tiệm ngộ, cho rằng những điều bất tịnh của chúng ta phải được trừ bỏ một cách dần dần, nhờ vào nỗ lực công phu chuyên cần.[2] Không bao lâu thì chi phái này tàn lụi.

Thiền tông mà chúng ta nói đến ở đây bao gồm các đệ tử rất đa dạng của ngài Huệ Năng. Về mặt tổ chức, Thiền tông chỉ trở nên độc lập vào thời của ngài Bách Trượng Hoài Hải (720-814).[3] Trước đó, hầu hết các thiền sư đều sống trong những tự viện của Luật tông và tuân theo giới luật của phái này. Ngài Bách Trượng đã đưa ra một loạt những quy tắc mới đối với tăng sĩ của Thiền tông, nhằm khôi phục những điều kiện sống khắc khổ và đơn giản của Tăng-già như thuở ban đầu, và cũng kết hợp giới luật Phật giáo với những khuôn phép ứng xử của Khổng giáo. Thanh quy của tất cả các thiền viện đều được rút ra từ các quy tắc của ngài Bách Trượng.[4] Ngài đã áp dụng một sự cải cách rất hiệu quả, giúp đảm bảo được sự tồn tại và thành công trong xã hội cho tông phái của mình.

Tăng sĩ trong thiền viện đi khất thực vào mỗi buổi sáng, nhưng ngoài ra còn phải làm việc nữa. Châm ngôn của ngài Bách Trượng là “Một ngày không làm, một ngày không ăn.”[5] Đây là một điều mà trước đó cũng chưa từng nghe nói đến.

[1] Theo Phật Quang Từ điển thì niên đại của ngài Thần Tú (神秀) là 605 - 706.

[2] Thể hiện rõ nét cho quan điểm này là bài kệ nổi tiếng của ngài Thần Tú, được Ngũ Tổ cho rằng người sau chỉ cần “Y theo kệ này tu khỏi đọa nẻo ác. Y

Northern branch, headed by Shen-hsiu (c. 600-706), and a Southern branch, headed by Hui-neng, of Canton, the main point in dispute being the question of "gradual" and "sudden" enlightenment. The Northern followers of "gradual enlightenment", who assumed that our defilements must be gradually removed by strenuous practice, soon died out.

What we call the Ch'an school consists of Hui-neng's numerous disciples. Organizationally, Ch'an became independent only at the time of Po-chang Huai-hai (720-814). Up to then, most Ch'an monks had lived in monasteries of the Lu-tsung under the regulations of its Vinaya. Now Po-chang made a new set of rules for Ch'an monks, which tried to revive the austerity and simplicity of living conditions in the early Order, and also combined the Buddhist Vinaya with Confucian rules of etiquette. The regulations of all Ch'an monasteries are derived from Po-chang. He introduced an innovation which did much to ensure the survival and social success of his sect.

The monks went on their begging round each morning, but in addition they were expected to work. "A day without work, a day without eating" was Po-chang's watchword. This was something unheard of so far.

---

theo kệ này tu, được lợi ích lớn." Bài kệ này được tạm dịch như sau:

Thân là cây Bồ-đề,
Tâm như đài gương sáng.
Thường siêng lau siêng rửa,
Chớ để bám bụi nhơ.

[3] Bách Trượng Hoài Hải (百丈懷海), là đệ tử nối pháp của ngài Mã tổ Đạo Nhất.

[4] Tức là bộ Bách Trượng thanh quy (百丈清規), một tác phẩm nổi tiếng và đã được chọn làm khuôn mẫu trong việc tổ chức các thiền viện.

[5] Nhất nhật bất tác, nhất nhật bất thực. (一日不作, 一日不食.) Châm ngôn này đã trở thành phổ biến ngay cả trong nhiều tự viện ở Việt Nam.

Thiền tông có hai thời kỳ phát triển mạnh mẽ. Thời kỳ thứ nhất vào đời Đường và thời kỳ thứ hai vào đời Tống. Thời kỳ thứ hai sẽ nói đến trong chương IV, ở đây chúng ta chỉ giới hạn trong thời kỳ thứ nhất.

Từ lâu, việc cân nhắc giữa trau giồi tri thức và công phu hành trì xem điều nào quan trọng hơn đã là một vấn đề khó khăn. Thiền tông, ngược lại với phái Dhammakathika của Tích Lan, đã có quyết định hoàn toàn dứt khoát trong việc chú trọng đến công phu thực hành. Thiền tông nhận ra rằng, có đôi khi lòng nhiệt thành của tín đồ đã làm gia tăng quá nhiều các phương tiện tìm cầu giải thoát, như các hình thức kinh kệ, sớ giải, những sự phức tạp về triết học, những hình tượng và nghi lễ... cho đến nỗi chính bản thân mục đích giải thoát có thể bị khuất lấp đi, và đời sống tâm linh có nguy cơ phải chết ngạt trong chính những điều đã được tạo ra để nuôi dưỡng nó.

Trong phản ứng chống lại sự thừa thãi quá độ về phương thức tu tập do sự nhiệt thành, Thiền tông nghiêng hẳn về một sự đơn giản cực kỳ trong phương thức đạt đến giác ngộ. Họ không ngừng phê phán sự vận dụng sai lầm các phương thức tu tập, vốn tự nó đã có thể dễ dàng trở nên bế tắc. Đặc biệt, Thiền tông tự mình chống lại việc thờ kính quá đáng đối với những truyền thống theo kinh điển, và luôn cho rằng sự giải thoát không thể tìm thấy trong việc nghiên cứu kinh sách. Điều đó không có nghĩa là họ không học tập kinh sách. Trái lại, những thuyết giảng của họ dùng đến rất nhiều trích dẫn từ kinh điển, như kinh Kim cang và kinh Lăng-già là hai bộ kinh được Thiền tông chuộng dùng nhất trong giai đoạn ban đầu. Nhưng họ tin chắc rằng việc nghiên cứu kinh điển chỉ đóng một vai trò hoàn toàn thứ yếu so với yêu cầu công phu thiền định và chứng ngộ.

The Ch'an school has had two periods of vigorous development, the first in the T'ang, the second in the Sung period. The second phase belongs to chapter IV, and here we confine ourselves to the first.

It had long been a problem whether learning or practical realization is more important. The Ch'an sect, as against the Ceylonese Dhammakathikas, uncompromisingly decided in favour of practical realization. They found a situation in which the fervour of the faithful had so multiplied the means of salvation, in the form of Sutras, commentaries, philosophical subtleties, images and rites, that the goal itself was apt to be lost sight of; the spiritual life was in danger of being choked by the very things which were designed to foster it.

In their reaction against the overgrown apparatus of piety they advocated a radical simplification of the approach to enlightenment. They never tired of denouncing the misuse of this apparatus, which could so easily have become an end in itself. In particular they set themselves against the excessive worship paid to the scriptural traditions and insisted that salvation could not be found by the study of books. That did not mean that they studied no books at all. On the contrary their own sayings are saturated with references to such works as the Vajracchedika Sutra, and the Lankavatara Sutra, the two favourites of the school in its early days. But they felt strongly that the study of these Sutras should play only quite a subordinate role compared with the demands of meditation (Ch'an means dhydna) and spiritual realization.

Những lý thuyết phức tạp về vũ trụ và tâm lý của các tông phái Phật giáo khác đều bị phủ nhận như là những thứ rác rưởi và vô dụng.

Để phản đối sự sùng kính quá đáng và những kiến giải sai lầm lúc đó về vai trò của đức Phật, một thiền sư nổi tiếng đời Đường là Đan Hà Thiên Nhiên,[1] vào thế kỷ 8, đã đốt một tượng Phật để sưởi ấm khi ông thấy lạnh.

Vì sự trói buộc hoàn toàn với những mối quan tâm vào một đối tượng tuyệt đối có thể là một rào chắn, nên một thiền sư khác đã lạnh lùng nói rằng: "Nếu như có gặp Phật ngăn đường, hãy giết vị Phật ấy đi."[2]

Ít phần quyết liệt hơn là những câu trả lời của thiền sư Nam Viện Huệ Ngung.[3] Khi được hỏi "Phật là gì?", ngài chỉ hỏi lại: "Cái gì không phải là Phật?", hoặc là: "Ta chưa từng biết ông ấy", hoặc "Đợi khi nào có được một vị, ta sẽ cho ông biết." Những câu trả lời như thế này gần như không mang lại điều gì để trí óc có thể bám víu vào.

Thiền tông nhắm đến khôi phục Phật giáo như một giáo lý tâm linh. Thế giới tâm linh có những quy luật riêng, kích thước riêng và cách thức hiện hữu riêng. Điều này khiến nó trở nên khó hiểu đối với cách nhận thức thế tục, và đã từng có phát biểu rất đúng đắn rằng tâm linh chỉ có thể nhận hiểu được bằng con mắt tâm linh.

Thiền tông biết rất rõ rằng họ tiêu biểu cho một sự khởi đầu hoàn toàn mới. Như những tín đồ tu tập Tan-tra tin theo đức Liên Hoa Sanh xem ngài là vị Phật thứ hai, cũng đáng tin cậy như đức Thích-ca Mâu-ni, thì cũng trên tinh

---

[1] Đan Hà Thiên Nhiên (丹霞天然 - 739 - 824).

[2] Phùng Phật sát Phật (逢佛殺佛), một trong những thiền ngữ nổi tiếng của ngài Lâm Tế Nghĩa Huyền (臨濟義玄).

The complicated cosmological and psychological theories of the other Buddhist schools are rejected as just so much "rubbish" and "useless furniture".

By way of protest against the excesses of devotion and the current misunderstandings of the Buddha's role, a famous Ch'an master of the T'ang dynasty, Tan-hsia T'ien-jan, in the eighth century, when he was cold, burned a statue of the Buddha and warmed himself by it.

Because a definite fixation of the affections on a definite object might act as a fetter, another Ch'an master coldly informs us that, if you meet the Buddha, you ought to kill Him if He gets in your way.

Less drastic are the replies of another Ch'an master Nan-yuan Hui-yung, to the question, "What is the Buddha?" He just said, "What is not the Buddha?", or "I never knew Him", or "Wait until there is one, then I will tell you". All this hardly gives the mind very much to rest upon.

Ch'an was intent on restoring Buddhism as a spiritual doctrine. Spiritual things have their own laws, their own dimensions, and their own mode of being. This makes them rather indefinite for mundane perception, and it has been rightly said that the spirit can be apprehended only by the eyes of the Spirit.

The Ch'an school well knew that it represented a quite new departure. Just as the Tantric followers of Padmasambhava regarded him as a second Buddha, equal in authority to Sakyamuni, so in the same spirit the Ch'an Buddhists

---

[3] Huệ Ngung (860-950), thiền sư Trung Hoa, người xứ Hà Bắc, đệ tử nối pháp thiền sư Hưng Hoá Tồn Tương, thuộc tông Lâm Tế. Ngài hoằng hóa ở Nam Viện thuộc Thiền viện Bảo Ứng ở Nhữ Châu (nay là huyện Lâm An, tỉnh Hà Nam) nên được gọi là Nam Viện.

thần đó, tín đồ Phật giáo Thiền tông đã cố ý gọi tập sách ghi chép những lời thuyết giảng của ngài Huệ Năng là một quyển kinh,[1] danh từ chỉ dùng cho những giáo lý do chính đức Phật nói ra. Vì Thiền tông không thích sự tri thức hóa và hệ thống hóa, nên văn chương Thiền tông, trong chừng mực có được, hoàn toàn khác hẳn với những mẫu mực của Ấn Độ.

Một số ít thiền sư dường như có soạn ra các bài thuyết giảng và những kệ tụng để dạy cho môn đồ, nhưng đại đa số các thiền sư đời Đường đều từ chối không ghi chép lại bất cứ điều gì. Họ tự giới hạn trong một số rất ít những lời dạy ngắn gọn và khó hiểu, mà về sau này được góp nhặt lại thành những cuốn "ngữ lục của cổ đức". Họ không tin vào những hiệu quả bị bóp méo của ngôn ngữ, nên cố gắng dẫn dắt đệ tử đến chỗ giác ngộ không chỉ là bằng những lời nhận xét vô nghĩa, mà còn bằng những cách như dùng gậy đánh vào những lúc thích hợp, vuốt mũi, hoặc tạo ra những tiếng động đột ngột và vô nghĩa, như tiếng hét nổi tiếng của ngài Mã Tổ .v.v...

Phương pháp truyền dạy của Thiền tông được hiểu theo thiền ngữ là "lời nói kỳ đặc và hành động kỳ đặc hơn". Vì không một văn bản nào có thể hàm chứa những điều đó, cho nên sự truyền dạy như thế này được xem là nằm ngoài kinh văn. Chúng được xem như là những trường hợp mà tâm Phật tương giao trực tiếp cùng tâm Phật, và Thiền tông trao truyền tâm ấn là trực tiếp từ thầy đến trò.

Dĩ nhiên là không dễ gì để rút ra từ những cách truyền dạy không trọn vẹn như trên một giáo lý có tính cách triết học được hình thành hợp lý. Nhưng, trong một cố gắng thử làm điều không thể được, có thể nói rằng sau đây là những giáo lý chính của Thiền tông.

[1] Tức là cuốn Pháp Bảo Đàn Kinh.

deliberately called a collection of Hui-neng's sermons a "Sutra", a term reserved for the Buddha's own utterances. Because the Ch'an school abhorred all intellectualization and systematizations, its own literature, insofar as it had any, widely departed from the Indian models.

A few Ch'an monks seem to have composed sermons and didactic hymns, but the great majority of the T'ang masters refused to write down anything at all. They confined themselves to a few brief and cryptic sayings, which at a later age were collected as "Sayings of the Ancient Worthies". So much did they distrust the distorting effect of words, that they tried to induce enlightenment in their pupils not only by nonsensical remarks, but by beating them at appropriate moments with a stick, pulling their noses, or making rude and inconsequential noises, like Ma-tsu's famous "Ho", etc.

Their method of teaching was technically known as "strange words and stranger actions". Because no written work can contain them, these teachings were held to be something outside the scriptures. They are regarded as instances of the "Buddha-mind" speaking directly to the "Buddha-mind", and they transmit the "Seal of Mind" directly from teacher to pupil.

It is, of course, not easy to distil from such unpromising material a rationally formulated philosophical doctrine. But, attempting the impossible, one may well say that these were the chief tenets of Ch'an.

1. Trước hết, Thiền tông có một lời dạy nổi tiếng: "Quả Phật được thành tựu qua việc giác ngộ tức thì." Tuy nhiên, là những người thực tiễn, các thiền sư không quan tâm nhiều đến các lý thuyết giác ngộ so với sự thành tựu thực tiễn. Phái Tiểu thừa có quá nhiều điều để nói về giác ngộ, nhưng không còn đào tạo ra vị thánh giác ngộ nào nữa cả, cho dù là A-la-hán hay Phật. Đại thừa truyền thống cũng không khá gì hơn, và phải biện minh cho sự không thành tựu rõ ràng này bằng cách khẳng định rằng bất cứ vị Bồ Tát nào cũng phải trải qua vô số kiếp tu tập trước khi có thể thành tựu quả Phật. Vào thế kỷ 7 và 8, một số tín đồ Phật giáo có phần mất kiên nhẫn với những giáo lý đã đưa mục tiêu giác ngộ về đến một tương lai vô hạn, và đòi hỏi những kết quả nhanh chóng hơn. Điều này dẫn đến sáng tạo những kinh điển Tan-tra với phương thức để thành tựu quả Phật ngay trong thân này, và những nỗ lực của Thiền tông để giác ngộ ngay trong đời này.

Thiền tông nói rằng trong tông môn của họ lúc nào cũng có rất nhiều người đạt đến giác ngộ. Nhưng về điều này, họ không dùng từ giác (bodhi - bồ-đề) như truyền thống để chỉ trạng thái giác ngộ, mà dùng một từ mới là "ngộ",[1] được biết nhiều hơn[2] với dạng tiếng Nhật là *satori*. Mối quan hệ giữa ngộ của Thiền tông với trạng thái chứng ngộ trong ý nghĩa truyền thống của Ấn Độ và với năng lực nhất thiết trí của đức Phật chưa bao giờ được nhận rõ trong kiến thức của người viết sách này, mặc dù các vị tổ sư Thiền tông được nhắc đến như các vị Phật đáng tôn kính. Điều này có nghĩa là một kiểu thánh giả mới đã xuất hiện trong lịch sử Phật giáo. Sau các vị A-la-hán, Bích Chi Phật, Bồ Tát và Tất-đạt,

[1] Ngộ (悟), từ có xuất xứ Trung Hoa, ban đầu được dùng đặc biệt trong Thiền tông. Về sau mới kết hợp với từ giác (覺) vốn đã được dùng trong truyền thống

First of all, there is the famous teaching that "Buddhahood is achieved through instantaneous enlightenment". As practical people, the Ch'an Buddhists were not, however, so much interested in theories about enlightenment, as in its practical achievement. The Hinayana had much to say about "enlightenment", but could no longer produce any fully enlightened people, be they Arhats or Buddhas. Nor was the traditional **Mahāyāna** in any better position and had to justify its apparent sterility by asserting that any given Bodhisattva would have to still pass through aeons and aeons of preparation before he could become a Buddha. In the seventh and eighth centuries a number of Buddhists became rather impatient with doctrines which deferred the attainment of the goal to an indefinite future and insisted on quicker results. This led to the Tantra devising methods for winning Buddhahood "in this very body", and to the Ch'an working for enlightenment "in this very life".

The Ch'an claimed that within their ranks numerous people attained "enlightenment" all the time, but for this they did not use the traditional term p'u-fi, which corresponds to bodhi, but a new word, wu, "comprehension, awareness", better known in its Japanese form as satori. Its relation to "enlightenment" in its traditional Indian sense and to the Buddha's omniscience has never to my knowledge been clarified, although the Ch'an Patriarchs are referred to as "venerable Buddhas". This signifies that in the history of

---

để dịch chữ bodhi của tiếng Phạn, và hình thành cụm từ giác ngộ (覺悟) như hiện nay được dùng phổ biến.

[2] Tác giả hàm ý được biết đến nhiều hơn ở phương Tây.

giờ đây chúng ta có thêm các Lão sư[1] của Thiền tông như một kiểu thánh giả thứ năm.

2. Thứ hai, nguyên lý cao tột nhất không thể diễn tả được. Một lần nữa, Thiền tông không bằng lòng với việc chỉ nói suông như nhiều triết gia Phật giáo đã làm trước họ, mà muốn biến nhận thức nội tại đối với chân lý này thành một kinh nghiệm cụ thể, bằng cách dùng các phương pháp diễn đạt "vô ngôn", hoặc nói theo cách khác là tạo ra một sự kỳ đặc nào đó và có vẻ như một kiểu nói không quan hệ gì đến vấn đề nhưng lại có thể nói lên được điều muốn nói. Chẳng hạn như:

Trong cái ao vuông
có một con rắn mũi rùa.
Thật buồn cười khi nghĩ đến nó!
Ai đã kéo đầu con rắn lên?

Một cách tương tự, sự hành trì phải được thực hiện bởi việc không hành trì. Cũng như một tấm gương không thể được làm bằng cách mài viên gạch, quả Phật không thể đạt được bằng cách hành thiền.

Điều này không có nghĩa là mọi công phu thiền định đều phải từ bỏ, mà là phải được thực hành với không có bất cứ sự dụng tâm nào để phải cố gắng đạt đến hoặc tự khẳng định. Như vậy tiêu trừ được những nghiệp lực cũ và không tạo ra nghiệp mới. Hành giả phải ở trong trạng thái vô tâm, nghĩa là tâm luôn tỉnh giác mà không có ý tưởng nào, và ngăn giữ tâm ý không còn lăng xăng đây đó.

Do kết quả hành trì theo cách này, hành giả đạt đến sự giác ngộ, không còn nghi hoặc, và tất cả mọi vấn đề đột nhiên được hóa giải. Không phải vì đã tìm ra được giải pháp cho

---

[1] Trong nguyên tác dùng theo tiếng Nhật là Roshis, nghĩa là các Lão sư.

Buddhism a new type of "saint" had arisen. After the Arhats, Pratyekabuddhas, Bodhisattvas and Siddhas we now have the Ch'an Roshis as a fifth type.

Secondly, the highest principle is inexpressible. Again, Ch'an was not content to just say so, as many Buddhist philosophers had done before them, but it tried to make the insight into this truth into a concrete experience, by evolving methods of "stating it through non-statement", by in other words designing some extraordinary and on the face of it quite irrelevant kind of statement which would do justice to it. Like for instance:

In the square pool
there is a turtle-nosed serpent.

Ridiculous indeed when you come to think of it!
Who pulled out the serpent's head?

Analogously, "cultivation must be carried out by non-cultivation". Just as a mirror cannot be made by grinding a brick, so a Buddha cannot be made by practising meditations.

This does not mean that all meditation should be discarded, but that it should be carried out without any striving, self-assertion or deliberate purpose, thus exhausting the old karma and creating no new karma. One must be established in "no-thought", which means "to be in thought yet devoid of thought" and to "stop the mind dashing hither and thither".

As a result of this kind of cultivation, a man gains enlightenment, he has no more doubts and all his problems

những vấn đề ấy, mà là vì chúng không còn là vấn đề đối với hành giả nữa. Và cho dù tri kiến mới đạt được này là khác với sự mê tối của người thường, nhưng xét cho cùng thì hành giả chẳng đạt được gì cả. Và đời sống của bậc thánh này cũng không khác gì với những người thường. Theo như cách nói của thiền sư Lâm Tế (mất năm 867)[1] là: "Chỉ làm những việc bình thường không có nỗ lực đặc biệt nào, như đại tiểu tiện, mặc áo quần, ăn cơm, và khi mệt mỏi thì nằm nghỉ. Những kẻ tầm thường sẽ cười nhạo, nhưng người trí sẽ hiểu."

Bởi vậy, thật ra là chẳng có gì nhiều trong giáo pháp của Phật. Bí pháp mà đức Phật truyền cho Đại Ca-diếp thực ra là một bí mật đã tiết lộ, và cũng chẳng có gì trong đó cả, ngoại trừ một điều là đa số mọi người không thể hiểu được nó. Một khi đạt ngộ, bậc thánh giả có thể dễ dàng kết hợp sự thoát tục ẩn mật với những ứng xử thích hợp không gián đoạn đối với cuộc sống. Trạng thái không hoạt động đã trở thành giống như hoạt động. Và theo như cách nói của Bàng Uẩn[2] là "tâm tri kiến và diệu dụng nằm ở việc gánh nước và bổ củi". Và có thể kết thúc với câu nói này của thiền sư Hải Vận: "Suốt ngày ăn mà chẳng nuốt một hạt cơm; suốt ngày đi mà chẳng nhích một ly; suốt thời gian đó không có sự phân biệt giữa khách thể và chủ thể; và suốt ngày không tách rời khỏi sự vật mà vẫn không bị chúng dối gạt. Đây chính là người tự tại."

Thiền học quả thật là một giáo lý rất sâu xa. Mặc dù bối cảnh văn hóa và những điều kiện xã hội của Trung Hoa vào đời Đường hoàn toàn khác biệt về mọi mặt với Ấn Độ vào thời của đức Phật Thích-ca Mâu-ni, nhưng sự gần gũi với

[1] Lâm Tế Nghĩa Huyền (臨濟義玄), thiền sư khai sáng tông Lâm Tế. Ngài mất năm 867 nhưng không rõ năm sinh.

are suddenly solved, not because he has found a solution for them, but because they have ceased to be problems for him. And although his new-found knowledge is different from the ignorance of ordinary people, nevertheless, in the last resort, he has gained nothing at all, and the life of the sage is not different from that of ordinary men. As Yi-hsuan (died 867) put it: "Only do ordinary things with no special effort: relieve your bowels, pass water, wear your clothes, eat your food, and, when tired, lie down! Simple fellows will laugh at you, but the wise will understand."

So "there is really nothing much in the Buddhist teaching". The secret which the Buddha gave to Mahakasyapa is really an open secret, and there is nothing to it, except that the mass of people fail to understand it. Once enlightened, the sage can without any effort combine a mysterious aloofness with a constant response to the calls of the world. Non-activity has become identical with action, and, as P'ang-yun put it, "spirit-like understanding and divine functioning lies in carrying water and chopping wood". To conclude with a saying of Hai-yun: "To eat all day yet not to swallow a grain of rice; to walk all day yet not tread an inch of ground; to have no distinction during that time between object and subject, and to be inseparable from things all day long, yet not be deluded by them, this is to be the man who is at ease in himself."

Ch'an is a very profound doctrine indeed. Although the cultural background and social conditions of the China of the T'ang differed in almost every way from those of the

---

[2] Bàng Uẩn (龐蘊), một cư sĩ nổi danh về Thiền học. Theo Phật Quang Từ điển thì ông mất năm 808 và không rõ năm sinh. Đã từng tham học với thiền sư Thạch Đầu Hy Thiên (石頭希遷) và sau đó là Đan Hà Thiên Nhiên (丹霞天然).

tinh thần của đức Bổn sư mà các vị đại thiền sư của Thiền tông đạt đến quả là rất hiếm thấy trong những người học Phật ở bất cứ thời đại nào.

Trên đây là nói về những phát triển về mặt tư tưởng của thời kỳ này. Về mặt hình thức, giáo hội Phật giáo đời Đường cũng đạt được một vị trí sáng chói, sung túc và mạnh mẽ hơn bất cứ giai đoạn nào khác trong lịch sử đã trải qua. Tuy vậy, sự thành công này phải trả với một giá đắt.

Sự thịnh vượng của các tự viện đe dọa làm suy thoái nền kinh tế quốc gia. Việc xây dựng quá nhiều tự viện, về mặt kinh tế là không tạo ra gì cả, và còn phải được duy trì nhờ vào giới cư sĩ, nghĩa là nhờ vào triều đình, các gia đình quý tộc hoặc dân cư trong thôn làng. Những kiến trúc xây dựng vô cùng tốn kém đã thu hút rất nhiều nhân công từ các vùng quê, khiến họ phải từ bỏ việc làm ruộng. Và cuối cùng là nguồn dự trữ kim loại của đất nước phải cạn kiệt vì được dùng vào việc đúc tượng và các món đồ dùng trong nghi lễ thờ cúng. Tiến trình này dẫn đến sự ngược đãi Phật giáo vào năm 845. Triều đình tịch thu tất cả tài sản của các tự viện, buộc giới tăng ni phải hoàn tục, và thu lấy các tác phẩm nghệ thuật để dùng kim loại vào những mục đích thế tục.

Phật giáo chính thức đến Triều Tiên năm 372, và cho đến năm 525 đã lan truyền ra khắp nước này. Từ năm 550 đến năm 664, Phật giáo trở thành quốc giáo và gia tăng sức mạnh một cách ổn định, với việc tăng sĩ khống chế các nhà cai trị qua từng thời kỳ. Các vị vua, hoàng tử và công chúa thường xuất gia,[1] và các tự viện nguy nga, tượng thờ và nhiều công trình khác được xây dựng khắp nơi.

Không có sự phát triển đáng chú ý nào về giáo lý. Phật

[1] Điều này gợi sự liên tưởng đến hoàng tộc đời Trần ở Việt Nam.

India of the Buddha Sakyamuni, rarely have Buddhists at any time come as near to the spirit of their Founder as the great masters of the Ch'an school.

So far about the intellectual developments of the period. Outwardly also under the T'ang the Buddhist Church attained a position of greater brilliance, wealth and power than it has probably experienced at any other time during its long history. This success was, however, bought at a heavy price.

The prosperity of the monasteries threatened to ruin the economy of the country. The vast monastic establishments were economically unproductive, and had to be maintained by the lay community, i.e. by the Imperial Court, by aristocratic families or by villages; the expensive architectural enterprises deflected huge numbers of the rural population from work in the fields, and finally the metallic reserves of the country were drained away, being used to cast images and other ritual objects. This process led to the great persecution of 845. The Government confiscated the property of the monasteries, forced the monks and nuns to return to secular life, and seized the works of art in order to use the metal for more secular purposes.

Buddhism came to Korea officially in AD 372, and by about 525 it had penetrated the entire country. Between 550 and 664 it became the state religion and steadily grew in power, with the monks periodically dominating the rulers. Kings, princes and princesses often became bonzes and everywhere magnificent temples, statues and other monuments were erected.

giáo Triều Tiên có giá trị đáng kể nhất như là một gạch nối trung gian giữa Trung Hoa và Nhật Bản. Ngoài ra, còn phải kể đến lòng nhiệt thành trong việc hành trì Phật pháp, và trong nhiều thế kỷ, tất cả tài sản dư thừa của nước này đều được dùng vào Phật sự.

7. NHẬT BẢN

Vào khoảng năm 550, Phật giáo từ Triều Tiên truyền sang Nhật Bản như một yếu tố của nền văn minh Trung Hoa. Một chính khách lớn là Thánh Đức Thái tử (523-621)[1] đã nhận Phật giáo làm tín ngưỡng. Không bao lâu, Phật giáo hòa hợp với Thần đạo của bản xứ, tôn giáo mà ban đầu đã chống đối kịch liệt với Phật giáo.

Thoạt đầu, giống như các vị thần bản xứ của Tây Tạng, các vị thần của Thần đạo cũng được cho là những vị hộ pháp của Phật giáo. Rồi sau đó, những vị thần thánh của cả hai tôn giáo dần dần được xác định rõ, và khi ấy tín đồ được dạy rằng thần thánh của đôi bên vốn chỉ là một, nhưng mang tên khác nhau.

Vào thế kỷ 9, sự kết hợp hai tôn giáo này được mang tên là Ryobu-Shinto. Đây là một thành tựu rất đáng kể, không chỉ vì đã hòa nhập được hai tôn giáo một cách hiệu quả vào lúc đó, mà còn bởi vì đó là một cách thức hòa nhập mà 1.000 năm sau vẫn có thể dễ dàng tách rời cả hai ra.

Đây là thời kỳ của sự mô phỏng. Trước năm 700, có 4 tông phái được hình thành. Tuy nhiên, đó không phải là tập hợp của những người theo đuổi một giáo lý cụ thể, mà chỉ đơn giản là những trường phái triết học nhằm nghiên cứu

There were no notable developments in doctrine. Korean Buddhism was chiefly significant by acting as an intermediary between China and Japan. Apart from that it was noteworthy for the fervour with which it was practised, and for centuries all the surplus wealth of the country was expended on religious purposes.

7. JAPAN

About 550 Buddhism came to Japan from Korea, as one of the constituent elements of Chinese civilization and a great statesman, Shotoku Taishi (523-621), adopted it as a kind of religion. Soon it fused with the indigenous Shinto which had at first fiercely opposed it.

At first it was said, as in Tibet of the indigenous deities, that the Shinto gods are the guardians and protectors of Buddhism. Then the pantheon of the two schools was slowly identified and it was taught that they were just the same deities under different names.

In the ninth century this amalgamation received the name of Ryobu-Shinto. The Ryobu Shinto is a remarkable achievement not only for the reason that it effectively fused the two religions for the time being, but also because it fused them in such a way that 1,000 years later it was quite easy to separate them again.

This was a period of copying. Before 700 four "sects" were introduced, which were not however corporations

---

[1] Shotoku Taishi, con vua Yōmei. Theo Phật Quang từ điển thì niên đại của ông là 572 - 621.

một số kinh văn nhất định nào đó. Các tông phái đó là:

1. Thành thật tông[1] (thành lập năm 625), dựa trên bộ Thành thật luận[2] của Ha-lê-bạt-ma[3] do ngài Cưu-ma-la-thập dịch.
2. Tam luận tông[4] (thành lập năm 625), nghiên cứu ba tác phẩm của hai ngài Long Thọ và Thánh Thiên, cũng là căn bản của Tam luận tông Trung Hoa.
3. Pháp tướng tông[5] (thành lập năm 654) đặt nền tảng trên bộ Duy thức,[6] giải thích những nguyên tắc của Thức tông[7] theo hai ngài Huyền Trang và Khuy Cơ.
4. Câu-xá tông[8] (thành lập năm 658), tập trung nghiên cứu chi tiết bộ A-tỳ-đạt-ma Câu-xá luận của ngài Thế Thân.

Tiếp đến là Hoa nghiêm tông (thành lập năm 730),[9] tồn tại trong nhiều thế kỷ, thờ đức Phật Đại Nhật.[10] Ngoài ra còn có Luật tông (thành lập năm 753[11] nhắm đến việc đưa ra những giới luật nghiêm khắc hơn cho Tăng đoàn, nhưng không bao lâu thì suy thoái.

Quan trọng hơn nhiều là những tông phái hình thành trong thời đại Bình An[12] (794-1186), với sự lấn át của Thiên

---

[1] Jōjitsu-shū

[2] Satyasiddhi-śāstra, Hán dịch là Thành thật luận (成實論).

[3] Harivarman, Hán dịch âm là Ha-lê-bạt-ma (呵梨跋摩), dịch nghĩa là Sư Tử Khải (獅子鎧).

[4] Sanron-shū

[5] Hossō-shū

[6] Yuishiki

pledged to support particular doctrines, but simply philosophical schools which expounded certain textbooks. They were:

- The Jojitsu (625) based on Kumarajiva's translation of Harivarman's "Satyasiddhi";
- The Sawron (625) which studied the three works of Nagarjuna and Aryadeva which were the basis of the Chinese San-lun school;
- The Hosso (654) which has for its textbook the Yuishiki, which expounds the principles of Vijnanavada after Yuan-tsang and K'uei-ki;
- and the Kusha (658) which was devoted to the exposition of Vasubandhu's Abhidharmakosa.

Then came the Hua-yen (730), now called Kegon, which lasted for many centuries, and worshipped Vairocana, as Roshana or Birushana; and also the Vinaya sect (753) which was called Risshu tried to introduce stricter rules of ordination, and declined soon.

Much more substantial were the sects introduced during the Heian period (794-1186), which was dominated

[7] Vijñānavāda

[8] Kusha-shū

[9] Kegon-shū

[10] Vairocana, Hán dịch âm là Tì-lô-giá-na (毗盧遮那), trong tiếng Nhật là Roshanabutsu hay Biroshanabutsu.

[11] Risshū

[12] Heian - Thời đại này còn được chia làm ba phân kỳ nhỏ hơn. Sơ kỳ (794-897) cũng gọi là Hoằng Nhân thời đại (Kōnin), Trung kỳ (898-1068) cũng gọi là Đằng Nguyên tiền kỳ thời đại, Hậu kỳ (1069-1186) cũng gọi là Đằng Nguyên hậu kỳ thời đại. Hai giai đoạn Đằng Nguyên tiền kỳ và hậu kỳ đều gọi chung là Fujiwara.

thai tông[1] và Chân ngôn tông,[2] đặt trung tâm trên hai ngọn núi.

Thiên thai tông được sáng lập bởi ngài Tối Trừng (767-822),[3] người đã mang giáo lý của Thiên thai tông từ Trung Hoa về. Chân ngôn tông được sáng lập bởi ngài Không Hải[4] (774-835), người đã học được những bí truyền của Chân ngôn tông Trung Hoa ở Trường An.

Những ngọn Thiên Thai linh thiêng trong vùng núi Tỉ Duệ[5] gần kinh đô mới Kyoto chẳng mấy chốc đã có trên 3.000 tự viện và giảng đường. Thiên thai tông không những có ảnh hưởng rất lớn về phương thức tu tập, mà còn là cội nguồn phát sinh ra tất cả các bộ phái về sau này, trong ý nghĩa là những người sáng lập các bộ phái đó đều đã từng có một thời gian theo học với Thiên thai tông.

---

[1] Tendai-shū

[2] Shingon-shū

[3] Dengyo Daishi, hay Saichō, Hán dịch là Tối Trừng (最澄), cũng được gọi là Truyền Giáo Đại Sư (傳教大師), là người sáng lậpThiên Thai tông (天台宗) ở Nhật. Ngài học đạo từ năm 12 tuổi, là môn đệ của ngài Gyō hyō (Hành Biểu - 行表) tại chùa Kokubunji (Quốc Phần Tự - 國分寺) ở Ōmi (Cận Giang - 近江), và học được những hướng dẫn ban đầu về Thiền học Bắc tông. Ngài chính thức xuất gia năm 14 tuổi, và thọ Tỳ-kheo giới năm 19 tuổi ở chùa Tōdaiji (Đông Đại Tự - 東大寺), sau đó đến ở núi Hiei (Tỉ Duệ Sơn - 比叡山). Nơi đây ngài thực hành thiền định và nghiên cứu giáo lý Hoa nghiêm tông. Nhưng ngài bị lôi cuốn nhiều hơn bởi giáo lý của Thiên Thai tông, và trở nên uyên bác sau khi đọc qua các trước tác của ngài Trí Khải (智顗). Danh tiếng về sự uyên bác của ngài lan rộng đến nỗi Nhật Hoàng bấy giờ là Kammu chính thức đề nghị ngài đi đến Trung Hoa để học hỏi về Phật giáo, nhằm khi trở về nước có thể thiết lập được một hình thức Phật giáo thích hợp với Nhật Bản. Ngài sang Trung Hoa bằng đường biển vào năm 804, đi cùng chuyến tàu với một người bạn nổi tiếng là ngài Kūkai (Không Hải - 空海). Đến Trung Hoa, ngài theo học với ngài thiền sư Tiêu Thiền (翛禪) và học giáo lý Thiên Thai tông với ngài Đạo Thúy (道邃), tổ thứ 10 của tông này ở Trung Hoa. Ngài cũng học giáo lý Chân ngôn tông với ngài Thuận Hiểu

by the Tendai and Shingon who had their centres on two mountains.

The one was founded by Dengyo Daishi (767-822) who had brought the T'ien-t'ai doctrine from China, the other by Kobo Daishi (774-835) who had learned the mysteries of the Chen-yen in Chang-an.

The sacred Tendai mountains of Hieizan near the new capital of Kyoto were soon covered by no fewer than 3,000 temples or halls. The Tendai not only had a great influence on art, but all later sects arose from within it, in the sense that their founders had for a time belonged to this sect.

(順曉). Tất cả những giáo lý này đều chưa được truyền dạy như một tông độc lập tại Nhật Bản trong thời đại Thiên Bình (hay Nại Lương thời đại, tức là giai đoạn từ năm 710 đến năm 784). Ngài trở về Nhật Bản vào năm 806 và chính thức thành lập Thiên Thai tông ở Nhật. Mặc dù chịu ảnh hưởng rất lớn của giáo lý Thiên Thai tông, nhưng thông qua mối quan hệ với ngài Không Hải, ngài cũng rất quan tâm đến Chân ngôn tông. Và vì vậy, hệ thống giáo lý của ngài cũng có khuynh hướng pha trộn. Ngài dành trọn phần đời còn lại để truyền bá chỗ sở đắc về Phật học của mình ngay tại vùng núi Tỉ Duệ, nhưng cũng thường xuyên gặp phải sự chống đối từ những tông đã thành lập trước, đặc biệt là về những sự cải cách mà ngài nỗ lực thực hiện khi muốn hợp lý hóa một số nghi thức truyền giới xuất gia của Đại thừa. Ngài trước tác rất nhiều, trong số đó quan trọng hơn hết là các tác phẩm Shugo kokkaishō (Thủ hộ quốc giới chương - 守護國界章), Hokkeshūku (Pháp Hoa tú cú - 法華秀句) và Kenkai ron (Hiển giới luận - 顯戒論).

[4] Kobo Daishi, hay Kūkai, Hán dịch là Không Hải (空海), cũng gọi là Hoằng Pháp Đại Sư (弘法大師), người sáng lập Chân ngôn tông ở Nhật Bản sau khi đã nhận được chân truyền từ ngài Huệ Quả (惠果) ở Trung Hoa. Tại Nhật Bản, truyền thống Chân ngôn tông đã được ngài thiết lập vững chắc thành một tông độc lập, chủ yếu dựa trên nền tảng của bộ kinh Đại Nhật (大日經 - Mahāvairocana Sūtra) và kinh Kim cương đảnh (金剛頂經 - Vajraśekharasūtra).

[5] Sau khi Thiên Thai tông được thành lập và đặt trung tâm trên núi Tỉ Duệ, những ngọn núi ở đây cũng được gọi tên là Thiên Thai như ở Trung Hoa.

Khi từ Trung Hoa trở về, Hoằng Pháp Đại Sư[1] không những được triều đình ngưỡng mộ, mà còn tạo được ấn tượng mạnh mẽ nhất trong tâm tưởng của người dân Nhật so với bất cứ vị tăng nào trước đó. Đối với dân chúng, ngài trở thành một vị anh hùng với vô số những truyền thuyết; đối với tín đồ thì ngài là hiện thân của đức Phật Tỳ-lô-giá-na, vị Phật chưa viên tịch mà còn chờ đợi sự xuất hiện của đức Phật tương lai.

Trung tâm của Chân ngôn tông được đặt trên ngọn núi Cao Dã đơn độc. Việc thực hiện các nghi lễ là hoạt động chính của tông này, nhưng ngoài ra còn có việc sáng tạo những tranh tượng các vị thần theo các kinh Tan-tra.

Không phải tất cả tăng sĩ của Thiên thai tông và Chân ngôn tông đều cư trú trong tự viện. Có một phong trào mạnh mẽ trong cả hai tông phái này muốn khôi phục sức sống của cộng đồng Phật giáo thời nguyên thủy, khi các vị tăng sĩ đều ẩn cư trong rừng sâu. Một số đông đáng kể các vị tăng được gọi là Yama-bushi, những người chỉ ngủ trên núi cao; hay các vị Shugenja, những người thực hành lối sống khổ khổ. Tất cả những vị tăng này sống đơn độc hoặc họp thành những nhóm nhỏ trong vùng rừng núi hoang vắng.

Nhìn chung, cả hai tông phái này đều chỉ nhắm đến tầng lớp trí thức. Sự lôi cuốn của họ đối với quảng đại quần chúng không được mạnh mẽ lắm. Với những ai mong muốn một phương thức tu tập dễ dàng hơn, họ đưa ra việc cầu nguyện bằng cách niệm danh hiệu Phật A-di-đà để được vãng sanh về cõi Tây Phương Cực Lạc.

Các bộ phái trong cả hai thời đại Thiên Bình[2] và Bình An đều có xây dựng những phòng lớn dành riêng cho việc

[1] Là một danh xưng của ngài Không Hải.

Kobo Daishi on his return from China not only became a great favourite at the imperial court, but he also impressed the popular imagination more than any other Japanese teacher has done. For the people he is the hero of countless legends, for his followers a manifestation of Vairocana not yet dead, but awaiting within his tomb the coming of the future Buddha.

The centre of the Shingon sect was on the lonely mountain of Koyasan, and the performance of ritual has been its main activity, apart from the execution of paintings and sculptures of Tantric deities.

Not all the monks of Tendai and Shingon resided in monasteries, and there was a strong movement within both schools to revive the ardours of the early Buddhist community, when the monks actually dwelled in the forest. There was a considerable number of Yamabushi, "those who sleep on mountains", or Shugenja, "those who practise austerities", who lived alone or in little groups in the wild mountains and forests.

On the whole, both Tendai and Shingon chiefly addressed themselves to the educated classes and their popular appeal was not very strong. To those who desired an easier way they held out the invocation of Amida's name which would lead to rebirth in the Western Paradise.

Both the Nara and Heian sects built special halls for recitation of the Nem-butsu, accompanied by hymns

---

[2] Nara, cũng gọi là Nại Lương (奈良) thời đại, là giai đoạn từ năm 710 cho đến năm 784, cũng có thể xem là giai đoạn đầu tiên của Phật giáo tại Nhật Bản.

niệm Phật,[1] kèm theo có cả tụng tán và lễ nhạc. Song song theo đó, trong thế kỷ 10 còn có các vị tăng du hóa mang giáo lý về đức Phật A-di-đà truyền dạy cho dân chúng bằng những cách diễn đạt dễ hiểu đối với người bình dân.

Phật giáo chịu ảnh hưởng của những điều kiện xã hội chung quanh. Sự tôn kính mà tôn giáo này có được phần lớn là nhờ vào việc mang lại những hiệu quả lợi ích kỳ diệu cho sự an lành của đất nước. Sự hiện diện của các ngôi chùa được tin là có thể ngăn ngừa được tai họa xuất phát từ trong lòng đất, và việc đọc tụng kinh điển Đại thừa thường được thực hiện với mục đích ngăn chặn những cơn dịch bệnh, động đất, và các tai họa khác.

Nhưng mặt khác, những giới luật đạo hạnh không phải bao giờ cũng được tuân theo một cách chặt chẽ. Trong thời đại Bình An, đã có những cuộc tranh chấp kịch liệt giữa những tự viện lớn, lúc này đã trở thành những đại lãnh chúa quyền lực và cư xử như những tập đoàn phong kiến. Những đoàn quân đánh thuê có tổ chức do tăng sĩ chỉ huy đã đốt phá chùa chiền của nhau, và xuất hiện thành những toán võ trang ở Kyoto để gây áp lực với chính quyền.

Văn hóa thẩm mỹ là nét nổi bật của thời đại này, và phần lớn kiệt tác nghệ thuật đến nay vẫn tồn tại.

8. TÂY TẠNG

Phật giáo được xem là bắt đầu ở Tây Tạng vào khoảng năm 650, nhưng chỉ thực sự phát triển sau đó một thế kỷ. Ban đầu, Phật giáo gặp phải sự chống đối mãnh liệt của

[1] Nem-butsu

and musical services. At the same time during the tenth century itinerant preachers brought the message of Amida's saving grace to the masses in a language which they could understand.

Buddhism took on the colouring of the social conditions in which it lived. The esteem in which the religion was held was to a large extent a tribute to its beneficial magical effects on the welfare of the nation. Monasteries were by their very presence preserved from the noxious influences which arise out of the earth in certain places, and the recital of the great Mahāyāna Sutras was regularly carried out for the purpose of averting plagues, earthquakes, and other disasters.

The moral precepts, on the other hand, were not always closely observed. In the Heian period there were violent quarrels between the monasteries, who had become huge territorial magnates, and behaved as feudal institutions usually do. Organized bodies of mercenaries commanded by priests burned down each other's monasteries, and appeared in armed bands in Kyoto to force the hands of the government.

Aesthetic culture was the chief note of the age, and much of its wonderful art has survived.

8. TIBET

In Tibet Buddhism is said to have begun about 650, but it made real headway only a century later. At first it met with fierce resistance from the shamans of the native Bon religion, who had the support of the greater part of

những tu sĩ đạo Bon tại bản địa, những người được đa số giới quý tộc ủng hộ. Tuy nhiên, sự ủng hộ của nhà vua đã tạo điều kiện để tín đồ Phật giáo dần dần tạo được chỗ đứng cho mình. Cho đến triều vua Ral-pa-can (817-836), ảnh hưởng của Phật giáo đạt đến đỉnh cao.

Năm 787, ngôi chùa đầu tiên được hoàn thành ở Bsam-yas,[1] và không bao lâu sau đó, những vị tăng đầu tiên được thọ giới với ngài Tịch Hộ.[2] Chùa chiền được dựng lên khắp nơi, nhiều cao tăng được mời từ Ấn Độ sang,[3] chữ viết được sáng tạo và rất nhiều tác phẩm được phiên dịch. Đã có những nỗ lực rất lớn để đảm bảo tính chính xác cho các bản dịch, và các thuật ngữ được tiêu chuẩn hóa vào khoảng năm 835 bởi một ủy ban gồm những học giả Ấn Độ và các nhà thông thái Tây Tạng, đã phát hành cuốn Mahāvyutpatti để hướng dẫn cho các dịch giả.

Các đối thủ đạo Bon dường như đã thất bại. Tăng sĩ Phật giáo nắm được những nguyên tắc hiệu quả của đất nước này. Nhưng rồi đến đời vua gLang-dar-ma (836-842), một giai đoạn ngược đãi Phật giáo đã xóa sạch đi tất cả những gì vừa đạt được. Trong khoảng một thế kỷ, Phật giáo lại một lần nữa biến mất tại Tây Tạng.

Giai đoạn mà chúng ta đang xem xét là một giai đoạn tiếp nhận. Trong giai đoạn này có bốn hệ thống hay dòng tư tưởng chính được đưa vào Tây Tạng:

1. Từ phía tây, từ vùng thung lũng Swat, là những tư tưởng Tan-tra của ngài Liên Hoa Sanh, người đã cư ngụ ở Tây

---

[1] Đây là chùa Tang-duyên (Samye), nằm về phía đông nam của thủ đô Lhasa, nơi ngài Tịch Hộ hoằng hóa trong suốt 13 năm sau đó.

[2] Śāntarakṣita, Hán dịch là Tịch Hộ (寂護), là cao tăng của Ấn Độ, thuộc Trung quán tông, người đã truyền Phật giáo sang Tây Tạng trong thời kỳ đầu tiên. Tuy có một số tăng sĩ truyền giáo đã đến Tây Tạng trước đó, nhưng ngài

the nobility. The patronage of the king, however, enabled the Buddhists gradually to establish themselves, and under King Ral-pa-can (817-36) they reached the height of their influence.

In 787 the first monastery was completed at Bsam Yas and soon after the first monks were ordained by Santarakshita. Everywhere temples were erected, many teachers invited from India, a script was invented and numerous works were translated. Great endeavours were made to ensure the accuracy of the translations and the terminology was standardized about 825 by a commission consisting of Indian pandits and Tibetan Lotsabas, which published the **Mahāvyutpatti** for the guidance of translators.

The Bon rivals seemed defeated, the monks seized the effective rule of the country, but then under gLang-dar-ma (836-42) a persecution wiped out everything that had been gained. For about one century Buddhism once more vanished from Tibet.

The period under review is for Tibet one of reception. In the course of it four principal systems, or lines of thought, were introduced:

1. From the West, from the Swat valley, came the Tantric ideas of Padmasambhava, who himself stayed in Tibet for a short

là người đầu tiên còn để lại dấu vết cho đến nay. Niên đại của ngài không được rõ ràng. Có thuyết cho là ngài sinh năm 725 và mất trong khoảng năm 784 hoặc 788 (Trung Hoa Phật học toàn thư). Nhưng theo Phật Quang Từ điển thì niên đại của ngài là 700 - 760. Và còn có một thuyết nữa cho là ngài sinh năm 750 và mất năm 802 (Từ điển Phật học - Chân Nguyên).

[3] Chính ngài Tịch Hộ cũng đã đến Tây Tạng sau khi nhận được lời mời chính thức của vua Tây Tạng lúc đó là Ngật-lật-sang Đề-tán (Trhisong Detsen).

Tạng trong một thời gian ngắn. Tinh thần của ngài Liên Hoa Sanh gần gũi đáng kể với đạo Bon, và ngài đã thành công vượt bực ở Tây Tạng. Ngài diễn giảng một hệ thống thuộc Kim cang thừa, nhưng chúng ta không biết chính xác như thế nào. Ấn tượng mà ngài tạo ra đối với Tây Tạng phần lớn là nhờ vào việc thực hiện những phép mầu, và huyền thoại để lại đã vượt quá những sự kiện lịch sử. Tông Ninh-mã, hay Cổ Mật, được thành lập từ thời của ngài Liên Hoa Sanh và còn mãi đến ngày nay.

2. Từ phía nam là sự tổng hợp các tư tưởng Đại thừa thời đại Pāla do một số học giả hàng đầu của các đại học ở Ma-kiệt-đà truyền đến. Sự kết hợp tư tưởng Bát-nhã với Tan-tra đã trở thành truyền thống trung tâm của Phật giáo Tây Tạng, và đã nhiều lần đổi mới mãi cho đến nay. Dòng tư tưởng này luôn đánh giá cao bộ Hiện quán trang nghiêm luận,[1] một tác phẩm của Ấn Độ vào thế kỷ 4, sắp xếp lại nội dung bộ *“Nhị vạn ngũ thiên Bát-nhã tụng”* thành một bảng kê rõ ràng có đánh số để có thể ghi nhớ được, như là bước đầu tiên trong việc thiền quán về bộ kinh này, và đồng thời cũng diễn giải theo tinh thần của Trung quán tông với một sự dung hợp cùng truyền thống ôn hòa hơn của Duy thức tông. Vốn đã được chú giải rất nhiều ở Ấn Độ từ trước đó, khi được truyền đến Tây Tạng thì bộ Hiện quán trang nghiêm luận trở thành nền tảng cho sự đào luyện những tư tưởng cao hơn không thuộc hệ thống Tan-tra, và các học giả Tây Tạng đã biên soạn rất nhiều chú giải cho bộ luận này.

3. Từ phía tây nam là Nhất thiết hữu bộ cũng đã nỗ lực tìm được chỗ đứng ở Tây Tạng. Từ rất sớm, theo lời mời của

---

[1] Abhisamayālaṅkāra, Hán dịch là Hiện quán trang nghiêm luận (現觀莊嚴論), tên đầy đủ là Abhisamayālaṃkāra-nāma-prajđāpāramitopadeśa-

while. Padmasambhava's mentality had considerable affinities with that of the Bon and he had a striking success in Tibet. He expounded some kind of Vajrayanic system, but we do not know exactly which one. The impression he made on Tibet was chiefly based on his thaumaturgical activities and the legend has quite overgrown the historical facts. The school of the Nyingmapa, or "Ancient Ones", goes back to Padmasambhava and has persisted continuously up to today.

2. From the South came the Pala Synthesis of the Mahāyāna, brought by some of the leading scholars of the universities of *Magadha*. This combination of Prajnaparamita and Tantra has become the central tradition of Tibetan Buddhism, and has renewed itself again and again up to the present day. It has always attached a special value to the Abhisamaydlankdra, an Indian work of the fourth century, which arranges the contents of the "Prajnaparamita in 25,000 Slokas" in definite numerical lists, that make it possible to memorize the text as a preliminary step to meditation on it, while at the same time interpreting it in the spirit of the Madhyamikas with some admixture from the more moderate Yogacarin tradition. Frequently commented upon already in India, the Abhisamayalankara now in Tibet became the cornerstone of the more advanced non-Tantric training and innumerable commentaries have been composed on it by the learned men of Tibet.

3. Thirdly, from the South-West the Sarvastivadins also attempted to gain a foothold in Tibet. Quite early on the king invited them to establish a monastery, but their settlements soon withered

---

śāstra, Hán dịch là Hiện quán trang nghiêm Bát-nhã ba-la-mật-đa Ưu-ba-đề-xá luận (現觀莊嚴般若波羅蜜多優波提舍論), được cho là bộ luận của ngài Di-lặc.

nhà vua, bộ phái này đã đến xây dựng một tu viện. Nhưng sự có mặt của họ không bao lâu đã mờ nhạt, vì dân chúng không mấy quan tâm đến những giáo lý thiếu vắng yếu tố phép mầu. Mặc dù không thể tự duy trì sự hiện diện của mình được lâu trong một thế giới của những pháp thuật và sự mầu nhiệm, nhưng Nhất thiết hữu bộ cũng tạo được một ảnh hưởng đáng kể đối với tư tưởng của Tây Tạng, bởi vì kinh văn của bộ phái này gần như là phiên bản duy nhất của Phật giáo thuộc thời kỳ trước kia đã được đưa vào trong số những kinh điển phiên dịch sang tiếng Tây Tạng.

4. Ảnh hưởng thứ tư đến từ phía đông. Rất nhiều thiền sư Trung Hoa đã đến Tây Tạng và ra sức giáo hóa dân chúng ở đây theo giáo lý Thiền tông. Chẳng bao lâu họ gặp phải sự bất đồng với những học giả chính thống của Ấn Độ theo khuynh hướng Pāla và bị thất bại hoàn toàn trước Hội đồng bSam Yas nổi tiếng vào những năm 793-794. Sau đó họ phải rời khỏi Tây Tạng hoặc hoạt động không công khai, và ảnh hưởng của họ đối với lịch sử Tây Tạng về sau không đáng kể.

away, the surrounding population remaining indifferent to a teaching which lacked in magical practices. Although they could not maintain themselves for long in this world of magic and witchcraft, the Sarvastivadins have nevertheless exerted a considerable influence on the thought of Tibet, because their literature is practically the only version of the older type of Buddhism to find its way into the Canon of translated scriptures.

4. The fourth influence came from the East. Numerous Chinese monks of the Ch'an Sect appeared in Tibet and attempted to convert its inhabitants to their tenets. They soon came into conflict with the Indian pandits of the Pala orthodoxy, and were decisively defeated at the famous Council of bSam Yas in 793-4. After that they had to leave the country, or go underground, and their influence on later Tibetan history is negligible.

CHƯƠNG IV: MỘT NGÀN NĂM CUỐI

(TỪ NĂM 1000 ĐẾN NĂM 1978)

1. ẤN ĐỘ: SỰ SUY SỤP VÀ NHỮNG NGUYÊN NHÂN

Ngay tại Ấn Độ, Phật giáo đã mất đi vào khoảng năm 1200, mặc dù ở một số vùng như Ma-kiệt-đà, Bengal, Orissa và Nam Ấn, Phật giáo vẫn còn lây lất trong khoảng 200 hay 300 năm nữa.

Nguyên nhân chính gây ra sự biến mất đột ngột của Phật giáo tất nhiên là do những cuộc xâm lăng của người Hồi giáo. Với sự căm ghét phi lý và cuồng nhiệt của họ đối với những gì mà họ cho là "cuồng tín", những kẻ chinh phục tàn nhẫn này đã đốt sạch các tự viện đang phát triển mạnh mẽ, các đại học Sind và Bengal, giết sạch những tăng sĩ vốn không hề chống trả. Một phần vì các vị muốn giữ trọn tâm nguyện của mình,[1] và một phần vì họ tin rằng những tính toán theo chiêm tinh học đã cho biết trước người Hồi giáo dù sao cũng sẽ chinh phục Ấn Độ.

Tuy nhiên, với một sự xem xét kỹ hơn thì sự tàn bạo của những người Hồi giáo không thể giải thích được toàn bộ vấn đề, vì hai lý do:

1. Trước hết, đạo Hindu và đạo Kỳ-na cũng là đối tượng của sự tàn bạo này, nhưng vẫn tiếp tục phát triển sau đó.
2. Thứ hai, ở những vùng không hề bị người Hồi giáo tác

Chapter 4: The Last One Thousand Years

AD 1000 to 1978

1. INDIA: THE COLLAPSE AND ITS CAUSES

In India itself, Buddhism came to an end about 1200, though in some districts, as in *Magadha*, Bengal, Orissa and South India, it lingered on for a further 200 or 300 years.

The main cause which precipitated its disappearance was, of course, the Mohammedan invasions. In their fanatical hatred for what seemed to them 'idolatry', these ruthless conquerors burned down the flourishing monasteries and universities of Sind and Bengal, and killed the monks, who offered no resistance, partly in obedience to their vows, and partly because they believed that astrological calculations had shown that the Muslims would in any case conquer *Hindustan*.

On further consideration Muslim savagery cannot, however, be the whole explanation and that for two reasons:

Firstly, *Hinduism* and *Jainism*, subjected to the same fury, managed to carry on.

Secondly, in regions which were not touched by the

---

[1] Vì sự sát hại là một trong những đại cấm giới của chư tăng, cho dù là để tự vệ.

động đến, chẳng hạn như Nepal và Nam Ấn, Phật giáo vẫn diệt vong, cho dù là chậm hơn nhiều.

Như vậy, ngoài nguyên nhân tác động từ bên ngoài, sự suy thoái của Phật giáo cần phải được xem xét ở những nguyên nhân nội tại nữa.

Xét về mặt tổ chức xã hội, một tôn giáo thoát tục chỉ có thể tồn tại được khi bằng cách nào đó có được sức ủng hộ từ một thành phần nắm quyền lực hoặc giàu có trong xã hội. Nếu trong số rất nhiều tôn giáo thời cổ của Ấn Độ chỉ còn riêng có đạo Kỳ-na vẫn duy trì được sức mạnh, đó là vì trong số những tín đồ của đạo này có những thương gia giàu có, xem việc ủng hộ cho những tu sĩ khổ hạnh là một vinh dự.

Nhìn chung, Phật giáo dựa vào sự ủng hộ của các vị vua chúa, và ở nơi nào thiếu sự ủng hộ này, ở đó Phật giáo thường gặp khó khăn.

Như chúng ta đã thấy, Phật giáo [thời ấy] chưa bao giờ làm được gì nhiều cho tầng lớp cư sĩ bình dân (xem trang 102). Và do đó, tăng sĩ thường không thể sống nhờ vào sự ủng hộ tự nguyện của họ. Giới cư sĩ Phật giáo chưa bao giờ họp thành một đoàn thể trong xã hội, hoặc thành một nhóm thống nhất sống tách biệt với những tín đồ của đạo Bà-la-môn. Họ tuân theo hệ thống giai cấp của đạo Bà-la-môn, và theo những nghi lễ của đạo Bà-la-môn trong những dịp sinh con, cưới hỏi và tang chế. Vì vậy, bất cứ một sự suy yếu nào của các tự viện Phật giáo thường ngay lập tức dẫn đến việc các cư sĩ bị thu hút vào những tổ chức xã hội chặt chẽ hơn của đạo Bà-la-môn.

Đạo Kỳ-na tồn tại được nhờ có một cộng đồng sinh hoạt giữa các tu sĩ và tín đồ, còn Phật giáo lại thiếu điều đó. Tính quốc tế của Phật giáo đã giúp tôn giáo này chinh phục châu

Muslim invasions, as in *Nepal* and South India, Buddhism also steadily died out, though much more slowly.

Hence the cause of this decline must be sought as much within Buddhism as without it.

As a social force an unworldly religion can only survive if by some accident it is able to enlist the support of some powerful or wealthy section of society. If the *Jain*s alone among the numerous ancient sects of India are still a power in that country, it is because by some accident wealthy merchants are numbered among its adherents, merchants who regard it as an honour to support the ascetics.

Buddhism has generally relied on the support of kings and where that was wanting it has usually been in difficulties.

It has, as we saw (p. 103), never succeeded in doing very much for the average lay follower, and therefore the monks cannot normally live on their voluntary patronage. The Buddhist laity never formed a corporate social entity, or a homogenous group living apart from the followers of the Brahminical sects, and it had throughout conformed to the Brahminical caste system and followed Brahminical rites in ceremonies at birth, marriage, and death. So any weakening of the monasteries would automatically lead to the absorption of the lay followers into the closely knit social structure of Brahminism.

The *Jain*s survived because a living community existed between monks and laymen, but the Buddhists were lacking in that. The international character of Buddhism, which

Á, nhưng đồng thời cũng thúc đẩy sự diệt vong ở Ấn Độ. Phật giáo luôn không phân biệt việc tăng sĩ sinh sống ở bất cứ quốc gia nào, và vì vậy những tăng sĩ sống sót đã sẵn sàng rời bỏ đất nước khi họ không thể thực hành đời sống tự viện theo giới luật, và họ đã đến Nepal, Tây tạng, Trung Hoa v.v... Trong khi đó, những kẻ đồng cảnh ngộ với họ là đạo Hindu và Kỳ-na, bảo thủ và thực tiễn hơn, đã bám trụ lại và cuối cùng vẫn tồn tại được ở nơi đã sinh ra.

Xét về mặt sức mạnh tâm linh, Phật giáo đã tự đào thải mình. Sau năm 1000, tăng sĩ đã lười nhác hoặc thoái hóa đến mức không sao có thể tồi tệ hơn được nữa, so với bất cứ thời điểm nào. Nhưng dù sao đi nữa, lịch sử Phật giáo chứng tỏ nhiều trường hợp sự thoái hóa được sửa chữa bằng những cải cách. Trong thực tế, khi nhìn vào khả năng của những tăng sĩ mà các tự viện Ấn Độ vẫn còn có thể chọn để gửi sang Tây Tạng, thật khó có thể tin vào sự suy đồi hay tồi tệ của những tự viện này. Nhưng yếu tố không còn nữa ở đây là động lực sáng tạo. Những người Phật giáo không còn gì mới để nói thêm.

Bằng vào việc so sánh với những gì đã xảy ra vào thế kỷ 1 và 6, một sự bộc phát mới của hoạt động sáng tạo được tin là sẽ xảy ra vào thế kỷ 11, và điều này là cần thiết cho sự hồi sinh của Phật giáo. Nhưng dự báo này đã không xảy ra.

Và điều tất nhiên đã xảy ra là, trong suốt 1700 năm cùng tồn tại, đạo Hindu đã nhận lấy rất nhiều từ Phật giáo. Tương tự, Phật giáo cũng có sự tiếp nhận như vậy từ đạo Hindu. Kết quả là sự chia cách giữa hai tôn giáo này ngày càng giảm đi, và không có gì quan trọng lắm khi một Phật tử bị lôi cuốn vào hàng ngũ của đạo Hindu, vốn đã bị Phật giáo hóa phần lớn.

had enabled it to conquer Asia, also favoured its extinction in India. The Buddhist religion had always inculcated indifference to the particular country in which the monks were living, and so the surviving monks left the country in which they could no longer practise their monastic rules, and went to *Nepal*, Tibet, China, etc. Their less flexible and more earth-bound *Hindu* and *Jain* brethren stood their ground, and in the end they survived where they were.

As a spiritual force Buddhism had played itself out. There is no reason to believe that after 1,000 the Buddhist monks were any lazier or more corrupt than at any time, and in any case the history of religion knows numerous cases where corruption has been healed by reformation. In fact, when we see the calibre of the men whom the Indian foundations could still send to Tibet, it is difficult to believe in their depravity or degeneracy. But what had ceased was the creative impulse. The Buddhists had nothing new to say any more.

By analogy with what happened in the first and sixth centuries, a new outburst of creative activity was due in the eleventh, and was necessary to the rejuvenation of the religion. It failed to take place.

What had of course happened was that in the course of 1,700 years of co-existence the *Hindus* had taken over a great deal from the Buddhists and the Buddhists likewise from the *Hindus*. In consequence the division between them had increasingly diminished and it was no great thing for a Buddhist to be absorbed into the largely Buddhified *Hindu* fold.

Đức Phật và một số vị thánh của Phật giáo đã hòa nhập vào với những thần thánh của đạo Hindu. Triết học của ngài Long Thọ được Gaudapada, thầy của Sankara, đưa vào bộ Vedanta,[1] cũng giống như cuốn Vaishnavas của thời sau này phần lớn là vay mượn từ Phật giáo. Những kinh Tan-tra của Phật giáo tác động đến kinh chú tương đương của đạo Hindu, vốn cũng có rất nhiều liên hệ đến các vị thần thánh của Đại thừa. Giữa hai tôn giáo luôn có sự tiếp thu của nhau về hình tượng và huyền thoại.

Quy luật của lịch sử là, sự tồn tại song song của hai quan điểm đối nghịch chắc chắn sẽ dẫn đến một hình thức chọn lựa chung nào đó. Điều này hoàn toàn phát sinh từ kết quả của những áp lực liên tục kéo dài trong lãnh vực tinh thần. Những hệ thống triết học trong thế giới Hy-La cũng đã trải qua quá trình như vậy. Điều tương tự cũng xảy ra với các đảng phái chính trị ở Anh Quốc vào những năm 50,[2] khó khăn chính của họ là làm sao tìm ra được điều gì đó để bất đồng với nhau. Điều này cũng xảy ra với đạo Hindu và đạo Phật. Sự tồn tại riêng biệt của Phật giáo Ấn Độ giờ đây không còn ích lợi gì nữa. Vì thế, sự diệt vong không là điều mất mát cho bất cứ ai cả.

Chúng ta cũng không quên một niềm tin của tín đồ Phật giáo, rằng đây là thời kỳ mạt pháp. Ở Orissa, tín đồ Phật giáo nói rằng vào thời đại tuyệt vọng của ác ma Kali,[3] Phật tử phải tự giấu mình đi và thờ cúng thần Hari, kiên nhẫn chờ đợi cho đến lúc chư Phật xuất thế một lần nữa.

Những nhà phê bình thiếu thiện cảm nói chung thường phân tích chi ly sự sụp đổ của Phật giáo Ấn Độ theo giả định là chắc chắn phải có sai lầm nào đó trong việc này. Chính

[1] Vedanta, thánh kinh của đạo Hindu.

[2] Tức là thập kỷ 50 của thế kỷ 20.

The Buddha and some Buddhist deities were incorporated into the *Hindu* pantheon. The philosophy of Nagarjuna had been absorbed into the Vedanta by Gaudapada, Sankara's teacher, just as the Vaishnavas of later times were greatly indebted to the Buddhists. The Buddhist Tantras had provoked their *Hindu* counterparts, which abound with references to Mahāyāna deities. There had been a constant assimilation in the iconography and mythology of the two religions.

It is a law of history that the co-existence of rival views must lead to some form of eclecticism. This is merely the reproduction of the effects of osmotic pressure in the intellectual field. So it was in the Greco-Roman world with the philosophical systems, and so with the political parties in England in the fifties, their main difficulty being to find something to disagree on. The same happened to *Hindu*ism and Buddhism. The separate existence of Buddhism no longer served a useful purpose. Its disappearance thus was no loss to anyone.

We must also not forget the Buddhist conviction that this is a period of religious decline. In Orissa the Buddhists said that in the inauspicious Kali Yuga the Buddhists must disguise themselves and worship Hari, waiting patiently for the time when the Buddhas will reappear.

Hostile critics generally scrutinize the collapse of Buddhism in India on the assumption that there must have

---

[3] Kali Yuga. Theo truyền thuyết của Ấn Độ, Kali là vợ của thần Śiva, và là vị nữ thần hung ác, đáng khiếp sợ nhất. Bà thường được miêu tả dưới hình tượng đen đủi, trần truồng, xấu xí già nua, với một vòng đeo cổ kết bằng sọ người, và lưỡi dài thè ra đầy máu tươi.

một trong những sử gia loại này đã tự thú nhận rằng "Chẳng có gì khó khăn khi phê phán một chuyện đã rồi" và định kiến của Darwin về "sự tồn tại của những gì thích hợp nhất"[1] có thể là sai lầm khi áp dụng với tôn giáo.

Mọi vật đều có một thời gian tồn tại, một thời gian sống nhất định - cây cối, động vật, các quốc gia, những thể chế xã hội và các tôn giáo... đều không có ngoại lệ. Nguyên nhân diệt vong của Phật giáo Ấn Độ chỉ là vì đã quá già cỗi, hay đã hoàn toàn kiệt quệ. Phật giáo cũng chưa bao giờ tin rằng chính bản thân Phật giáo lại thoát ra khỏi định luật vô thường của vạn vật mà tôn giáo này luôn thuyết giảng.

Thật ra, bằng vào trí tuệ của mình, những cao tăng của Phật giáo đã thấy trước ngày diệt vong. Từ nhiều thế kỷ trước, sự sụp đổ của Tăng-già đã được tiên đoán là rơi vào khoảng 1500 năm sau khi Phật nhập Niết-bàn. Và ngài Huyền Trang không những đã thuật lại rất nhiều huyền thoại ở khắp nơi trên xứ Ấn Độ vào thế kỷ 7, cho thấy sự chờ đợi trước một thời điểm chấm dứt sắp đến của Phật giáo, mà chính ngài cũng đã có một giấc mộng, ngay giữa cảnh nguy nga đồ sộ của đại học Nālandā, rằng một ngày kia lửa sẽ thiêu sạch trung tâm học thuật nổi tiếng này, và các giảng đường nơi đây rồi sẽ bị bỏ phế. Bởi vậy, khi sự diệt vong xảy đến, không có gì là bất ngờ cả, và tất cả những gì còn lại chỉ là chọn một cách ra đi sao cho tốt đẹp.[2]

2. NEPAL VÀ KASMIR

Những cuộc thảm sát của người Hồi giáo đã buộc nhiều tăng sĩ và học giả của vùng Bắc Ấn phải chạy qua Nepal, mang theo kinh sách và thánh tượng. Và như vậy, Nepal trở

[1] Tức là quy luật chọn lựa tự nhiên, hay quy luật đào thải trong thuyết tiến hóa của Darwin.

been something wrong with it. "It is always so easy to flog a dead horse", as one of these historians himself admits, and Darwinian preconceptions about the "survival of the fittest" may mislead when applied to religions.

Everything has its duration, its allotted life-span - trees, animals, nations, social institutions, and religions are no exception. What Buddhism in India died from was just old age, or sheer exhaustion. Nor had it ever believed that it was exempt from the impermanence of all conditioned things which it had preached so often.

In fact, in their wisdom, its teachers had foreseen the coming end. For centuries the fall of the Order had been predicted for a period about 1,500 years after the Buddha's **Nirvāṇa** and Yuan-tsang not only recounts many legends current in many places in India in the seventh century which showed an expectation of the coming end, but he himself had, amidst the grandeurs of **Nālandā**, a dream to the effect that fire would devastate this celebrated centre of learning, and that its halls would one day be deserted. So when the end came it was in no way unexpected and all that was left was to disappear gracefully from the scene.

2. NEPAL AND KASHMIR

The Moslem persecutions induced many monks and scholars of Northern India to flee to *Nepal*, bringing their books and holy images with them. *Nepal* thus became a

---

[2] Đây cũng có thể là lý do vì sao chư tăng Phật giáo chấp nhận sự thảm sát mà không hề có một sự chống cự, vùng vẫy nào. Họ không muốn để lại những ấn tượng không hay đi ngược với những lời Phật dạy.

thành nơi bảo tồn của Phật giáo Pāla. Tuy nhiên, ngay cả việc chư tăng từ Ấn Độ đến cũng không tạo ra được một sức sống mới cho Phật giáo Nepal. Và sau năm 1.000, toàn cảnh Phật giáo nơi đây ngày càng suy thoái. Sự ủng hộ của hoàng gia đã giữ cho Tăng-già tồn tại được một thời gian, và trong vài thế kỷ, đất nước này vẫn tiếp tục là một trung tâm văn hóa Phật giáo.

Các học giả có thể xác định được mức độ suy thoái bằng vào chất lượng các bản chép tay kinh điển tiếng Sanskrit.[1] Vào khoảng năm 1.200, các bản văn này rất hoàn hảo. Đến thế kỷ 17, chúng được đánh giá là tạm được, và qua thế kỷ 19 thì trở nên quá cẩu thả và luộm thuộm đến nỗi gần như không còn đáng tin cậy. Tương tự như vậy, chất lượng nghệ thuật cũng xuống dốc một cách đều đặn.

Với sự sụp đổ của Phật giáo Ấn Độ, tín đồ Phật giáo Nepal giờ đây phải dựa vào sức mạnh của chính mình. Sau khi thu hẹp về một vùng thung lũng nhỏ, họ dần dần nhượng bộ trước những người theo đạo Hindu trong khoảng trên dưới một trăm năm. Cho đến thế kỷ 14, các tăng sĩ đi đến quyết định rằng những giới luật trong đời sống tu viện là quá khó khăn không thể tuân theo, nên họ tự chuyển sang thành một nhóm của đạo Hindu, tự gọi là *banra* (những người đáng kính). Họ từ bỏ nếp sống giữ tịnh hạnh,[2] vào sống trong những tinh xá[3] cùng với gia đình, và từ đó tiếp tục kiếm sống bằng cách hành nghề như những thợ kim khí. Thiếu đi thành phần ưu tú, Phật giáo Nepal chỉ còn có thể giữ lại một vài hình thức bên ngoài mà thôi. Một số các thần thánh được thờ cúng theo kiểu các vị thần Hindu, và trong nhiều thế kỷ, chỉ còn riêng có giới cư sĩ Phật giáo hiện diện

[1] Hai loại chữ viết chính được dùng trong các kinh văn cổ là tiếng Sanskrit và tiếng Pāli.

repository of Pala Buddhism. Nevertheless even the arrival of the refugees from India failed to infuse new vigour into the Buddhism of *Nepal*, and after AD 1000 it presents a picture of increasing decay. Royal patronage kept the **Saṅgha** alive for some time, and for a few "centuries the country remained a centre of Buddhist culture.

Scholars can determine the extent of the decadence by the condition of the *Sanskrit* manuscripts. These are very good about AD 1200, they become fair in the seventeenth century, and in the nineteenth they become so careless and slovenly that little reliance can be placed on them. Likewise the quality of the art goes steadily down and down.

With the collapse of Buddhism in India the Buddhists of *Nepal* had to rely on their own strength. Reduced to one small valley, they capitulated to *Hindu*ism within a hundred years or so. In the course of the fourteenth century the monks decided that the monastic rules were too difficult to keep, and they transformed themselves into a *Hindu* caste, calling themselves the banras ("honourable ones")- They gave up their celibacy, moved into the viharas with their families, and have ever since continued to earn their living as metal workers. Deprived of its elite, *Nepal*ese Buddhism could only preserve some of the outward forms of the religion. A number of deities are worshipped in the manner of *Hindu* gods and for centuries lay Buddhism alone has prevailed in *Nepal*.

---

[2] Tịnh hạnh (淨行): giới hạnh trong sạch, ở đây có nghĩa là không phạm vào dâm dục.

[3] **Vihāras**, nguyên nghĩa là tinh xá (精舍), trụ xứ của chư tăng, vẫn thường bị đọc sai là tịnh xá. Tuy nhiên, ở Thái Lan và Tích Lan, danh từ này chỉ chánh điện, nơi thờ Phật.

ở Nepal. Những vị thần phổ biến nhất là Matsyendranath, "Ngư vương thần", một vị tu thiền hóa thành thần, được xem như là đức Quán Thế Âm, và thần Đà-la,[1] "Nữ thần cứu khổ". Tuy nhiên, sau nhiều thế kỷ vị thần nữ này đã nhường chỗ cho thần nữ Kali của đạo Shiva.

Trong sự thờ cúng của dân gian, những đường phân chia với đạo Hindu ngày càng trở nên mờ nhạt. Trong một số trường hợp, cùng một hình tượng được thờ cúng ở cả hai tôn giáo. Chẳng hạn như, đạo Hindu xem vị hộ pháp Đại Hắc[2] như là thần Shiva hay Vishnu, còn tín đồ Phật giáo gọi vị này là Kim cang thủ; hoặc những tín đồ Hindu đi hành hương ở Tundiktel lễ cúng vị thần bảo vệ của Nepal, và cũng vị thần đó, tín đồ Phật giáo gọi là Liên hoa thủ.[3]

Nhưng không phải đời sống tinh thần và học thuật đã hoàn toàn mất hẳn. Ông Hodgson, một Toàn quyền Anh,[4] cho chúng ta biết rằng vào đầu thế kỷ 19 có 4 trường phái triết học. Đó là Svabhavikas, Aisvarikas, Karmikas và Yatnikas. Tuy nhiên, cũng giống như nhiều viên toàn quyền người Anh khác, ông không thích triết học, từ chối không muốn bị lôi kéo vào "những chuyện phi lý dai dẳng của hệ thống Phật giáo", và ghi nhận của ông về những điểm khác biệt giữa các trường phái này không có ý nghĩa mấy. Thật kỳ lạ là kể từ đó về sau cũng không có ai cố gắng xác định những điểm tranh biện đó.

Năm 1768, sự chinh phục của người Gurkha đã đẩy những tín đồ Phật giáo Newar vào hoàn cảnh của kẻ bị trị. Và đó là đòn kết liễu cuối cùng, đẩy nhanh hơn nữa sự diệt vong vốn dĩ đã là một kết quả không thể nào tránh được, dẫn đến từ sự biến mất của Tăng đoàn gồm những vị tăng sĩ theo nếp sống không gia đình.

---

[1] Tārā.

The most popular deities are Matsyendranath, "Lord Indra of the Fish", a deified Yogin, identified with Lokesvara, and also Tara, the "Saviouress", who, however, as the centuries passed on, has lost ground to the Sivaite Kali.

In the popular cult the dividing lines from *Hindu*ism have become more and more blurred. In some cases the same image does service for both, e.g. the *Hindu* looks upon Mahakala as *Shiva* or Vishnu, the Buddhist as Vajrapani; or *Hindu* pilgrims at Tundiktel worship the guardian deity of *Nepal*, Buddhists the same image as Padmapani.

Not that all scholarship and intellectual life has been completely extinct. Hodgson, the British Resident, tells us that early in the nineteenth century there were four philosophical schools, called the Svabhavikas, Aisvarikas, Karmikas and Yatnikas. But, like so many other English Proconsuls, he had no taste for philosophy, refused to be drawn into "the interminable absurdities of the Bauddha system", and his account of their differences gives little sense. Curiously enough, no one since has tried to determine the points in dispute.

The conquest of the country by the Gurkhas in 1768 reduced the Buddhist Newars to the status of a subject race, and that was the final blow which further accelerated the decay which was the inevitable consequence of the disappearance of the Saṅgha of homeless monks.

---

[2] Mahākāla, Hán dịch là Đại Hắc (大黑), là vị hộ pháp chính theo truyền thống Kim cang thừa, cũng được xem là hóa thân của Bồ Tát Quán Thế Âm.
[3] Padmapāṇi, Hán dịch là Liên hoa thủ (蓮華手), người cầm hoa sen, cũng là một tên khác của Bồ Tát Quán Thế Âm.
[4] Đại diện chính phủ Anh giữ quyền cai trị ở các thuộc địa trước đây.

Trong những năm gần đây, nhiều đoàn truyền giáo từ Tích Lan và Tây Tạng đã cố gắng thành lập một giáo hội Tăng-già mới ở Nepal, và bất cứ sự hồi sinh nào của Phật giáo nơi đây đều tùy thuộc vào sự thành công từ những nỗ lực của họ.

Ở Kashmir, những thế kỷ cuối cùng dưới sự cai trị của người Ấn nói chung là tồi tệ. Từ năm 855 đến năm 1338 là thời kỳ liên tục suy thoái và phân tán về chính trị. Phật giáo và đạo Shiva hòa lẫn vào nhau, và tín đồ của hai đạo thường chung sống với nhau trong các tu viện.

Sau năm 1.000, có nhiều học giả Kashmir và các thợ thủ công bỏ sang Tây Tạng, Ladakh, Guge và Spiti. Từ năm 1204 đến 1213, Skyasribhadra, một học giả Kashmir vĩ đại, đã nổi tiếng ở Tây Tạng.

Năm 1339 đánh dấu thời điểm bắt đầu sự cai trị của Hồi giáo. Ban đầu, tín đồ Phật giáo nhận được sự khoan nhượng. Nhưng đến khoảng năm 1400, sự ngược đãi bắt đầu một cách thảm khốc. Các tranh tượng, đền đài và tự viện đều bị hủy diệt một cách có hệ thống. Các nghi thức hành lễ và đám rước đều bị cấm. Khoảng năm 1500, Phật giáo không còn là một tín ngưỡng riêng biệt, chỉ để lại những dấu ấn sâu đậm đối với đạo Hindu trong vùng và những dấu vết mờ nhạt hơn ngay cả trong Hồi giáo. Ngoài ra, tất cả đều hoàn toàn bị hủy diệt.

3. TÍCH LAN

Năm 1160, một hội đồng kết tập kinh tạng ở Anuradhapura đã chấm dứt những bất đồng giữa những người ở Mahā-vihāra và những người chống đối họ, bằng cách bác bỏ

In recent years missionaries from both Ceylon and Tibet have attempted to found a new Saṅgha in *Nepal*, and any revival of the religion will depend on the success of their endeavours.

In *Kashmir*, the last centuries of *Hindu* rule were on the whole years of misrule, and the years between 855 and 1338 represent a period of continuous decline and of. political disintegration. Buddhism and Sivaism fused and Buddhists and Sivaites often lived together in the same religious foundations.

After 1000, many *Kashmir*i scholars and craftsmen went to Tibet, Ladakh, Guge and Spiti, and between 1204-13 Skyasribhadra, *"the Great Kashmiri Scholar"* was prominent in Tibet.

The year 1339 marked the beginning of Muslim rule. At first that was tolerant to the Buddhists, but about 1400 the persecution began in earnest, images, temples and monasteries were systematically destroyed, religious ceremonies and processions were forbidden, and about 1500 Buddhism came to an end as a distinct faith, not without leaving strong traces on the *Hindu*ism in that region and fainter traces even on the Muslims. For the rest everything was totally wrecked.

3. CEYLON

In 1160 a council at Anuradhapura terminated the dissensions between the Mahavihara and its rivals by

ý kiến của những người này. Không bao lâu sau năm 1.200, một quá trình sụp đổ diễn ra, không hẳn là của Phật giáo, mà là của hệ thống xã hội ủng hộ Phật giáo.

Những cuộc xâm lăng từ Ấn Độ làm suy yếu chính quyền trung ương, vốn không còn thực hiện nổi những công trình dẫn nước vào ruộng nữa, và chẳng bao lâu bọn cướp biển theo Hồi giáo, và ngay cả bọn hoạn quan của Trung Hoa đã đến chiếm cứ nhiều vùng đất đai rộng lớn. Theo chiều hướng này, chỗ dựa về kinh tế của Tăng-già trở nên rất mong manh.

Về sau, khoảng đầu thế kỷ 16, người Bồ Đào Nha chống phá Phật giáo. Họ tuyên bố đã phá hủy được chiếc răng thiêng liêng của đức Phật để lại, và ép buộc nhiều người Tích Lan theo đạo Thiên Chúa. Tiếp đến là người Hà Lan, và sau cùng là người Anh (cho đến năm 1948). Trong nhiều thế kỷ dài, sự cai trị của người châu Âu đã gây thiệt hại nặng nề cho tổ chức Phật giáo. Tăng-già nhiều lần bị hủy diệt, và chư tăng phải được mời đến từ Miến Điện, Thái Lan[1] vào các thế kỷ 17, 18 và 19.

Sự hồi phục bắt đầu vào khoảng năm 1880, trước hết được khuyến khích bởi hội Thông thiên học,[2] và sau đó được tiếp tục dưới sự thôi thúc của việc thức tỉnh tinh thần dân tộc. Kể từ thời đó, tín đồ Phật giáo Tích Lan đã trở nên ngày càng năng động hơn, và thực hiện nhiều công trình học thuật rất có giá trị, mặc dù nói chung chỉ giới hạn trong phạm vi khá chật hẹp của kinh điển chính thống.[3] Năm 1950, Tích Lan đi đầu trong nỗ lực đoàn kết tất cả các quốc gia theo Phật giáo, và thành lập Hội Ái hữu Phật giáo Thế giới.

[1] Vào thời đó với tên là Siam.

the suppression of the latter. Soon after 1200 there was a collapse, not so much of Buddhism, as of the social system which supported it.

Invasions from India weakened the central power, which could no longer enforce the irrigation works and soon Muslim pirates and even Chinese eunuchs ruled over large stretches of the land. The economic basis of the **Saṅgha** in this way became extremely precarious.

Later on, beginning in the sixteenth century, the Portuguese persecuted Buddhism, claimed to have destroyed the Sacred Tooth, and forced many Ceylonese to become Roman Catholics. Then followed the Dutch, and finally the English (until 1948). The long centuries of European rule did great harm to the Buddhist cause. The **Saṅgha** often died out completely, and monks had to be repeatedly imported from Burma and Siam, in the seventeenth, eighteenth and nineteenth centuries.

The revival began about 1880, first stimulated by the Theosophical Society, and then carried out under the impulse of awakening nationalism. Since that time Ceylonese Buddhists have become increasingly active and have done a great deal of valuable scholarly work, though generally within the limits of a rather narrow orthodoxy, and in 1950 they took the lead in trying to bring all Buddhist countries together, and set up the World Fellowship of Buddhists.

---

[2] Theosophical Society

[3] Đây muốn nói đến hệ thống kinh điển Tiểu thừa.

4. ĐÔNG NAM Á

Vào đầu thời kỳ này, Phật giáo Miến Điện đã thay đổi tính cách, và kể từ đó hướng sự phát triển của mình theo Phật giáo Tích Lan. Năm 1057 vua Anawrahta[1] xứ Pagan chinh phục Thaton để chiếm lấy Đại tạng kinh tiếng Pāli và ngọc xá-lợi được cất giữ ở đó. Rồi ông cho thỉnh chư tăng và Đại tạng kinh từ Tích Lan về, và sử biên niên ghi rõ rằng nhà vua đã "trục xuất" những tăng sĩ Ari thuộc Kim cang thừa. Tuy nhiên, vẫn có nhiều bằng chứng cho thấy về sự tồn tại của Đại thừa sau thời điểm đó.

Khảo cổ học cho thấy chính là trong thời gian cai trị của triều đại Anawrahta (1044-1283) mà Đại thừa đã phát triển mạnh mẽ nhất, song song với Thượng tọa bộ[2] được ưa chuộng rộng rãi hơn. Nhiều pho tượng các vị thánh thuộc Đại thừa đã có từ thời đó. Kinh văn Đại thừa được tìm thấy trong các tự viện vào khoảng thế kỷ 15, và các bức họa Tan-tra không sao nhầm lẫn được vẫn có thể nhìn thấy trên các bức tường của những ngôi đền gần Pagan, trước hết là theo phong cách Bengal, và về sau là phong cách Nepal.

Các tăng sĩ Ari chắc chắn là không thích những người Thượng tọa bộ ở đây, bởi vì những người này ăn thịt, uống rượu, dùng bùa chú để giải tội, giết súc vật để tế lễ và mê đắm ái dục. Nhưng mặc dù vậy, họ vẫn tiếp tục tồn tại cho đến cuối thế kỷ 18.

Tuy nhiên, sự ủng hộ của triều đình vẫn dành cho Thượng tọa bộ, và trước khi bị người Mông Cổ tàn phá năm 1287 thì Pagan vẫn là một trung tâm văn hóa Phật giáo rất

[1] Vị vua đầu tiên thống nhất được Miến Điện, đã cai trị trong thời gian từ năm 1044 đến 1077. Triều đại của ông được kéo dài cho đến khi Miến Điện bị người Mông Cổ xâm lược.

4. SOUTH-EAST ASIA

At the beginning of this period the Buddhism of Burma changes its character, and draws its inspiration henceforth from Ceylon. In 1057 King Anawrahta of Pagan conquers Thaton to take possession of the Pali Tipitaka and the relics stored there. He then has monks and scriptures brought from Ceylon, and the chronicles assure us that he "drove out" the Ari priests of the Vajrayana. There is, however, much evidence for the persistence of the Mahāyāna after that date.

Archaeology has shown that it was during the suzerainty of the Anawrahta dynasty (1044-1283) that the Mahāyāna flourished most, side by side with the more popular Theravada. Many sculptures of Mahāyāna deities date back to that time, Mahāyāna texts were found in the monasteries up to the fifteenth century, and unmistakably Tantric paintings can still be seen on the walls of temples near Pagan, first in the style of Bengal, and later in that of *Nepal*.

The Aris were certainly abhorrent to the Theravadins, because they ate meat, drank spirits, used spells to remove guilt, practised animal sacrifices and indulged in erotic practices, but nevertheless they continued to exist until the end of the eighteenth century.

The patronage of the Court went, however, to the Theravadins, and Pagan, until its destruction by the Mongols in 1287, was a great centre of Buddhist culture,

---

[2] Tên gọi này có vẻ như được dùng để chỉ Phật giáo Tiểu thừa tại đây.

lớn. Suốt trong 3 thế kỷ, trung tâm này đã chứng kiến một trong những sự bộc phát của lòng mộ đạo, giống như chúng ta từng thấy ở Trung Hoa, Triều Tiên và Tây Tạng. Trên một dải đất dài 12 kilomét đã có đến 9.000 ngôi chùa và đền thờ, trong đó nổi tiếng nhất là đền Ananda thuộc thế kỷ 11. Trên những mặt phẳng được tráng men trên tường, có 547 câu chuyện về tiền thân đức Phật được miêu tả bằng hình vẽ.

Sau khi triều đình trung ương bị sụp đổ, suốt trong 500 năm Miến Điện bị phân chia thành những lãnh địa nhỏ, chiến tranh triền miên. Nhưng truyền thống Thượng tọa bộ vẫn được duy trì, dù không được huy hoàng như trước. Cuối thế kỷ 15 là sự thành công rực rỡ cuối cùng của trường phái Tích Lan, khi vua Dhammaceti của xứ Pegu lại mang trở về một loạt những kinh điển giá trị từ Tích Lan.

Năm 1752, Miến Điện lại được thống nhất. Sau năm 1852, triều đình nhiệt thành ủng hộ cho Tăng-già và một hội đồng tiến hành kết tập kinh điển ở Mandalay từ năm 1868 cho đến năm 1871, nhằm chỉnh sửa những sai sót về mặt văn bản trong Đại tạng kinh, sau đó mang khắc tất cả lên trên 729 phiến đá cẩm thạch.

Người Anh đến Miến Điện vào năm 1885, đã gây nhiều thiệt hại cho Tăng-già qua việc hủy bỏ quyền lực giáo hội trung ương. Trong cuộc đấu tranh giành độc lập, tăng sĩ đã đóng một vai trò nổi bật. Trong những năm gần đây, đã có những nỗ lực để kết hợp Phật giáo với chủ nghĩa Mác. Và cũng có một phương pháp thiền định mới đã được cổ xúy, kết hợp áp dụng công phu theo Mật giáo, được cho là dẫn đến những kết quả nhanh chóng hơn.

Phật giáo Miến Điện nghiêng về việc duy trì tính chính thống của Thượng tọa bộ, và không có một đóng góp sáng tạo nào cho tư tưởng Phật giáo. Những cuộc tranh luận luôn

and witnessed during three centuries one of those outbursts of devotion of which we have seen other examples in China, Korea, and Tibet. For eight miles the land was filled with 9,000 pagodas and temples, among which the most famous is the Ananda temple of the eleventh century. The 547 Jataka stories are here represented on glazed plaques.

After the collapse of the central dynasty Burma was for 500 years divided into warring kingdoms, but the Theravada tradition continued, though less splendidly than before. The end of the fifteenth century saw the final triumph of the Sinhalese school, when king Dhammaceti of Pegu reintroduced a canonically valid monastic succession from Ceylon.

In 1752 Burma was united again, after 1852 the dynasty vigorously patronized the Sańgha and a Council at Mandalay in 1868-71 corrected the text of the Tipitaka, which was then incised on 729 marble slabs.

The coming of the English in 1885 did much harm to the Sańgha by destroying the central ecclesiastical authority. In the struggle for independence the monks played a prominent part. During recent years attempts have been made to combine Buddhism with Marxism, and also a new method of meditation has been advocated which by employing Tantric practices is said to lead to speedier results.

Burmese Buddhism is bent on preserving Theravada orthodoxy and it has made no creative contribution to Buddhist thought. Disputes have always been confined to

được giới hạn ở tính hình thức của Luật tạng, và nền văn học mở rộng bao gồm cả những tác phẩm về ngữ pháp, thiên văn học và y học, các bản sớ giải và những chuyện mô phỏng theo tiền thân đức Phật. Có 37 vị thần, được gọi là Nat, thường được cầu khấn rộng rãi để mong các vị ban phúc cho, nhưng muốn có nhiều công đức thì phải góp sức xây dựng chùa chiền, và kết quả là chùa được xây dựng khắp nơi trong nước.

Tăng-già không sống cách biệt với dân chúng. Các tự viện, đền thờ đều được xây cất gần những trung tâm dân cư để cư sĩ dễ dàng tìm đến. Mỗi cư sĩ đều có một thời gian sống trong chùa, và được chư tăng truyền dạy cho một số kiến thức. Có 85% dân số theo Phật giáo, trong một thời gian dài đã được biết đến với sự nổi bật về tỷ lệ biết đọc biết viết cao. Phật giáo là một lực lượng khai hóa vĩ đại trong đời sống của dân tộc Miến Điện, đã giúp làm giảm nhẹ những xung đột sắc tộc, nuôi dưỡng một đời sống xã hội dân chủ bằng cách giảm thiểu đến mức thấp nhất tầm quan trọng của sự giàu có và giai cấp, mang đến rất nhiều vẻ đẹp và kiến thức. Và quan trọng hơn hết, Phật giáo đã tạo ra một dân tộc đặc biệt vui tính, lịch sự và dễ mến.

Trong thời kỳ này, Phật giáo Tiểu thừa phát triển tương tự ở Thái Lan và Đông Dương. Những người Thái sống ở Trung Hoa đã mang về quê hương một hình thức Phật giáo nào đó, nhưng trong thế kỷ 14 thì Thượng tọa bộ của Tích Lan được thiết lập. Những vùng thủ đô, trước là Ayuthia (1330-1767) và sau là Bangkok (sau năm 1770) đều là những đô thị Phật giáo rộng lớn, nguy nga, với những kiến trúc tôn giáo đồ sộ và các tượng Phật to lớn.

Phật giáo là quốc giáo. Toàn bộ nền văn hóa bản địa gắn liền với Phật giáo, và nhà vua là một vị hộ pháp, không những bằng lời nói mà bằng cả việc làm. Truyền thống được

the externalities of the Vinaya and the extensive literature consists of works on grammar, astrology and medicine, of commentaries and of adaptations of Jatakas. The thirty-seven Nats, or "spirits", are universally asked for their favours, but the chief means of acquiring merit is to build a pagoda, with the result that the country is covered with them.

The **Saṅgha** is not estranged from the people, monasteries and shrines are placed near the centres of habitation, so as to be easily accessible to laymen, every layman becomes a novice for a time, and receives some education in the monasteries. The population, 85 per cent Buddhist, has been distinguished by its high degree of literacy for a long time. Buddhism has been a great civilizing force in the life of Burma, has helped to tone down racial rivalries, fostered a democratic social life by minimizing the importance of wealth and caste, brought much beauty and knowledge with it, and above all, it has created a singularly cheerful, polite and likeable people.

Theravada Buddhism during our period likewise took over in Thailand and Indo-China. The Thais brought from their home in China some form of Buddhism, but in the fourteenth century the Ceylonese Theravada was established. The capitals - first Ayuthia (1330-1767) and then Bangkok (after 1770) - are large, magnificent Buddhist cities with immense religious edifices and great Buddhas.

Buddhism is the state religion, all indigenous culture is bound up with it and the king is the "Protector of Dhamma" not only in word but also in deed. Tradition is

tuân theo nghiêm ngặt, và việc tụng tán những đoạn kinh văn bằng tiếng Pāli rất được chú trọng. Giống như ở Miến Điện, những lời cầu khấn không trực tiếp hướng về đức Phật, mà là qua các vị thần bản địa và thần cây cối.

Trong khi vào thế kỷ 11 Mật tông vẫn còn hưng thịnh ở Kam-pu-chia[1] thì sau năm 1300, do áp lực của người Thái, Thượng tọa bộ của Tiểu thừa đã dần dần thay thế cho tông phái này, và vào thế kỷ 15, Phật giáo chính thống của Tích Lan được du nhập. Cũng tại đây, việc giáo dục do chư tăng đảm nhận, và Phật giáo đã tự chứng tỏ được một ảnh hưởng hướng thượng và hoàn thiện, đã tạo ra được một dân tộc hiền hòa, nhân từ và vị tha. Các vị thổ thần, được gọi là *Neaca-ta*, cũng giữ một vai trò nhất định, và có sự pha trộn những ảnh hưởng từ Trung Hoa (chẳng hạn như sự hiện diện của Phật Di-lặc [kiểu Trung Hoa] trong các đền chùa) và từ Ấn Độ (chẳng hạn như sự hiện diện của Nagas,[2] Garudas[3] và thần Shiva bốn mặt trong các công trình kiến trúc).

Lịch sử Phật giáo ở Lào bao trùm trong huyền thoại. Dường như Phật giáo đã được những người di cư Khmer mang đến vào khoảng thế kỷ 14, và hiện nay là hình thức Phật giáo Thái Lan với sự chú trọng nhiều hơn đến việc thờ Long thần.

Cuối cùng là Việt Nam, độc lập từ năm 1.000,[4] chịu ảnh hưởng một phần của Trung Hoa về mặt văn hóa, và Đại thừa đã từng tồn tại ở đây trong một thời gian dài.

Tại Indonesia, Phật giáo Mật tông tồn tại cho đến khi bị Hồi giáo đàn áp: ở Sumatra là cuối thế kỷ 14, còn ở Java thì từ thế kỷ 15 trở đi. Sự sụp đổ cuối cùng của Mật tông ở đây được dẫn trước bởi việc suy giảm dần dần ảnh hưởng của của

[1] Nguyên tác dùng tên cũ của nước này là Cambodia.

strictly followed and the rhythmical recitation of Pali texts is greatly stressed. Petitions, as in Burma, are not directed to the Buddha but to local genii and tree spirits.

Whereas in the eleventh century the Tantrayana still flourished in Cambodia, after 1300 the Theravada as a result of the Thai pressure slowly replaced it and in the fifteenth century the Ceylonese orthodoxy was imported. Also here the education is in the hands of the monks and Buddhism has proved itself an elevating and ennobling influence, and has produced a mild, kindly and helpful people. The Neaca-ta, or spirits of the land, also play their part and there is some blending of influences from China (e.g. the presence of Mi-lei-fo in the temples) and from India (e.g. the Nagas, Garudas and four-faced Sivas found in architecture).

The history of Buddhism in Laos is shrouded in legend. It seems to have been introduced in the fourteenth century by Khmer immigrants, and at present is of the Siamese type, with greater emphasis on the Nagas.

Vietnam finally, independent since 1000, is culturally a part of China, and the Mahāyāna has existed there for a long time.

In Indonesia Tantric Buddhism persisted until it was suppressed by Islam, in Sumatra at the end of the fourteenth century, in Java from the fifteenth century onwards. Its

---

[2] Long thần.

[3] Kim sí điểu.

[4] Thật ra, dù không kể đến những lần khởi nghĩa thành công tạm thời trước đó, nền độc lập lâu dài của Việt Nam phải được xác định từ năm 939, khi Ngô Quyền giành được chiến thắng và xưng vương.

đạo Hindu đối với nền văn hóa, và việc tái khẳng định những yếu tố gần gũi hơn với văn hóa bản địa. Hình thức Mật tông chiếm ưu thế trong thời kỳ này là một hình thức cực đoan, bắt buộc thực hành 5 giới cấm, lìa bỏ ái dục, và xem đức Phật Đại Nhật là vị Phật từ nguyên thủy. Bộ phái này kết hợp biểu tượng Thời luân với sự sùng bái Shiva Bhairava thành hình tượng Phật-Shiva. Và để phù hợp với truyền thống bản địa, bộ phái này chủ yếu nhắm đến việc siêu độ cho linh hồn người chết. Một số tác phẩm điêu khắc đẹp nhất của Phật giáo được thực hiện ở Java dưới triều đại Singhasari (1222-1292), trình bày các vị vua của triều đại này được điêu khắc thành những pho tượng phỏng theo như là các vị Phật Bất Không, Phật Bất Động v.v... và các vị hoàng hậu thì giống như là nữ thần Bát-nhã v.v...

5. TRUNG HOA VÀ TRIỀU TIÊN

Ở Trung Hoa, mặc dù các vị vua đời Tống nói chung đều hướng về Phật giáo, nhưng sức sống của Phật giáo suy giảm dần đi trong suốt thời kỳ này.

Khoảng sau năm 1.000, có hai tông phái nổi bật hơn hẳn so với những tông phái khác, đó là Tịnh độ tông và Thiền tông. Trong Thiền tông có năm dòng truyền thừa đã hình thành gọi là Ngũ gia.[1] Tất cả tín đồ Thiền tông đều giống nhau ở điểm họ tin rằng tự tâm mỗi người đều có tánh Phật, nhưng rõ ràng là có những khác biệt tùy theo tâm của mỗi người, và chắc chắn những khác biệt ấy phải được phản ánh

[1] Ngũ gia là "năm nhà" được chia ra từ Thiền tông sau đời Lục Tổ. Đó là: 1. Tông Quy Ngưỡng (歸仰宗), do hai ngài Quy Sơn Linh Hựu (溈山靈祐 - 771-853) và Ngưỡng Sơn Huệ Tịch (仰山慧寂 - 807-883, cũng có các thuyết khác cho là 813 hay 814 cho đến 890 hoặc 891) sáng lập. 2. Tông

final collapse was preceded by a slow decline in the *Hindu* impact on the culture and a re-assertion of the more indigenous elements. The Tantrism prevalent in this period was an extremist form, which enjoined the practice of the five makaras, "free from all sensualities", and regarded Vairocana as the primordial Buddha. It syncretized the Kalacakra with the devotion to *Shiva* Bhairava into a cult of *Shiva*-buddha and, in keeping with the native Indonesian tradition, it was chiefly devoted to the redemption of the souls of the dead. Some of the loveliest pieces of Buddhist sculpture were made in Java under the dynasty of Singhasari (1222-92), which represented its kings on statues as Amoghapasa, Aksobhya, etc., and its queens as Prajnaparamita, etc.

5. CHINA AND KOREA

Although the Sung emperors were on the whole well disposed towards Buddhism, its vigour declined during this period. After about AD 1000 two schools ousted all the others, the Amidism of Faith, and the meditational school of Ch'an. Within Ch'an, five lines of transmission, called the "Five Houses", had taken shape. All Ch'an Buddhists alike believe that one's own heart is the Buddha, but there are obviously great differences in the hearts of men and these

Lâm Tế (臨濟宗), do ngài Lâm Tế Nghĩa Huyền (臨濟義玄 - ? - 866 hoặc 867) sáng lập. 3. Tông Tào Động (曹洞宗), do hai ngài Động Sơn Lương Giới (洞山良价 - 807-869) và Tào Sơn Bản Tịch (曹山本寂 - 840-901) sáng lập. 4. Tông Vân Môn (雲門宗), do ngài Vân Môn Văn Yển (雲門文偃 - 864-949) sáng lập. 5. Tông Pháp Nhãn (法眼宗), do ngài Pháp Nhãn Văn Ích (法眼文益 - 885-958) sáng lập.

trong những phương pháp và cách tu tập khác nhau. Do đó, những gì khác biệt giữa năm nhà chính là về phương cách tu tập hơn là về giáo lý. Ba nhà trong số đó là các tông Quy Ngưỡng, Vân Môn và Pháp Nhãn đã tàn lụi vào khoảng giữa đời Tống.

Đặc điểm của tông Quy Ngưỡng là phương pháp truyền dạy bằng cách vẽ những vòng tròn khác nhau trong không khí hay trên mặt đất. Tông Vân Môn nhìn chung giống như tông Lâm Tế, nhưng một trong những phương cách đặc biệt của họ là trả lời những câu hỏi bằng một từ hoặc một âm duy nhất. Tông Pháp Nhãn hướng đến việc học tập kinh điển nhiều hơn so với các tông khác, và chịu ảnh hưởng rất đậm nét từ giáo lý của tông Hoa nghiêm.

Hai tông vẫn tồn tại đến nay là tông Tào Động, sáng lập bởi ngài Động Sơn Lương Giới (807-869) và tông Lâm Tế, sáng lập bởi ngài Lâm Tế Nghĩa Huyền (mất năm 867).

Vào lúc bấy giờ, hai tông phái này thật ra chỉ có sự khác biệt về khuynh hướng mà thôi, và sự khác biệt tăng dần cho đến khi có sự chia tách thực sự thành hai tông khác nhau là vào khoảng năm 1150.

Đặc điểm của tông Tào Động là sự yên lặng. Thiền sư Hoằng Trí Chính Giác (mất năm 1157)[1] đã gọi phương pháp thiền của tông Tào Động là "Tịch chiếu thiền", nghĩa là lẳng lặng mà soi sáng. Điều này cho thấy họ chú trọng nhiều đến việc tĩnh tọa thiền quán, để nhờ vào đó, hay chính trong trạng thái đó mà đạt đến sự giác ngộ, hay sự tỉnh giác nội tâm về tánh không tuyệt đối.

[1] Thiền sư Chính Giác, tức Hoằng Trí Chính Giác (宏智正覺 - 1091-1157) thuộc tông Tào Động. Ngài là người Thấp Châu, Sơn Tây, tư chất thông minh từ nhỏ, năm lên 7 tuổi đã tụng đọc mỗi ngày cả ngàn câu kinh. Năm 11 tuổi

must inevitably reflect themselves in different methods and approaches. What therefore differentiated the "Five Houses" were less differences in doctrine than differences in style. Three of the five, the Wei-yang-tsung, the Yun-men-tsung and the Fa-yen-tsung, died out already by the middle of the Sung period.

Characteristic of the Wei-yang sect was a special method of teaching by drawing various circles in the air or on the ground; the Yin-men sect generally resembled the Lin-chi, but one of its special devices was the reply to questions with one single word of one syllable; the Fa-yen was more favourable to the study of the Sutras than the other Ch'an sects and the influence on it of the Hua-yen doctrines was particularly marked.

The two schools which have survived to the present day are the Ts'ao-tung-tsung, founded by Tung-shan Liang-chieh (807-69), and the Lin-chi-tsung, which goes back to his contemporary Lin-chi-I-hsuan (died 867).

The differences between these two, which had been just distinctive tendencies so far, hardened into different sects in the proper sense of the term only about 1150.

The Ts'ao-tung was always characterized by quietism and Hung-chih Cheng-chueh (died 1157) gave it the special name of Mo-chao ch'an "silent-illumination Ch'an". This indicated that the school stressed the quiet sitting still in silent meditation, by or in which enlightenment, or spiritual insight into absolute emptiness, is attained.

---

xuất gia tại chùa Tịnh Minh, 14 tuổi đến chùa Từ Vân thọ giới cụ túc với ngài Trí Quỳnh (智瓊). Năm 18 tuổi từ biệt thầy đi tham học khắp nơi. Ngài là một trong các cao tăng nổi danh đời Tống.

Người sáng lập ra phái thiền này đã ôn hòa trong việc vận dụng các phương pháp. Ông cũng để lại cho tông phái một giáo lý đặc biệt liên quan đến 5 cấp độ, phân biệt rõ 5 giai đoạn của tiến trình đạt đến giác ngộ, theo phong cách thuần túy Trung Hoa với ảnh hưởng rất lớn từ Kinh Dịch. Những giai đoạn này được tượng trưng bằng các vòng tròn trắng và đen.

Có bốn học thuyết có thể đề cập đến như là những nét đặc thù của tông Tào Động:

1. Tất cả chúng sanh từ khi sanh ra đều sẵn có tánh Phật, và do đó tất nhiên là sẽ [có thể] giác ngộ.
2. Chúng sanh có thể hoàn toàn đạt đến sự an lạc của tánh Phật khi ở trong trạng thái thiền quán tĩnh lặng.
3. Công phu hành trì và sự trau giồi tri thức phải luôn luôn bổ khuyết cho nhau.
4. Các nghi thức công phu lễ sám hằng ngày cần phải được tuân theo một cách nghiêm ngặt.

Người sáng lập phái thiền Lâm Tế thì ngược lại, thường vận dụng tính cách mạnh mẽ và đột ngột, với những tiếng hét và thiền trượng giữ một vai trò quan trọng trong công phu thực hành. Trong tất cả các tông phái, đây là tông phái chống lại việc chạy theo sự lý giải của tri thức một cách mạnh mẽ nhất, và cũng là tông phái chú trọng nhiều nhất đến tính chất bất ngờ và trực tiếp trong kinh nghiệm thiền quán.

Trong đời Tống, Thiền tông trở thành một yếu tố văn hóa cực kỳ quan trọng. Trong số các họa sĩ danh tiếng của thời này có nhiều thiền sư, và ảnh hưởng của thiền đối với nghệ thuật rất đáng kể. Ngay cả sự phục hưng Khổng giáo của nhóm Tân học gồm Chu Hy và những người khác cũng

The founder of this sect was mild and gentle in his methods. He also bequeathed to his school a special doctrine concerning the "Five Ranks", which distinguishes five stages of the movement towards enlightenment in a thoroughly Chinese manner which was greatly indebted to the Book of Changes, and the stages were represented by white and black circles.

Four doctrines are mentioned as characteristic of the Ts'ao-tung:

(1) All beings have the Buddha-nature at birth and consequently are essentially enlightened;

(2) They can enjoy fully the bliss of the Buddha-nature while in a state of quiet meditation;

(3) Practice and knowledge must always complement one another;

(4) The strict observance of religious ritual must be carried over into our daily lives.

The founder of the Lin-chi sect by contrast favoured the use of rudeness and abruptness and the "shout and the stick" played a great part in the practices of this school. It was the most hostile of them all to rationalization and the most emphatic in stressing the suddenness and directness of Ch'an experience.

During the Sung the Ch'an school became a cultural factor of great importance. Many Ch'an monks were found among the painters of the period, and its influence on art was considerable. Even the Neo-Confucian Renaissance of Chu-hsi and others owed much to Ch'an Buddhism, just

nhờ vào Thiền tông rất nhiều, tương tự như sự phục hưng bộ Vedanta của Sankara đã dựa rất nhiều vào Phật giáo Đại thừa. Sự thực hành tĩnh niệm, suy ngẫm một cách lặng lẽ, rất quan trọng đối với thiền, đã dẫn đến sự luyện tập phép tĩnh tọa của Khổng giáo.

Sự thành công nổi bật này đã mang đến cho Thiền tông đời Tống những mối nguy hiểm và sự khủng hoảng sâu xa. Các thiền sư đời Đường luôn xa lánh kinh đô, nhưng giờ đây các thiền viện lại duy trì những mối quan hệ tốt đẹp với triều đình và dây dưa khá nhiều vào chính sự. Các thiền viện nguy nga mọc lên khắp nơi trong nước và trở thành những trung tâm điểm của đời sống văn hóa xã hội. Trong Thiền tông đã có nhiều nhân nhượng với chủ nghĩa tri thức và việc nghiên cứu kinh điển. Ngay trong nhà thiền đã nảy sinh một sự bất đồng mạnh mẽ về tầm quan trọng của kinh điển.[1]

Từ chối mạnh mẽ nhất đối với giá trị của kinh điển là tông Lâm Tế, chống lại nguy cơ suy sụp đang đến gần của Thiền tông bằng cách đưa ra một hệ thống các công án.[2]

Danh từ công án bao gồm hai từ: "công", hay công khai, của chung, và "án", hay phán quyết về một vụ việc, và hàm ý chỉ cho một khuôn mẫu đã có từ trước hoặc đáng tin cậy. Trong thực hành, công án là một kiểu câu đố, thường liên quan đến lời nói hoặc hành động của một trong những thiền sư đời Đường.

Giờ đây, những bộ sưu tập các công án như vậy được in

[1] Đây là dấu hiệu suy thoái của Thiền tông, vì sức sống ban đầu của Thiền nằm ngay trong việc từ bỏ chủ nghĩa tri thức và chú trọng đến công phu thực hành với những kinh nghiệm thực tiễn. Tinh thần "bất lập văn tự" đến đây đã bị lung lay bởi những ảnh hưởng văn hóa từ xã hội.

as the Vedantic Renaissance of Sankara had been greatly indebted to **Mahāyāna** Buddhism. The practice of tso-ch'an, quiet contemplation, so important in Ch'an, found its way into the practices of Confucianism as ching-tso, or "quiet-sitting".

This outward success brought its dangers and led to a deep crisis within Ch'an. The T'ang masters had always avoided the capital, but now the Ch'an monasteries maintained excellent relations with the Court and meddled much in politics. Magnificent Ch'an monasteries arose throughout the country and became focal points of social and cultural life. Many concessions were made to intellectualism and to the study of the Sutras, and within the Ch'an camp a vigorous controversy arose about their importance.

Most radical in its rejection of the authority of the Sutras was the Lin-chi, which countered the impending decadence by evolving the kung-an system.

The word Kung-an consists of two characters, for "government" and "legal case" and denotes a precedent or authoritative model. In practice a kung-an is a riddle, usually connected with a saying or action of one of the T'ang masters.

Collections of such kung-ans were now published and

---

[2] Công án (公案), một thuật ngữ thuần túy của Thiền tông. Nguyên nghĩa của danh từ này là một bản án công khai, có giá trị thi hành, do một vị quan có thẩm quyền đưa ra, nhưng Thiền tông dùng danh từ này với nghĩa đặc thù như một phương tiện, một đối tượng thiền quán, không dùng theo nguyên nghĩa. Trong nguyên tác tiếng Anh, Conze dùng từ "government" để dịch chữ công (公), và "legal case" để dịch chữ án (案), e là không được chính xác lắm.

ấn ra, mỗi một công án được thêm vào phần giải thích, được viết ra theo cách là không giải thích gì cả.[1]

Điển hình đầu tiên của loại văn chương mới này là một tuyển tập gồm 100 công án, gọi là Bích nham lục,[2] xuất hiện năm 1125. Tập công án nổi tiếng khác là Vô môn quan,[3] gồm 48 công án, xuất hiện sau đó hơn một thế kỷ.

Ngược lại với sự yên tĩnh mà tông Tào Động áp dụng, tông Lâm Tế chủ trương không ngừng hoạt động với một công án được lựa chọn cho đến khi đạt đến giác ngộ. Theo như cách nói của ngài Đại Huệ Tông Cảo (1089-1163) là: "Chỉ một công án, trọn một đời không lúc nào buông bỏ. Đi đứng nằm ngồi, chú tâm không dứt. Khi thấy đã hết sức nhàm chán, là lúc giờ phút cuối cùng sắp đến, đừng để lỡ mất. Khi tâm thức đột nhiên bừng sáng, ánh sáng ấy sẽ soi sáng toàn vũ trụ, và cảnh giới giác ngộ của chư hiền thánh hiện ra tường tận như từng sợi tóc, bánh xe chánh pháp được chuyển ngay trong một hạt bụi."

Như thế, vào đời Tống phương pháp thiền định có hệ thống đã thay thế cho phương pháp ứng tác cá nhân của các thiền sư đời Đường. Nhưng chính sự hệ thống hóa này, và trong một chừng mực nào đó là tính chất máy móc, khuôn thước, đã đảm bảo cho sự sống còn của Thiền tông.

Bao giờ cũng vậy, khi những trường phái triết học cùng song song tồn tại, cho dù là trong một thời gian bao lâu đi

---

[1] Đây là những phần niêm hoặc tụng, dành cho mỗi công án, mà thực chất bản thân chúng là những công án mới.

[2] Bích nham lục (碧岩錄), xuất phát từ một tác phẩm được thiền sư Tuyết Đậu (雪竇 - 834-905) biên soạn với tên là Tuyết Đậu tụng cổ (雪竇頌古), sau được thiền sư Viên Ngộ (圓悟 - 1063-1135) sử dụng và biên soạn thêm vào, thành ra tập Bích nham lục lưu hành đến ngày nay. Đây là một quyển sách nổi tiếng trong giới thiền học, được mệnh danh là Tông môn đệ nhất thư (宗門第一書).

to each was added an explanation which deliberately never explained anything at all.

The first example of this new literary genre was a collection of 100 riddles, called the Pi-yen-lu, which appeared in 1125. The other famous collection is the "Gateless Gate", or Wu-men-kuan, comprising 48 cases, and which appeared more than a century later.

In opposition to the quietism advocated by the Ts'ao-tung, the Lin-chi advocated ceaseless activity on the chosen kung-an which must be carried on until sudden enlightenment supervenes. As Ta-hui tsung-kao (1089-1163) put it: "Just steadily go on with your kung-an every moment of your life! Whether walking or sitting, let your attention be fixed upon it without interruption. When you begin to find it entirely devoid of flavour, the final moment is approaching: do not let it slip out of your grasp! When all of a sudden something flashes out in your mind, its light will illuminate the entire universe, and you will see the spiritual land of the Enlightened Ones fully revealed at the point of a single hair and the wheel of the Dharma revolving in a single grain of dust."

In Sung times systematic method thus replaced the individualistic spontaneity of the T'ang masters. But it was this systematization and to some extent mechanization which assured the survival of Ch'an.

Whenever philosophical schools coexist for any length

[3] Vô môn quan (無門關), do thiền sư Vô Môn Huệ Khai (無門慧開 - 1183-1260) biên soạn.

nữa, kết quả vẫn là sẽ có một sự hòa hợp ngày càng gia tăng. Về nhiều phương diện, Thiền tông được kết hợp với Hoa nghiêm tông và Thiên thai tông; và phép niệm Phật cũng thường được đưa vào Thiền tông để làm tăng thêm sức mạnh thiền định. Trong các triều đại nhà Nguyên và nhà Minh, sự kết hợp hoàn toàn các khuynh hướng khác nhau của Phật giáo Trung Hoa đã diễn ra. Nhà Minh và Mãn Châu đều chuộng Khổng giáo, nhưng vẫn chấp nhận và đôi khi cũng khuyến khích Phật giáo.

Hai vị hoàng đế Ung Chính (1723-1735) và Càn Long (1736-1795) đã cố gắng tạo ra một kiểu Phật giáo kết hợp giữa Phật giáo Trung Hoa và các yếu tố của Lạt-ma giáo. Vì vậy, một mặt lôi cuốn được người Trung Hoa, trong khi mặt khác cũng kêu gọi được người Tây Tạng và Mông Cổ. Chùa Yung-ho-kung, ngôi chùa Lạt-ma giáo ở Bắc Kinh, là một công trình thể hiện rõ những cố gắng này. Trong đó, những vị thần thuộc về hai phong cách thờ kính của Phật giáo Trung Hoa và Lạt-ma giáo được hòa lẫn với nhau một cách cẩn thận. Ngay cả Quan Công, một vị võ thần của Trung Hoa, và Khổng Tử cũng được đưa vào trong số các vị Bồ Tát.

Sự hưng thịnh của các tự viện không bao giờ phục hồi được nữa sau cuộc nổi loạn của giặc Thái Bình, "những người Công Giáo tóc dài".[1] Trong 15 năm (1850-1865), họ đã tàn phá 16 tỉnh, hủy hoại 600 thành phố và hàng ngàn đền đài, tự viện. Cho dù vậy, cho đến ngày nay Phật giáo vẫn không hề bị quên lãng trong đời sống văn hóa và tín ngưỡng của người Trung Hoa.

[1] Tức là cuộc nổi loạn của nhóm gọi là Thái Bình Thiên Quốc, chống lại triều đình Mãn Thanh đang cầm quyền. Họ thành công trong một thời gian và chiếm cứ, tàn phá nhiều vùng rộng lớn. Nhưng về sau, với sự giúp đỡ của các

of time, the result will be an increasing syncretism between them. In many ways Ch'an was combined with Huayen and T'ien-t'ai, and the practice of the Nembutsu was often brought in to strengthen the Ch'an meditation. During the Yuan and Ming dynasties a fairly complete fusion of the different trends of Chinese Buddhism actually took place. The Ming and Manchus favoured Confucianism, but tolerated, and occasionally encouraged Buddhism.

Two emperors, Yung-cheng (1723-35) and Ch'ien-lung (1736-95), tried to create a type of Buddhism which combined Chinese Buddhist (Fo-ist) and Lamaist elements, thus appealing to Chinese on the one hand, and Tibetans and Mongols on the other. The Yung-ho-kung, the Lamaist Cathedral in Peking, is a visible monument to these endeavours and in it the deities proper to these two types of Buddhist cult are carefully blended. Even Kuan Ti, the Chinese War God, and Confucius are there enlisted among the Bodhisattvas.

The prosperity of the monasteries has never recovered from the Taiping rebellion of the "long-haired Christians", who for fifteen years (1850-65) devastated sixteen provinces, destroyed 600 cities, and thousands of temples and monasteries. Nevertheless, until the present day Buddhism has remained a by no means negligible factor in the cultural and religious life of China.

---

thế lực nước ngoài, triều đình đã dẹp tan cuộc nổi loạn này. Tuy vậy, đây được xem là một trong những nguyên nhân gây suy yếu và dẫn đến sự sụp đổ của chế độ phong kiến Trung Hoa sau đó không đầy 50 năm (1911).

Tại Triều Tiên, Phật giáo cực thịnh dưới triều đại Koryo,[1] đặc biệt là từ năm 1140 đến 1390. Người sáng lập triều đại này là một Phật tử chí thành, cho rằng sự thành công của mình chính là nhờ vào sự che chở của Phật pháp. Những người kế nghiệp ông cũng không bao giờ ngần ngại trong việc ủng hộ Phật giáo. Mỗi vị vua đều chọn một tăng sĩ làm quốc sư, hay người cố vấn. Khi vua ngự giá ra đi, kinh điển thiêng liêng được mang đi trước. Nhiều ấn bản Kinh tạng được in ra với chất lượng cao bằng vào phí tổn của Nhà nước. Một ấn bản trong số đó có đến 81.258 tờ. Trong nhiều giai đoạn kéo dài rất lâu, quyền chính hoàn toàn nằm trong tay tăng sĩ.

Cho đến thế kỷ 12, giai cấp quý tộc vẫn là nguồn lực ủng hộ chính của Phật pháp, nhưng từ đó trở đi thì Phật giáo cũng đã trở thành tôn giáo chung cho toàn dân. Những yếu tố pháp thuật mạnh mẽ đã thâm nhập vào Phật giáo, như đã từng xảy ra cho tôn giáo này ở bất cứ nơi đâu khi nó thực sự được phổ cập. Nhiều tăng sĩ trở nên giỏi luyện phép trường sinh, thực hiện phép mầu, cầu hồn, chọn giờ tốt xấu, xem hướng đất v.v...

Năm 1036, một đạo luật hủy bỏ án tử hình và quy định trong 4 người con trai phải có một người xuất gia. Triều đại Koryo chi tiêu nhiều tiền bạc cho việc tổ chức những buổi lễ tôn giáo long trọng và xây cất tự viện. Vô số tác phẩm nghệ thuật được sáng tạo trong thời này.

Vào đời Nguyên, nhất là sau năm 1258, Lạt-ma giáo đã tạo được một ảnh hưởng đáng kể. Vào thế kỷ 14, Phật giáo hoàn toàn chinh phục Triều Tiên. Năm 1310, nhà vua ban chiếu lệnh rằng tăng sĩ không cần phải lễ chào bất cứ ai,

---

[1] Triều đại Koryŏ kéo dài từ năm 918 cho đến năm 1392.

In Korea, Buddhism reached the height of its power under the Koryo dynasty, particularly between 1140 and 1390. The founder of the dynasty was a pious Buddhist, who attributed his success to the Buddha's protection. His successors never wavered in their support of the religion. Each king chose a bonze as his "preceptor", or advisor. The holy scriptures were carried in front of the kings when they travelled. Fine editions of the Canon were printed at the expense of the state, one of them comprising 81,258 leaves. For long stretches of time the government was entirely in the hands of the bonzes.

Up to the twelfth century the aristocracy had been the main support of Buddhism, but now it became the religion of the common people as well. Strong magical elements entered into Buddhism, as has happened to this religion wherever it became really popular. Many bonzes became experts in prolonging life, in working miracles, evoking spirits, distinguishing between auspicious and inauspicious times and places, and so on.

In 1036 an edict abolished the death penalty and decreed that out of four sons one must become a monk. The Koryo dynasty expended much wealth on magnificent religious ceremonies and buildings, and innumerable works of art were created under it.

During the Yuan dynasty, especially after 1258, Lamaism exerted a considerable influence. In the fourteenth century the Buddhists dominated Korea almost completely. In 1310 it was decreed that the monks need not salute

trong khi mọi người khác đều phải tỏ lòng kính trọng đối với họ. Những ai chọn theo đời sống tôn giáo đều khỏi phải bận tâm đến các nhu cầu vật chất.

Sự ưu đãi vượt mức đối với Phật giáo bỗng đột ngột chấm dứt với sự thay đổi triều đại vào năm 1392.[1] Khổng giáo giờ đây chiếm ưu thế. Chư tăng không còn được sự ủng hộ của Nhà nước, và không được tham dự vào chính trị. Đất đai bị tịch thu, và bị cấm không được làm lễ cầu siêu tại các tang lễ. Tại Seoul, 23 tự viện đang hiện hữu bị đóng cửa, và nói chung Phật giáo bị ngăn trở.

Mặc dù vậy, vì là một tôn giáo của quần chúng, nên Phật giáo vẫn tồn tại trong rặng núi Diamond hiểm trở, cách xa những thành thị.

Về mặt giáo lý thì Phật giáo ở Triều Tiên là sự pha trộn thông thường theo kiểu Trung Hoa, giữa Thiền tông, Tịnh độ tông và những tín ngưỡng bản địa.

Từ năm 1910 đến 1945, người Nhật ủng hộ Phật giáo. Nhưng Phật giáo vẫn ở trong tình trạng suy yếu. Năm 1947, tại Triều Tiên có khoảng 7.000 tăng sĩ.

6. NHẬT BẢN

Trong thời kỳ này, một sự phát triển mạnh mẽ lần thứ hai của Phật giáo Nhật Bản lại diễn ra. Từ năm 1160 đến 1260, những bộ phái mới hình thành làm thay đổi hoàn toàn tính cách của Phật giáo Nhật Bản, giờ đây đã đạt đến đỉnh cao của năng lực sáng tạo độc đáo. Vào thời đại Liêm Thương (1192-1335), các tông Tịnh độ và Thiền nổi bật lên hẳn, cũng giống như ở Trung Hoa sau năm 1000.

---

[1] Triều đại thay thế là triều đại Chosŏn, kéo dài từ năm 1392 cho đến năm 1910.

anyone whereas everyone else must show respect to them. Those who had chosen the religious life were exempt from all material cares.

The excessively privileged position of the church came to an abrupt end with the change of the dynasty in 1392. Confucianism now gained the upper hand, the monks were deprived of official support and a share in political life, their lands were confiscated, they were forbidden to pray at funerals, the twenty-three convents existing in Seoul were closed, and Buddhism was generally discouraged.

As a religion of the masses it nevertheless persisted, away from the cities, in the rather inaccessible Diamond Mountains.

Doctrinally, this Buddhism was the usual Chinese mixture of Ch'an, Amidism and local superstitions.

Between 1910 and 1945 the Japanese fostered Buddhism, but it remained in a rather debilitated condition. In 1947, about 7,000 monks were counted in Korea.

6. JAPAN

During this period a second flowering of Buddhism took place in Japan. Between 1160 and 1260 new sects arose which entirely changed its character, and Japanese Buddhism now reached the height of its originality and creative power. In the Kamakura period (1192-1335) the Amida schools and Zen came into the foreground, just as they did in China after AD 1000.

Tông Tịnh độ đầu tiên, được biết với tên là Dung Thông Niệm Phật tông, được ngài Lương Nhẫn (1072-1132) sáng lập từ trước năm 1124. Vị này đã đạt được giác ngộ nhờ vào việc niệm Phật liên tục. Cụ thể là ông đã niệm câu Nam-mô A-di-đà Phật đến 60.000 lần mỗi ngày. Ông còn dạy rằng, việc niệm Phật như thế sẽ tạo được công đức vô cùng lớn lao nếu người niệm phát tâm vì người khác chứ không vì mong cầu cho riêng mình. Tông phái này mặc dù vẫn tồn tại, song chưa lúc nào thu hút được số đông tín đồ.

Gây được ảnh hưởng lớn hơn nhiều là Tịnh độ tông, sáng lập bởi ngài Pháp Nhiên (1133-1212) một vị tăng rất thông thái và nhân từ. Năm 1175, lúc 43 tuổi, những tác phẩm của ngài Thiện Đạo đưa ông đến kết luận rằng, vào thời kỳ mạt pháp này, những chuẩn mực đạo đức truyền thống và các nguyên tắc tinh thần của Phật giáo đã không còn đủ để mang lại hiệu quả nữa. Trong thời mạt pháp, dù chúng ta có cố gắng làm gì đi nữa bằng vào tự lực của mình cũng chỉ là vô ích. Sự bình yên chỉ có thể có được nhờ vào tha lực, trong sự buông xả bản thân và nương tựa vào một sức mạnh cao cả hơn, đó là nguyện lực của đức Phật A-di-đà. Vì thế, ngài Pháp Nhiên từ bỏ tất cả những công phu hành trì tu tập khác và để hết tâm trí vào việc chuyên cần niệm danh hiệu Phật A-di-đà. Điều quan trọng duy nhất là phải "niệm danh hiệu Phật với sự tập trung hoàn toàn tâm ý - dù khi đi hay đứng, nằm hay ngồi, đều không gián đoạn chút nào". Trong thời đại đầy dẫy những điều xấu ác, cách giải thoát duy nhất là nỗ lực để được vãng sanh về cõi Tây phương Tịnh độ của Phật A-di-đà, và những phương pháp tu tập,[1] bao gồm các việc thiện và công phu hành trì tu tập, không còn đủ tác dụng nữa. Điều cần thiết là chỉ đặt hết lòng tin vào đức Phật A-di-đà. Đức tin này có thể giúp cho ngay cả người đã phạm

The first Amida sect, known as the Yuzu Nembutsu, was founded already in 1124 by Ryonin, who saw the way to salvation in the constant recitation of the "Nembutsu", i.e. of the formula Namu Amida Butsu, up to 60,000 times a day. He also taught that this invocation was infinitely more meritorious if repeated on behalf of others than for one's own selfish ends. His sect, though still in existence, never commanded a large following.

Far more influential was the Jodo, or "Pure Land", school, founded by Honen (1133-1212), an exceptionally learned and gentle priest. In 1175, at the age of 43, Shan-tao's works led him to the conclusion that the traditional Buddhist moral and mental disciplines were no longer effective in this age of decay. Whatever in such an age we may do by our own efforts (jiriki) is of no avail. Peace can only be found through the strength of another (tariki), in self-surrender and in reliance on a higher power, that of the Buddha Amitabha. Honen therefore abandoned all other religious practices, and devoted himself exclusively to the recitation of Amida's name. All that matters is to "repeat the name of Amida with all your heart - whether walking or standing still, whether sitting or lying, never cease to practise it for even a moment!" In these evil days the only way to obtain salvation is to strive to be reborn in Amida's "Western Paradise" (Jo-do), and the "holy path" (sho-do), consisting of good works and religious exercises, no longer

[1] Shōdō, nguyên nghĩa là thánh đạo, là con đường của bậc thánh, chỉ những phương pháp tu tập dẫn đến giải thoát.

vào tội lỗi nặng nề nhất cũng có thể sanh về cõi Cực Lạc của Phật A-di-đà.

Tuy nhiên, từ những khẳng định này, ngài Pháp Nhiên không hề đưa ra hàm ý đả kích việc nghiêm trì giới luật. Ngài buộc các tín đồ tin theo mình phải xa lánh điều ác, vâng giữ giới luật và cũng không được đánh mất lòng kính trọng đối với các vị Phật khác cũng như với kinh điển. Giáo lý của ngài đã ngay lập tức giành được sự tin tưởng ở triều đình, trong giai cấp quý tộc, giai cấp võ sĩ và tăng lữ. Và trào lưu mới này tự nó đã tồn tại một cách dễ dàng trước sự đối nghịch của những tông phái cổ xưa hơn.

Tịnh độ tông tiếp tục tồn tại cho đến ngày nay mà không có thay đổi gì nhiều. Nhưng vào thế kỷ 14, vị tổ thứ 7 là Ryoyo Shogei đã diễn giải lại giáo lý này theo một cách lôi cuốn hơn và tạo được nhiều ảnh hưởng hơn. Ngài nói rằng, vãng sanh về Tịnh độ không có nghĩa là được chuyển đến một nơi nào khác, mà thật ra cõi Tịnh độ ở khắp mọi nơi, và sanh về Tịnh độ chỉ là một sự thay đổi của tâm thức và hoàn cảnh, chứ không phải thay đổi nơi chốn. Điều này thật rất phù hợp với truyền thống của Đại thừa.[1]

Một sự đơn giản hóa hơn nữa của giáo thuyết A-di-đà được Thân Loan[2] thực hiện có hiệu quả. Ông sinh năm 1173, là đệ tử của ngài Pháp Nhiên, và là người sáng lập Chân tông (Shin-shū). Tên gọi này là rút gọn của Jōdo shinshū (Tịnh độ chân tông). Ông phá bỏ những truyền thống của đời sống tự viện, lập gia đình và khuyên tăng sĩ nên làm theo như vậy. Ông coi việc niệm Phật liên tục là không cần thiết, và khẳng định rằng chỉ cần một lần nhớ đến đức A-di-đà với sự thành tâm là đủ để được vãng sanh về cõi Cực Lạc của ngài. Tuy nhiên, niềm tin vào đức Phật A-di-đà là ân huệ

works. A simple faith in Amida is all that is needed. It will carry even the greatest sinner into Amida's Blessed Land.

Honen drew, however, no antinomian inferences from this assertion and enjoined his followers to avoid sin, to observe the monastic regulations, and also to show no disrespect to the other Buddhas and to the Sutras. His teaching had an instantaneous success at the Court, among the aristocracy, the Samurai and the clergy, and the new movement maintained itself easily against the hostility of the older sects.

The Jodo school has continued to the present day without much modification. But in the fourteenth century the seventh patriarch Ryoyo Shogei made an interesting and influential re-interpretation. Rebirth in the Pure Land, so he said, does not mean that one is transported into another region, but the Pure Land is everywhere, and to go there is a change of mind and condition, and not of place. This is very much in agreement with the tradition of Mahāyāna.

A further simplification of Amidism was effected by Shinran (born 1173), one of Honen's disciples, and the founder of the Shin sect, the word shin being an abbreviation of Jodo Shinshu, "the True Jodo Sect". Shinran broke with the monastic traditions, got married and advised his followers to do likewise. He regarded the constant repetition of the Nembutsu as unnecessary, and asserted that to call on Amida once only with a believing mind was sufficient to secure birth in His Paradise. The faith in Amida

---

[1] Tinh thần này cũng hoàn toàn phù hợp với cách giảng giải của Lục Tổ Huệ Năng trong kinh Pháp Bảo Đàn, phẩm Nghi vấn.

[2] Shinran, Hán dịch âm là Thân Loan (親鸞), ngài sinh năm 1173 và mất năm 1262, để lại khá nhiều trước tác bằng tiếng Nhật.

được chính ngài ban tặng. Về đạo đức, Thân Loan cho rằng một người độc ác có nhiều khả năng được vãng sanh về cõi Tịnh độ hơn là một người thiện, vì người này thường ít tự tin vào năng lực và công đức của mình. Tăng sĩ của tông phái này phủ nhận mọi tri thức, nhưng vì những giáo lý của họ thường dễ bị hiểu sai, nên rất nhiều lý thuyết phức tạp về thần thánh dần dần được đưa vào theo thời gian. Lòng mộ đạo của tông này và các tông phái A-di-đà khác đã dẫn đến việc tạo ra rất nhiều ảnh tượng của đức Phật A-di-đà, và nhiều bài tụng tán về ngài cũng được viết ra bằng tiếng Nhật. Thân Loan nhắm đến việc phá bỏ rào chắn giữa tôn giáo với những người bình dân, và Chân tông thực sự đã trở thành một trong những tông được ưa chuộng rộng rãi nhất, và vẫn còn giữ được tính phổ cập ấy cho đến tận ngày nay.

Tông phái Tịnh độ thứ ba, ít thành công hơn, được Nhất Biến[1] thành lập vào năm 1276, gọi là Thời tông,[2] để hàm ý đây là tông phái thích hợp với thời suy thoái này. Theo truyền thống của Thần đạo, Nhất Biến xem một số thần linh của đạo này như đức Phật A-di-đà, nhưng riêng về phép niệm Phật, ông cho rằng đức tin là không cần thiết, vì đó chỉ là hoạt động của một tâm thức đã suy thoái. Việc tụng niệm danh hiệu đức Phật A-di-đà có hiệu quả chỉ hoàn toàn nhờ vào âm thanh câu niệm Phật, nghĩa là nương dựa vào tha lực của đức Phật,[3] như từ xưa đã là như vậy.

---

[1] Ippen, Hán dịch là Nhất Biến (一遍 - 1239-1289), người sáng lập Thời tông (時宗), tông phái có tự viện chính là Yugyōji (Du Hành tự - 遊行寺) ở Fujisawa. Nhất Biến sinh ở vùng mà ngày nay là Ehime và theo học từ nhỏ với một môn đồ của ngài Hōnen (Pháp Nhiên - 法然). Ông đã có lần hoàn tục, nhưng về sau đi tu lại. Sau một chuyến hành hương đến chùa Zenkōji (Thiện Quang tự - 善光寺) ở Nagano, ông đến trú tại một ngôi chùa hoang vắng ở Ehime và cố hết sức thực hành công phu tu tập, cuối cùng đạt được một sự cảm ứng tương thông với đức Phật A-di-đà. Qua kinh nghiệm giác

is, however, Amida's own free gift. As to the problem of morality, Shinran maintained that a wicked man is more likely to get into Amida's Land than a good man, because he is less likely to trust in his own strength and merits. The clergy of this sect disclaimed all learning, but as the teachings lend themselves to misunderstanding, great theological subtleties were evolved in the course of time. The devotional practices of this and other Amida schools led to the multiplication of images of Amida, to whom also hymns (wasan) in Japanese were written. Shinran aimed at breaking down the barriers between religion and the common people, and in fact the Shinshu became one of the most popular sects and has remained so to the present day.

Less successful was the third Amidist sect, founded by Ippen in 1276, and called the Ji, or "the Time", to indicate that it was the proper religion for these degenerate times. In the tradition of the Ryobu-Shinto he identified a number of Shinto deities with Amida, but as for the Nembutsu Ippen even regarded faith as unnecessary, for is it not an activity of the corrupt human mind? The recitation of Amida's name is effective as a result of the sound alone, ex opere operate, as it were.

---

ngộ của mình, ông cho rằng người ta có thể được vãng sinh về Tịnh độ, bất chấp những công phu tu tập trước đây của họ là như thế nào, chỉ cần bằng vào công đức niệm Phật hiện tại là đủ. Sau đó, ông lang thang du hóa khắp nơi, bằng cách phân phát cho mọi người những bản hướng dẫn ngắn, trong đó chỉ rõ cách niệm Phật theo tông phái mình. Tương truyền là ông đã hóa độ cho hàng ngàn người theo cách này. Khi sắp mất vào năm 1289, ông đốt sạch tất cả những gì đã viết ra. Vì thế, không có tác phẩm nào của ông còn giữ được đến nay.

[2] Ji-shū

[3] Nguyên tác dùng "ex opere operate" là một thành ngữ La-tinh thường được dùng khi nói về Kinh Thánh để chỉ rằng sự linh ứng của những lời cầu nguyện là nhờ vào sự ban phúc của Chúa trời,hoàn toàn không do sức của con người.

Tông phái thứ tư được Nhật Liên,[1] con trai của một ngư phủ, thành lập năm 1253. Tông phái này khác với tất cả những tông phái Phật giáo khác ở điểm là nặng về tính dân tộc, hay tranh cãi và cố chấp. Có phần đáng ngờ là tông phái này có nên xếp vào lịch sử Phật giáo hay không. Lòng nhiệt thành yêu nước của Nhật Liên là do những tình cảm dân tộc lúc đó bị kích động mạnh bởi mối đe dọa kéo dài về sự xâm lăng của quân Mông Cổ, sau cùng đã chấm dứt bởi sự rút lui của các hạm đội Khubilai[2] vào những năm 1274 và 1281. Nhật Liên thay thế việc niệm Phật bằng cách niệm câu "Nam Mô Diệu Pháp Liên Hoa Kinh" và tuyên bố rằng chỉ có câu này là thích hợp với thời đại này, thời đại cuối cùng của Phật giáo, thời mạt pháp, mà theo ông đã bắt đầu từ khoảng năm 1050. Nhật Liên luôn nói ra với lòng tin tuyệt đối theo kiểu của một nhà tiên tri Do Thái và đòi ngăn chặn tất cả các tông phái, trừ ra tông phái của chính mình. Vì theo ông thì "niệm Phật là địa ngục, Thiền tông là ma quỷ, Chân ngôn tông là sự hủy hoại đất nước và Luật tông là những kẻ phản quốc". Chính qua sự kiện này Phật giáo đã tự đưa ra những phản đề cho chính mình.

Về Thiền tông, ngài Vinh Tây (1141-1215)[3] truyền tông Lâm Tế vào Nhật Bản, được gọi với tên là Rinzai và rất thành

---

[1] Nichiren, Hán dịch là Nhật Liên (日蓮 - 1222-1282), thành lập tông phái được gọi là **Nichirenshū** (Nhật Liên tông - 日蓮宗). Ngài là con một ngư phủ ở vùng Chiba, xuất gia năm 11 tuổi tại chùa Seichoji (Thanh Trừng tự - 清澄寺). Sau khi đã nghiên cứu Phật pháp qua nhiều nơi khác nhau như Kamakura (Liêm Thương - 鎌倉), Kyoto (Kinh Đô - 京都), Tỉ Duệ Sơn (比叡山)... ngài đi đến kết luận rằng kinh Pháp Hoa là bộ kinh hàm chứa giáo pháp vi diệu nhất của đức Phật. Sau đó, ngài dùng hết sức mình để truyền bá những điều đã biết. Mặc dù lôi cuốn được khá nhiều tín đồ, ngài liên tục gặp khó khăn với nhà cầm quyền, đã hai lần bị bắt và đày đi xa. Trong số những trước tác của ngài có những tác phẩm chính như **Kanjin honzon shō** (Quán tâm bổn tôn sao - 觀心本尊抄), **Senji shō** (Soạn thời sao - 撰時抄), và Shugo kokka ron (Thủ hộ quốc gia luận - 守護國家論).

[2] Hạm đội của quân Mông Cổ.

The fourth devotionalist sect, founded in 1253 by Nichiren, the son of a fisherman, differs from all other Buddhist schools by its nationalistic, pugnacious and intolerant attitude and it is somewhat doubtful whether it belongs to the history of Buddhism at all. The patriotic fervour of Nichiren is accounted for by the fact that nationalist sentiments had at that time been greatly inflamed by the long-standing threat of Mongol invasion, which was finally dispelled by the repulsion of Khubilai's armadas in 1274 and 1281. Nichiren replaced the Nembutsu with the formula Namu Myoho Rengekyo, "Homage to the Sutra of the Lotus of the Good Law!", and declared that this phrase alone was suitable for this, the last period of Buddhism, which is that of mappo, "the destruction of the Law", and which according to him began about AD 1050. Nichiren always spoke with the vehemence of a Hebrew prophet and demanded the suppression of all sects except his own. "For the Nembutsu is hell; the Zen are devils; Shingon is a national ruin, and the Risshu are traitors to the country." On this occasion Buddhism had evolved its very antithesis out of itself.

As for the Zen school, Eisai (1141-1215) introduced the Lin-chi sect into Japan, where it became known as Rinzai,

[3] Eisai, cũng đọc là **Yōsai**, Hán dịch là Vinh Tây (榮西 - 1141-1215), được xem là người sáng lập tông Rinzai, tức là tông Lâm Tế (臨濟宗) ở Nhật Bản. Ngài sinh trong một gia đình theo Thần đạo, nhưng bắt đầu học Phật pháp từ nhỏ, chủ yếu là giáo lý của tông Thiên Thai ở núi Tỉ Duệ (比叡山). Tại đây, ngài thất vọng vì sự thiếu trung thực của một số vị tăng đứng đầu, nên tìm cách sang Trung Hoa để tìm học giáo lý chân thật. Ngài ở Trung Hoa không đầy một năm, nhưng có ấn tượng rất mạnh với những gì học được, và trở về núi Tỉ Duệ mang theo rất nhiều kinh văn của tông Thiên Thai. Sau đó, ngài

công. Trong khi đó, phái Tào Động, hay Soto, được ngài Đạo Nguyên[1] (1200-1233)[2] đưa vào nước Nhật đầu tiên, sau đó được tổ chức và truyền bá nhờ Keizan Jokin (1268-1325). Tác phẩm chính của ngài Đạo Nguyên là Chánh pháp nhãn tạng, được viết bằng tiếng Nhật, vì thế ai cũng có thể đọc được. Ông nhấn mạnh rằng, mặc dù thế hệ này rõ ràng là thuộc về thời kỳ Phật pháp suy tàn, nhưng đây không phải là lý do để những tâm hồn dũng mãnh lại nhắm đến mục tiêu nào khác thấp kém hơn là một sự giác ngộ nội tâm về chân lý tối thượng. Chống lại những cách hiểu lệch lạc về Phật giáo,

---

đến Kyushu để tu tập và giảng dạy, rồi lại có dịp sang Trung Hoa lần nữa vào năm 1187. Lần này, ngài có dự tính sẽ đi xa hơn sang Ấn Độ, nhưng không thành công vì gặp những cản trở về mặt chính trị. Trong chuyến đi lần này, ngài đã gặp được Hư Am Hoài Sưởng (虛庵懷敞), một thiền sư của chi phái Hoàng Long (黃龍) thuộc dòng thiền Lâm Tế, và đã theo học với vị này. Sau đó 4 năm, vào năm 1191, sau khi nhận được sự ấn khả của Hoài Sưởng, ngài trở về Nhật Bản và thành lập thiền viện đầu tiên tại Nhật là chùa Thánh Phúc (聖福寺). Ngài có thể tiếp tục hoạt động ở vùng Kyushu, nhưng do điều kiện an ninh không chắc chắn ở vùng núi Tỉ Duệ, nên ngài bị ngăn không cho đến giảng dạy ở thủ đô. Để đáp lại sự ngăn cấm này, ngài đi đến Kamakura (Liêm Thương - 鎌倉) và xây dựng chùa Kenninji (Kiến Nhân tự - 建仁寺) ở Kyoto. Ngài mất năm 1215, sau khi đã hoàn tất việc xây dựng thêm một tự viện nữa là chùa Jufukuji (Thọ Phúc tự - 壽福寺) ở Kamakura. Ngài được xem là người đầu tiên đã đưa việc trồng và sử dụng cây chè (trà) vào Nhật Bản, đã viết một cuốn sách về chủ đề này, trong đó có đề cập đến những tính năng có lợi về mặt y học của loại thức uống này. Một số tác phẩm khác của ngài là **Bodaishinron kōketsu** (Bồ-đề tâm luận khẩu quyết - 菩提心論口訣), **Kōzengokoku ron** (Hưng thiền hộ quốc luận - 興禪護國論), **Shukke daikō** (Xuất gia đại cương - 出家大綱), và còn có một số tác phẩm khác viết về tông Thiên Thai và Mật giáo.

[1] **Dōgen**, Hán dịch là Đạo Nguyên (道元 - 1200-1253), thiền sư xuất sắc của Nhật Bản, người sáng lập tông **Sōto**, tức là tông Tào Động (曹洞) ở Nhật. Ngài sinh trong một gia đình quý tộc nhưng mồ côi cha mẹ từ thuở nhỏ. Ngài đến núi Tỉ Duệ (比叡山) để xin học đạo từ năm 13 tuổi, và ở đó trong khoảng 2 năm. Sau khi theo học với ngài **Kōin** (Công Dận - 公胤) ở chùa Miidera (Tam Tỉnh tự - 三井寺) một thời gian, ngài tìm đến chùa Kenninji

and attained a great success, whereas the Ts'ao-tung, or Soto, was first introduced by Dogen (1200-33), and then organized and popularized by Keizan Jokin (1268-1325). Dogen's principal work, "The Eye of the True Law", was written in Japanese, so that all could read it. He insisted that, although his generation clearly belonged to the decline of Buddhism, this was no reason for heroic spirits to aim at less than insight into the highest Truth. Against

(Kiến Nhân tự - 建仁寺) và có dịp theo học với ngài Eisai (Vinh Tây - 榮西), Tổ khai sáng tông Rinzai (Lâm Tế – 臨濟). Sau khi thầy mất, ngài sang Trung Hoa cùng với truyền nhân của ngài Eisai là Myōzen (Minh Toàn - 明全). Tại đây, ngài tiếp xúc với nhiều dòng Thiền có ảnh hưởng tại Trung Hoa, trong đó có cả ngài Đại Huệ (大慧). Tuy nhiên, sự đạt ngộ của ngài đến sau khi gặp một thiền sư tông Tào Động là ngài Như Tịnh (如淨) ở núi Thiên Đồng (天童山). Năm 1227, ngài Đạo Nguyên trở về Nhật và bắt đầu truyền dạy giáo lý tông Tào Động tại Kenninji, và sau đó chuyển đến Fukakusa, nơi ngài dựng lên chùa Kōshōji (Hưng Thánh tự - 興聖寺). Tại đây, ngài dành 10 năm viết ra rất nhiều tác phẩm, trong đó quan trọng nhất là Shōbōgenzō (Chánh pháp nhãn tạng - 正法眼藏). Giai đoạn tiếp theo là giai đoạn quan trọng cuối cùng trong đời ngài, khi ngài chuyển đến những ngọn núi ở vùng Echizen và lập một trung tâm thiền viện, tránh xa tất cả những ảnh hưởng thế tục của vùng đô thị. Thiền viện mới này ban đầu gọi là chùa Daibutsuji (Đại Phật tự - 大佛寺), sau đó đổi tên thành chùa Eiheiji (Vĩnh Bình tự - 永平寺), đã tồn tại mãi đến ngày nay. Ngoài bộ Chánh pháp nhãn tạng (95 quyển), ngài còn biên soạn rất nhiều tác phẩm rất có ảnh hưởng khác, như Fukanzazengi (Phổ khuyến tọa thiền - 普勸坐禪, 1 quyển), Eiheishingi (Vĩnh Bình thanh quy - 永平清規 , 2 quyển), và Gakudō yōshin shū (Học đạo dụng tâm tập - 學道用心集 , 1 quyển).

[2] Trong cả hai bản in tiếng Anh mà chúng tôi đã đọc, xuất bản năm 1960 ở Bombay, Ấn Độ, và năm 1980 ở London, Anh Quốc, đều ghi năm mất của Đạo Nguyên là 1233. Đối chiếu Phật Quang từ điển và nhiều tư liệu khác đều thấy ghi là 1253. Hơn nữa, năm 1233, theo như các chi tiết trong cuộc đời ngài thì vẫn còn trong giai đoạn trước tác tại chùa Hưng Thánh. Vì thế chúng tôi cho đây là một lỗi in ấn chưa được chỉnh sửa. Trong thực tế, có nhiều lỗi in ấn khác đã được sửa chữa trong lần tái bản). Vì thế, niên đại này có lẽ cần được điều chỉnh chính xác hơn là 1253.

ngài cho rằng "giác ngộ chỉ có thể đạt đến với chính thân xác này". Việc ngồi thiền, hay zazen, không phải là một loạt những công phu thiền định trong đó người ta chờ đợi sự giác ngộ tự nó tìm đến, mà sự giác ngộ chính là nguyên tắc thiết yếu của thiền định ngay từ lúc mới khởi đầu, và việc ngồi thiền phải được thực hiện như một công phu tuyệt đối thuần túy tín ngưỡng, trong đó không có gì được tìm kiếm và cũng không có gì đạt được. Vạn pháp đều là Phật tánh, và điều đó tự nó chẳng là gì khác hơn như "cái cằm của con lừa hoặc cái miệng của con ngựa".

Phái Tào Động Nhật Bản cho rằng họ đã tiến xa hơn cả những gì mà phái Tào Động ở Trung Hoa đã đạt được. Để dẫn chứng cho điều này, họ đưa ra một niềm tin rằng, bởi vì con người vốn đã giác ngộ từ lúc sinh ra, cho nên mọi hoạt động hằng ngày phải được xem như là những công phu sau khi giác ngộ, và cần được thực hiện như những hành vi nhằm bày tỏ lòng biết ơn đối với chư Phật.

Không bao lâu, Thiền lan rộng khắp trong giới Võ sĩ đạo, đặc biệt là phái thiền Lâm Tế, đúng như một câu tục ngữ Nhật đã nói lên rằng: "Lâm Tế cho tướng lãnh, Tào Động cho nông dân." Theo chiều hướng này, Thiền dẫn đến sự thờ kính giống như Võ sĩ đạo, và sự kết hợp chặt chẽ với những chiến sĩ là một trong những chuyển biến đáng kinh ngạc nữa của Phật giáo.

Thiền đóng góp nhiều trong việc kích thích những rung cảm tự nhiên của người Nhật trước vẻ đẹp. Cũng giống như Thiền đã làm được ở Trung Hoa, Thiền ở Nhật từ cuối triều đại Liêm Thương trở đi không những kích thích mạnh mẽ các ngành nghệ thuật như điêu khắc, kiến trúc, hội họa, thư pháp và gốm mỹ nghệ, mà còn thúc đẩy cả thi ca và âm nhạc. Mối liên hệ gần gũi giữa thiền và tính cách dân tộc của người

the intellectualist distortions of Buddhism he maintained that "attainment of the Way can only be achieved with one's body". Zazen, or "sitting cross-legged", is not a set of meditational practices in which one waits for enlightenment to come, but enlightenment is an inherent principle of Zen meditation from the outset, and it should be carried out as an absolutely pure religious exercise from which nothing is sought and nothing is gained. Everything is the Buddha-nature, and that in its turn is nothing more than "the chin of the donkey or the mouth of a horse".

The Soto sect claims that in Japan it went beyond the developments the parent sect had reached in China, and it gives as an instance of this its belief that, because man is already enlightened from birth, all daily activities should be regarded as post-enlightenment exercises, which should be performed as acts of gratitude to the Buddha (gyojiho-on).

Zen soon spread among the Samurai, particularly in its Rin-zai form, in accordance with the proverbial saying that "Rinzai is for a general, and Soto for a farmer". In this way Zen led to the cult of Bushido, the "Way of the Warrior", and this close association with the soldier class is one of the more astonishing transformations of Buddhism.

Zen did much to stimulate the innate Japanese sensitiveness to beauty (mono-no-aware). As Ch'an had done in China, so Zen in Japan from the end of the Kamakura period onwards greatly stimulated not only architecture, sculpture, painting, calligraphy and pottery, but also poetry and music. The close bonds between Zen and the Japanese national character have often been stressed. Buddhist

Nhật cũng thường được nhấn mạnh. Văn chương Phật giáo còn được làm phong phú thêm bởi hai thể loại mới: thể loại kịch Noh và một thể loại được gọi là "ca từ". Trong một nền văn hóa thống trị bởi những người Võ sĩ đạo, cái chết là một thực tiễn luôn luôn hiện diện, và vượt qua nỗi lo sợ trước cái chết trở thành một trong những mục đích của công phu thiền.

Dưới triều đại Ashikage Shoguns (1335-1573), Thiền được triều đình ủng hộ. Ảnh hưởng của Thiền đối với văn hóa lúc đó lên đến đỉnh cao, và Thiền có thể lan rộng trong toàn xã hội bởi vì sự nhấn mạnh ở hành động cụ thể hơn là những ý tưởng suy diễn. Hành động cần phải đơn giản nhưng có ý nghĩa sâu xa, và những nét đẹp giản dị, thanh lịch trở thành lý tưởng được chấp nhận trong ứng xử.

Vào thế kỷ 16, nghi thức uống trà được các thiền sư hệ thống hóa. Cùng lúc đó, nhiều nghệ sĩ tin rằng "Thiền và nghệ thuật chỉ là một". Tuyết Chu (1420-1506) là người nổi tiếng nhất trong số này.

Sau năm 1500, mọi việc không còn trôi chảy với Phật giáo Nhật Bản nữa. Năng lực sáng tạo của Phật giáo đã suy kiệt, và quyền lực chính trị bị xóa bỏ. Nobunaga phá hủy cơ sở chính của phái Thiên thai trên núi Tỉ Duệ vào năm 1571 và Hideyoshi, trung tâm lớn của Chân ngôn tông ở Negoro vào năm 1585. Dưới triều đại Tokugawa (1603-1867), Khổng giáo được khôi phục. Sau đó, vào thế kỷ 18, chủ nghĩa Thần giáo quân phiệt hồi sinh. Phật giáo lui vào hậu trường, mọi tổ chức và hoạt động của chư tăng đều bị nhà cầm quyền giám sát cẩn thận. Họ vẫn đảm bảo cho nguồn thu nhập của Giáo hội, nhưng lại tìm đủ mọi cách để ngăn ngừa không cho bất cứ một sinh hoạt độc lập nào có thể phát triển trong Giáo hội. Phật giáo chìm vào sự uể oải, trì trệ. Tuy nhiên, truyền thống của các tông phái vẫn được duy trì.

literature was further enriched by two new literary forms, the Noh drama and the so-called "farewell songs". In a culture dominated by the Samurai, death was an ever-present reality, and to overcome the fear of death became one of the purposes of Zen training.

Under the Ashikaga Shoguns (1335-1573) Zen had the support of the government. Its cultural influence was then at its height and it could spread among society in general because it emphasized concrete action rather than speculative thought. Actions must be simple, and yet have depth, and "simple elegance" (wabi or sabi) became the accepted ideal of conduct.

In the sixteenth century the tea ceremony was systematized by Zen masters. At the same time many artists believed that "Zen and art are one", Sesshu (1420-1506) being the best-known among them.

After 1500 things were no longer going so well with Japanese Buddhism. Its creative power had waned, and now its political power was broken. Nobunaga destroyed the Tendai stronghold on Hieizan in 1571, and Hideyoshi the great Shingon centre at Negoro, in 1585. Under the Tokugawa(1603-1867) there was a revival of Confucianism and later on, in the eighteenth century, of militant Shintoism. Buddhism receded into the background, the organization and activities of the monks were carefully supervised by the government, which assured the income of the Church while doing everything to prevent any independent life from developing in it. Buddhism sank into a torpid condition. The traditions of the sects, were, however, maintained.

Chỉ duy nhất Thiền tông là còn chứng tỏ được phần nào sức sống. Vào thế kỷ 17, ngài Bạch Ẩn tạo ra một sức sống mới cho phái Lâm Tế, và tông này xem ngài như vị tổ sáng lập thứ nhì. Nhà thơ Ba Tiêu sáng tạo một thể loại thơ mới.[1] Năm 1655 phái thiền thứ ba là tông Hoàng Bá[2] được truyền đến từ Trung Hoa và luôn duy trì được những tính cách nổi bật của thiền Trung Hoa.

Năm 1868, Phật giáo bị sút giảm nguồn tài trợ đến mức trầm trọng, và trong một thời gian ngắn dường như đã sắp đi đến chỗ bị hủy diệt hoàn toàn. Tuy nhiên, sau năm 1890 ảnh hưởng của Phật giáo lại một lần nữa gia tăng đều đặn, và vào năm 1950 thì hai phần ba dân Nhật đều là tín đồ của một trong các tông phái chính của Phật giáo. Sự thích nghi với đời sống hiện đại và sự cạnh tranh với Thiên Chúa giáo được đẩy nhanh hơn so với bất cứ quốc gia theo Phật giáo nào khác cho đến lúc này.

Trong những năm gần đây, thiền Nhật Bản đã thu hút rất nhiều sự quan tâm ở châu Âu và châu Mỹ, và với Daisetz Teitaro Suzuki,[3] thiền đã được diễn giải một cách rất tuyệt vời.

7. TÂY TẠNG

Khoảng năm 1000, một cuộc hồi sinh của Phật giáo diễn ra ở Tây Tạng, nhờ sự khởi xướng của một số ít tín đồ nhiệt thành sống ở vùng cực đông và cực tây của nước này, những nơi mà áp lực của sự đàn áp thấp nhất. Không bao lâu, họ tái lập mối quan hệ với Ấn Độ và Kashmir. Một số người

[1] Thể thơ này vẫn thường được người Việt Nam biết đến với tên là Hài Cú, một loại thơ ngắn gọn nhưng vô cùng súc tích, thấm đẫm phong cách Thiền.

[2] Ōbaku, tức là tông Hoàng Bá (黄檗宗).

The Zen sect alone showed some vitality. In the seventeenth century Hakuin introduced new life into the Rinzai sect, which regarded him as its second founder; the poet Basho evolved a new style of poetry; and in 1655 a third Zen sect, the Obaku, was imported from China and has always retained marked Chinese characteristics.

In 1868 Buddhism was to a great extent disendowed and for a short time it seemed that it would die out altogether. After 1890, however, its influence has again increased steadily and in 1950 two-thirds of the population were connected with one or the other of the chief sects. The adaptation to modern life and to the competition with Christianity, has gone further than in any other Buddhist country so far. In recent years, Japanese Zen has aroused great interest in Europe and America and in D. T. Suzuki it has found a very fine interpreter.

7 TIBET

About the year 1000 a revival of Buddhism took place, initiated by a few enthusiasts who lived in the utmost East and West of the country, where the pressure of persecution was least felt. They soon re-established contact with India and *Kashmir*, which some of them visited themselves, and also

[3] Daisetz Teitaro Suzuki (1870-1966), giáo sư Triết học Phật giáo tại đại học Otani, Kyoto. Ông là người đã viết rất nhiều tác phẩm về Thiền học bằng tiếng Anh, được biết đến rất nhiều ở phương Tây. Trong đó có quyển Essays in Zen Buddhism đã được dịch sang tiếng Việt với nhan đề Thiền luận (3 quyển - Trúc Thiên dịch quyển 1, Tuệ Sỹ dịch quyển 2 và 3, NXB An Tiêm, 1971, NXB Thành phố Hồ Chí Minh tái bản năm 1993).

đã tự mình đến viếng thăm các xứ này, và các vị tăng Ấn Độ lại một lần nữa được mời sang. Một cá nhân xuất sắc nhất trong số những nhà phục hưng này là Rin-chen Zangpo (958-1055), không những là một dịch giả tài ba mà còn là người xây dựng rất nhiều đền chùa và tự viện ở miền tây Tây Tạng. Một sự kiện mang tính quan trọng quyết định là việc ngài A-đề-sa[1] rời Vikramasila để đến đây theo lời mời của vua miền tây Tây Tạng, và về sau thành lập Phật giáo Đại thừa theo kiểu Pāla cũng ở miền trung Tây Tạng. Năm 1076, một cuộc kết tập kinh điển lớn diễn ra ở Tho-ling, miền tây Tây Tạng, nơi các vị Lạt-ma từ khắp nước Tây Tạng đã gặp gỡ nhau. Và năm này có thể được xem như đánh dấu sự thiết lập cuối cùng của Phật giáo ở Tây Tạng.

Hoạt động của ngài A-đề-sa không chỉ giới hạn trong việc tái lập Phật giáo trên khắp nước, mà còn sáng tạo cả một hệ thống tính toán niên đại, cho đến nay vẫn còn được sử dụng ở Tây Tạng. Hệ thống này xác định mỗi năm theo vị trí của nó trong một chu kỳ 60 năm, được thiết lập từ sự kết hợp năm yếu tố là kim, mộc, thủy, hỏa, thổ, cùng với 12 biểu tượng bằng những con vật: Tuất, Hợi, Tý, Sửu, Dần, Mẹo, Thìn, Tỵ, Ngọ, Mùi, Thân và Dậu.

Nếu không có hệ thống tính toán niên đại này thì công trình của các sử gia, mà về sau trở thành một trong những điểm sáng rực rỡ của văn chương Tây Tạng, hẳn đã không thể nào thực hiện được.

Vẫn chưa phải là tất cả những gì ngài A-đề-sa đã làm được. Một trong những khó khăn của giáo lý Phật giáo là có quá nhiều giáo pháp và phương thức thực hành, nhiều đến nỗi rất cần phải có một sự hướng dẫn và phân loại. Ngài A-đề-sa đã cung cấp điều này qua tác phẩm “Đèn soi nẻo

Indian teachers were again invited. The most outstanding personality among these revivers was Rin-chen bzang-po (958-1055), who was prominent not only as a translator, but also as a builder of temples and monasteries in Western Tibet. Of decisive importance was also the coming of Atisa in 1042, who left Vikramasila at the invitation of the king of Western Tibet, and later on established the Pala Mahāyāna also in Central Tibet. The year 1076 saw a great council in mTho-ling, in West Tibet, where lamas from all parts of Tibet met, and this year can be regarded as marking the final establishment of Buddhism in Tibet.

Atisa's services were not confined to the re-establishment of the religion throughout the length and breadth of the country. He also created a system of chronology which is still used in Tibet, and which defines each year by its position in a cycle of sixty years, which results from combining five elements, viz. earth, iron, water, wood and fire with the twelve animals of the zodiac, i.e. dog, boar, mouse, ox, tiger, hare, dragon, serpent, horse, sheep, monkey and bird.

Without this chronological system the work of the historians, which later on forms one of the glories of Tibetan literature, would have been impossible.

This was not all. It is one of the difficulties of Buddhism as a doctrine that it is so profuse in its teachings and methods, that a guide to them and a classification is desirable. Atisa provided this in his "Lamp illuminating the road to

[1] Atiṣa (982-1054).

giác", trong đó ông phân biệt những phương thức thực hành dựa theo ba trình độ phát triển tâm linh. Mức độ thấp nhất là những người muốn tìm cầu hạnh phúc trong thế gian này và chỉ nghĩ đến lợi ích của riêng mình. Mức độ thứ hai là những người cũng nghĩ đến lợi ích của riêng mình, nhưng khôn ngoan hơn nên chọn một cuộc sống đạo đức và tìm cầu sự trong sạch. Mức độ cao nhất là những người trong tâm đã giải thoát được tất cả. Nhưng thời điểm mà tác phẩm này mang lại những kết quả mỹ mãn nhất chỉ đến vào 300 năm sau đó, với ngài Tông-khách-ba.

Trong bốn trăm năm tiếp theo diễn ra sự hình thành của các tông phái Tây Tạng, do chính những người Tây Tạng thành lập, có sự điều chỉnh thích hợp theo với những điều kiện tinh thần và xã hội của Tây Tạng. Mỗi người trong số họ đều xuất sắc về một trong những yếu tố đã góp phần tạo nên đời sống tâm linh của Phật giáo. Các tông phái khác nhau về lối tổ chức tự viện, về y phục, về các vị thần bảo hộ, cách giải thích về Bản sơ Phật,[1] về phương pháp thiền định mà họ chọn v.v... Nhưng họ tác động lẫn nhau, và cũng có rất nhiều sự vay mượn lẫn nhau.

Tông phái đầu tiên là phái Cát Đương, được đệ tử của ngài A-đề-sa là Brom-ston thành lập vào khoảng năm 1050.

Tên gọi của tông phái này hàm nghĩa là họ tuân theo những lời chỉ dạy của A-đề-sa, như được trình bày trong cuốn sách của ông về "Phương thức đạt đến giác ngộ". Tông phái này tiêu biểu cho truyền thống trung tâm của Phật giáo Tây Tạng, và tạo thành mối liên hệ giữa các học giả Ấn Độ trong thời kỳ đầu với Hoàng phái, tông phái thống trị Tây Tạng sau năm 1400. Họ rất chú ý đến đạo hạnh và giới luật, giữ gìn phạm hạnh một cách nghiêm khắc, và đã sản sinh nhiều bậc thánh giả uyên bác.

enlightenment", in which he distinguishes the practices according to three levels of spiritual development. The lowest are those who seek happiness in this world and consider only their own interest; the second are those who are also intent on their own interest, but more intelligently, by leading a virtuous life, and seeking for purification; the last are those who have the salvation of all at heart. The full fruits of this manual came only 300 years later, with Tsong-kha-pa.

The next four hundred years saw the formation of Tibetan sects, founded by Tibetans themselves and adjusted to their mental and social conditions. Each of them excelled in one of the things which make up the Buddhist spiritual life. The sects differ in their monastic organization, in their dress, in the tutelary deities, in their interpretation of the Adi-Buddha, in the methods of meditation they prefer and so on. But they have interacted on one another, and much mutual borrowing has taken place.

The first of these sects were the Bka-gdam-pa, founded by 'Brom ston, a pupil of Atisa, about 1050.

They derived their name from the fact that they followed the "authoritative word" of Atlsa as laid down in his book on the "Road to Enlightenment". They represent the central tradition of Tibetan Buddhism, and form the link between the Indian pandits of the first period and the Yellow Church which dominated Tibet after 1400. They paid great attention to morality and monastic discipline, were strictly celibate, and produced many saintly and learned men.

---

[1] Ādibuddha, Hán dịch âm là A-đề Phật (阿提佛), dịch nghĩa là Bản sơ Phật (本初佛).

Phái Ca-nhĩ-cư tạo được một quan hệ chặt chẽ hơn nhiều với đời sống quần chúng. Tông phái này được ngài Marpa (1012-1097) sáng lập, và trải qua thời gian đã trở thành một tông phái mang đậm tính cách Tây Tạng nhất so với tất cả các tông khác. Có một thời gian họ cũng nắm được ít nhiều quyền lực xã hội, nhưng bao giờ cũng kém hơn so với Hồng phái và Hoàng phái. Họ không nhắm đến quá nhiều những kiến giải về lý thuyết, mà nhắm đến sự chứng ngộ thực tiễn. Họ vẫn còn là một trong những tông phái mạnh nhất không cải cách, và xem việc lập gia đình không có gì cản trở cho tín ngưỡng.

Tiểu sử các đại sư của tông phái này cho thấy không có nhiều thánh giả, mà thường là những con người bình thường, với tất cả những khiếm khuyết và nhược điểm như vốn có. Nhưng trong bộ phái này có sự xuất hiện của Mila-ras-pa (1040-1123), thánh giả và nhà thơ vĩ đại, nổi tiếng nhất của Tây Tạng, đệ tử trực tiếp của Marpa. Mọi người dân Tây Tạng đều đã từng nghe qua một phần nào trong tác phẩm nổi tiếng "Thập vạn ca" của ngài, và ai ai cũng quen thuộc với những sự kiện chính trong cuộc đời ngài. Như việc ngài đã học ma thuật như thế nào, rồi tự mình trả oán những kẻ thù của gia đình bằng cách làm cho nhà sập đè lên họ, và làm mưa đá rơi trên ruộng của họ.

Rồi ngài đã nhanh chóng nhận thức được tội lỗi của mình, và vì sợ phải bị đọa địa ngục nên tìm cầu sự trong sạch bằng những phương pháp trực tiếp của Kim cang thừa. Rồi năm 38 tuổi ngài tìm gặp Marpa, người đã hành hạ ngài suốt trong 6 năm để giúp ngài trả hết những nghiệp ác đã tạo. Và năm 44 tuổi ngài sẵn sàng để được khai ngộ, rồi sống 39 năm còn lại như một nhà ẩn tu trên núi Hy-mã-lạp gần biên giới Nepal, hoặc đi lại đây đó để giáo hóa dân chúng,

A much closer contact with the life of the people was achieved by the Bka-rgyud-pa. Founded by Marpa (1012-97) they became in the course of time the most Tibetan of all the sects. For some time they possessed some worldly power, but always less than the Saskyapa and Gelugpa. They aimed not so much at theoretical knowledge as at its practical realization. They are still one of the strongest "unreformed" sects, and regard marriage as no bar to sanctity.

The biographies of their teachers show us no stock saints, but human beings as they actually are, with all their imperfections and foibles. From their ranks came Mila-ras-pa (1040-1123), Tibet's greatest and most popular saint and poet, a direct disciple of Marpa. Everyone in Tibet has heard some of his famous "One Hundred Thousand" songs, and everyone is familiar with the main events of his life. How he learned the black arts and revenged himself on his family's enemies by making a house collapse on them, and smashing their fields with a hailstorm.

How he soon realized his guilt, feared to be reborn in hell, and sought purification by the "direct methods" of the Vajrayana. How in his 38th year he found Marpa, who for six years tormented him, so as to allow him to work off his evil deeds. How, when he was 44, he was held ripe for initiation, and how he then spent the remaining 39 years of his life as a hermit on the high Himalayas near the *Nepal*ese border, or wandering about and converting people, until he

cho đến khi ngài tịch vì uống sữa pha thuốc độc do một vị Lạt-ma ganh ghét trao cho. Một số những sự kiện có kịch tính nhất của đời ngài xảy ra trong những năm đầu sau khi được khai ngộ, khi ngài sống một mình trong hang, chỉ ăn toàn rau cỏ cho đến khi trở nên xanh mét và chỉ mặc một bộ áo quần bằng vải mỏng trong rét buốt của mùa đông. Ngài không bao giờ quan tâm đến tài sản và tiện nghi, và luôn giữ lòng từ bi đối với tất cả chúng sanh.

Những tác phẩm văn chương phong phú của tông phái này bao gồm phần lớn là những tập sách mỏng hướng đến việc dạy cách thực hành những phép Du-già khác nhau. Với tính thực tiễn, họ luôn đặc biệt chú ý đến phép nội hỏa, tức là cách tạo ra hơi ấm huyền diệu trong thân thể. Không có phép luyện công phu này, đời sống trong các túp lều ẩn dật sẽ không thể nào chịu đựng được. Đây cũng là điều mà những người ở tầm mức trung bình có thể nhận biết được, và có thể làm cho họ tin được vào sự chân thật và hiệu quả của phép Du-già.

Một hình thức đặc biệt của giáo lý Bát-nhã được giới hạn cho một số ít những người có trình độ cao, thuộc tông phái Shi-byed-pa, thành lập khoảng năm 1090, nổi bật về mặt tín ngưỡng hơn nhiều so với mặt xã hội. Họ không được tổ chức chặt chẽ bằng các tông phái khác, và bao gồm những nhóm người luyện Du-già, hoặc các nhà ẩn tu, hoặc những người tu theo Mật giáo. Họ dành trọn tâm trí cho việc thực hành thiền định ở những nơi cách biệt, và có mối quan hệ với nhau khá lỏng lẻo.

Giáo lý của tông phái Shi-byed-pa trước tiên do Pha-dam-pa đề ra. Ông là một vị thầy người Nam Ấn, với những giáo lý ảnh hưởng rất nhiều từ ngài Thánh Thiên và từ bộ Trung quán luận. Đây là một sự điều chỉnh những điểm cốt yếu về mặt tâm linh của Phật giáo cho phù hợp với giáo lý Tan-tra. Đời sống tinh thần được chia thành hai giai đoạn:

died from drinking poisoned milk, the gift of a jealous lama. Some of the most dramatic scenes of his life took place in the first years after his initiation, when he lived alone in a cave, ate only herbs until he turned green, and never wore more than his thin cotton cloth in the icy cold of the winter. His indifference to property and comfort, as well as his benevolence towards all that lives, never left him.

The rich literature of this sect consists largely of short books aiming at teaching the practice of various kinds of Yoga. In their desire to be practical they have always given special attention to gtum-mo, the art of creating "magical heat", without which life in the hermitages would be impossible. This is also something which the average person can appreciate, and which can convince him of the truth and effectiveness of Yoga.

A special form of the Prajnaparamita doctrine was confined to a small elite, to the Shi-byed-pa ("The Pacifiers") founded about 1090, who had a far greater religious than social significance. They were less well organized than the other sects, and consisted of loose groups of Yogins or hermits or mystics, who devoted themselves to solitary meditation.

Their teaching was originally inspired by Pha-dam-pa, an Indian teacher from South India, who in his turn owed much to the doctrines of Aryadeva, the Madhyamika. It is a Tantric adaptation of the essential spiritual message of Buddhism. The spiritual life consists of two stages:

1. Làm trong sạch bằng cách lìa bỏ dục lạc.
2. Làm an định, bao gồm việc loại trừ mọi đau khổ và đạt đến tâm bình thản.

Đối với giai đoạn thứ nhất, hành giả dựa vào các phương pháp thiền quán nhắm đến dẹp bỏ những tâm xấu ác vốn luôn cám dỗ con người vào những tư tưởng xấu. Đối với giai đoạn thứ hai, hành giả chủ yếu dựa vào việc trì tụng các man-tra, chẳng hạn như man-tra của Tâm kinh[1] xoa dịu mọi đau đớn, hoặc tụng đọc những câu châm ngôn ngắn nói về bệnh khổ, niềm vui, cái chết và dục lạc.

Trước vẻ huy hoàng, rực rỡ hơn của các vị tăng nắm quyền lực xã hội, chúng ta cũng không nên để khuất lấp đi công việc thầm lặng của những vị tu sĩ thoát tục này.

Nhuốm mùi thế tục hơn là phái Tát-ca, đặt tên theo tu viện Tát-ca thành lập vào năm 1073. Họ tạo ra đối trọng cân bằng với hai phái Cát-đương và Shi-byed-pa bằng sự hoàn hảo trong cách tổ chức. Sau khi chế độ quân chủ sụp đổ, Tây Tạng không có chính quyền trung ương. Các tăng sĩ của phái này nắm lấy chính quyền, và truyền nối ngôi vị cho con cháu. Phags-pa (1235-1280) là một trong những người xuất sắc nhất trong số những nhà cai trị mới được kế thừa, và địa vị lãnh đạo này của ông đã được đại đế Khubilai[2] thừa nhận. Tông phái này đã đào tạo được nhiều nhà thông thái. Hiện nay họ vẫn tồn tại nhưng đã từ lâu không còn nắm quyền lực nữa.

Quyền lực có được phải trả giá bằng việc gia tăng những công việc thế tục, và tăng sĩ ở các tự viện lớn - cũng giống như tăng sĩ Nhật Bản vào cùng thời này - lập thành những

[1] Tức Bát-nhã tâm kinh (般若心經), hay nói đủ là Ma-ha Bát-nhã Ba-la-mật-đa tâm kinh (摩訶般若波羅蜜多心經).

(1) purification, by cutting off the passions, and

(2) pacification, which consists in the removal of all suffering and the attainment of even-mindedness.

For the first they relied on meditational practices which aimed at driving away the evil spirits which tempt us to commit unwholesome thoughts and for the second they relied largely on the repetition of mantras, such as that of the "Heart Sutra" which appeases all ill, or of short sayings such as "illness", "joy", "death", and "pleasure".

The greater splendours of priestly power should not blind us to the quiet work of these unworldly people.

More worldly were the Sa-skya-pa, who derive their name from the monastery of Saskya which had been founded in 1073. They provided the counterweight to the Bka-gdam-pa and Shi-byed-pa by excelling in social organization. After the destruction of the monarchy, Tibet was without a central authority. The Saskya abbots now took over the reins of government, each one handing the rule to his sons. 'Phags-pa (1235-80) was one of the most prominent among these new hereditary rulers of the whole of Tibet and his position as such was recognized by the emperor Khubilai. The sect has produced many men of great learning, it is still in existence, but it lost its worldly power long ago.

The power was bought by an increase in worldliness and the monks of the great monasteries, like those of Japan at the same time, formed themselves into great hordes

[2] Cũng viết là Kublai Khan hay Kubla (1215-1294), hoàng đế đầu tiên (1279-1294) của triều đại do Mông Cổ thiết lập cai trị Trung Hoa, có thế lực bao trùm vào thời đó. Ông là cháu nội của Thành Cát Tư Hãn, và là người đã mở rộng đế quốc Mông Cổ thành một trong những đế quốc lớn nhất thế giới.

đội quân lớn và đánh nhau, cướp phá chùa chiền của nhau, ứng xử theo cung cách không tương xứng với những giáo lý mà họ truyền bá.

Một tông phái rất mạnh nữa là phái Ninh-mã, những môn đồ của ngài Liên Hoa Sanh. Chúng ta thật sự không có đủ thông tin để biết được là bằng cách nào mà phái này có thể tồn tại được qua một thời gian dài bị đàn áp. Rất có thể là nhiều người trong số họ đã giả dạng như các giáo sĩ đạo Bon. Chúng ta cũng không biết chắc được những phần nào trong giáo lý của tông phái này đã được phát triển sau này, và những phần nào là thuộc về chính ngài Liên Hoa Sanh. Sự tổ chức của bộ phái này dường như đã có từ năm 1250, và là công trình của Đạo sư Chos-dbyang. Chính bộ phái này tự phân chia truyền thống của họ thành hai phần. Những lời dạy rõ nghĩa được truyền bởi các vị tăng Ấn Độ, và những "mật tạng" là các kinh điển bí mật được ngài Liên Hoa Sanh hoặc Phật Bản Sơ cất giữ. Từ năm 1150 đến 1550, một số lượng đáng kể những kinh điển thuộc loại bí mật này được khai quật, và sự khám phá ra những kinh điển này dễ làm che giấu đi những cải cách về tín ngưỡng. Theo cách này, tiểu sử ngài Liên Hoa Sanh mà chúng ta có được khám phá vào khoảng năm 1350. Tuy nhiên, rất nhiều kinh điển bí mật loại này thực sự giữ lại được những truyền thống rất cổ xưa, như được thấy rõ nhất là trong cuốn Tử thư[1] nổi tiếng.

Phái Ninh-mã phân biệt có 6 loại kinh nghiệm trung gian, hiểu theo nghĩa là chúng nằm đâu đó ở khoảng giữa, một bên là thế giới giác quan bình thường này, và bên kia là cảnh giới tâm linh thuần túy của Niết-bàn. Ba kinh nghiệm đầu tiên là:

[1] Bardo Thödol – tập sách nổi tiếng mô tả về cái chết và những trạng thái tâm thức sau khi chết, đã được dịch sang Anh ngữ với nhan đề "The Tibetian

who fought battles among themselves, sacked each others' monasteries, and behaved in a manner unworthy of their professed teachings.

We are not really sufficiently informed about the very powerful Nying-ma-pa sect, the followers of Padmasambhava, to know how they survived the long persecution. Quite possibly many of them did so in the guise of Bon priests. Nor can we be sure what in their doctrines is actually due to later developments and what to Padmasambhava himself. The organization of the sect seems to go back to 1250, and is the work of Gu-ru Chos dbyang. The Nyingmapas themselves distinguish two stages of their tradition, the sayings (bka'-ma) of the Indian masters, and the "Buried Treasures" (gter-ma), which were scriptures hidden by Padmasambhava or the Adibuddha. Between 1150 and 1550 a considerable number of gter-mas were unearthed, and their discovery made it easy to camouflage religious innovation. The biography we have of Padmasambhava was thus "discovered" about 1350. Many of these gtermas do, however, preserve traditions of great antiquity, as is particularly obvious in the famous "Book of the Dead" (bar do thos grol).

The Nyingmapa distinguish six kinds of bardo, or of experiences which are "intermediary" in the sense that they are somewhere in between this world of ordinary sensory awareness on the one hand, and the purely spiritual realm

Book of the Dead". Hiện đã có bản dịch Việt ngữ của Nguyên Châu - Nguyễn Minh Tiến, nhan đề "Người Tây Tạng nghĩ về cái chết" (hay Người chết đi về đâu), NXB Văn hóa Thông tin.

1. Trong bào thai, kéo dài nhiều tháng trước khi sinh ra.
2. Trong một số những giấc mơ có sự kiểm soát của tâm thức.
3. Trong trạng thái hoàn toàn xuất thần.

Với 3 kinh nghiệm còn lại, ý nghĩa trung gian còn được hiểu thêm là vì chúng xảy ra trong khoảng thời gian giữa sự chết và sự tái sinh vào đời sống mới, được cho là kéo dài trong 49 ngày. Trong thời gian đó, thân xác bằng xương thịt thông thường này được thay thế bằng một loại thân xác rất tinh tế. Cuốn Tử thư đã mô tả rất tỉ mỉ một số chi tiết các hình ảnh rất có thể sẽ hiện ra với những ai hiểu biết nhiều về truyền thống của Lạt-ma giáo trong suốt thời gian đó. Tác phẩm này còn giữ lại được một số kiến thức cổ xưa của thời kỳ đồ đá về đời sống sau khi chết, và cho thấy những điểm giống nhau đáng kinh ngạc với những truyền thống khác được tìm thấy trong các văn bản cổ của Ai Cập, Ba Tư và Thiên Chúa giáo.

Cũng rất cổ xưa là nghi lễ gCod mà chúng ta được biết đến qua sự miêu tả của một tác giả từ thế kỷ 14, nhằm mục đích cắt đứt mọi ràng buộc với tự ngã bằng cách hiến mình cho quỷ đói ở một nơi hoang vắng.

Tông phái Ninh-mã khác biệt với các tông phái khác ở điểm là họ sử dụng được những gì mà nói chung là thường bị chê bỏ. Chẳng hạn như sự sân hận và dục vọng, và ngay cả xác thân nhục dục vốn bị xem là sự ngăn trở, nguồn gốc của tội lỗi, đã được tông phái này sử dụng như một phương tiện để làm phong phú hơn nữa cho đời sống tinh thần. Nói chung, những ý tưởng của họ đều phù hợp với quan điểm Tan-tra được cải tiến ở Ấn Độ.

of **Nirvāṇa** on the other. The first three occur (1) in the womb during the months which precede birth, (2) in certain kinds of controlled dreams, and (3) during deep trance.

The other three bardos are in addition "intermediary" in the sense that they take place in the interval between death and reconception, which is said to last forty-nine days. During that time the ordinary physical body is replaced by a kind of subtle or "ethereal" body. The "Book of the Dead" graphically describes in some detail the visions which are likely to befall those steeped in the traditions of Lamaism during that period. This work has preserved some of the ancient Stone-age knowledge about life after death and shows surprising similarities to other traditions found in Egyptian, Persian and Christian writings.

Very old is also the ceremony of gCod, about which we know from a description of a fourteenth century author, and which aims at "cutting off all attachment to self by offering one's body to the greedy demons on a lonely and deserted site.

The Nyingmapa differ from the other sects in that they utilize that which is generally discarded, like anger or lust and also the physical body, which is generally looked upon as a shackle and a source of evil, is used here as a means to further an enriched life of the spirit. On the whole their ideas are in keeping with those of the left-handed Tantra in India.

Trình tự công phu của tông phái này là như sau:

1. Sự sáng tạo tinh thần của các vị hộ pháp, nhờ vào sự trợ lực của các man-tra, các hình ảnh quán tưởng, và các vị Không hành nữ.
2. Sự kiểm soát được thân xác bí ẩn, gồm các mạch máu, tinh dịch .v.v...
3. Sự nhận thức được bản tánh chân thật của tự tâm.

Bồ Tát Phổ Hiền,[1] một vị Bồ Tát hóa thân rất gần gũi với đức Phật Đại Nhật, là nguồn hiển lộ cao cả nhất về giai đoạn thứ ba. "Chân như, bao gồm cả tự thân, về bản chất không phải là sự trói buộc, tại sao phải tự mình tìm cách thoát khỏi sự trói buộc? Chân như vốn không lừa dối, tại sao lại tìm kiếm chân lý từ bên ngoài?" Vì vậy, sự kiềm chế bị phủ nhận trong những nguyên tắc đạo đức Phật giáo. Một người hoàn thiện về mọi mặt không hề kiềm chế dục vọng, sân hận... mà chỉ chuyển hóa chúng một cách thích hợp.

Trong những phần giáo lý cao nhất, tông phái này rất giống với Thiền tông, theo đó hình thức cao nhất của Du-già hàm chứa việc nhận ra được bản tánh chân thật của tự tâm. Cũng giống như Thiền tông, tông phái này nói đến sự giác ngộ với ý nghĩa có phần nào khác với Ấn Độ. Một người đã đạt đến Niết-bàn ngay tại nơi này và trong hiện tại, với mọi hành vi đã thoát ra ngoài nhân quả, thì có thể làm tan biến xác thân của mình vào vầng sáng cầu vồng.

Tông phái Ninh-mã tập trung nhiều vào phần giáo lý bí truyền và sự chứng ngộ tự thân, nghiêng về trực giác nội tâm hơn là những tri thức có thể truyền đạt được. Mãi cho đến thời gian cách đây chừng một thế kỷ, tông phái này không hề có những sự nghiên cứu học thuật theo kiểu Hoàng phái. Sau đó, có một vài nơi đã thực hiện việc này, do bắt chước theo các tông phái đối nghịch.

The order of their practice is (1) the mental creation of tutelaries (yi-dam) with the help of mantras, visions and the "sky-walkers" (p. 187); (2) the control of the occult body, with its arteries, semen virile, etc.; (3) the realization of the true nature of one's own mind.

Samantabhadra, the celestial Bodhisattva corresponding to Vairocana, is the source of the highest revelation about the third stage. "Suchness, including yourself, is not intrinsically entangled - so why should you try to disentangle yourself? It is not intrinsically deluded - so why should you seek the truth apart from it?" The repression involved in Buddhist morality is thus rejected. A well-rounded personality does not suppress lust, anger, etc., but puts them into their proper place.

In its highest teachings this school has great affinity with the Ch'an sect, in that the highest form of Yoga consists in realizing the true nature of one's own mind. Like the Ch'an school it also speaks of enlightenment in a somewhat non-Indian sense. The man who has won Nirvāṇa here-and now, and whose actions are free from causation, is able to make his body vanish in a rainbow.

The Nyingmapa concentrated on esoteric teaching and personal realization, and preferred intuitive insight to communicable knowledge. Until about a century ago they had no academic studies in the Gelugpa sense. Then they were in some places introduced in imitation of their rivals.

---

[1] *Viśvabhadra* hay Samantabhadra.

Tông phái này đã tiếp tục sự đấu tranh giành quyền lực, chống lại các tông phái khác, và mặc dù đã có nhiều lần cố giành quyền kiểm soát đất nước, nhưng chưa bao giờ họ làm được. Điều này có ít khả năng do các đối thủ của họ có năng lực tâm linh mạnh mẽ và đức độ hơn, mà phần lớn là do sự vượt trội hơn về năng khiếu chính trị.

Nhưng tông phái này lại nắm được ảnh hưởng rất lớn đối với dân chúng, đến nỗi các tông phái khác đều phải có sự nhượng bộ với họ. Những phép thuật của họ thường đáng ngờ đối với các tín đồ Phật giáo khác không phải vì bị cho là không hiệu quả, mà vì họ dường như bộc lộ một sự quan tâm không thích hợp đến hạnh phúc thế tục. Khi những người Hoàng phái muốn tiên đoán tương lai, thường họ không tự làm điều đó mà nhờ đến một nhà sư tiên tri thuộc phái Cổ Mật, tức phái Ninh-mã.

Phái Ninh-mã đã hấp thụ rất nhiều giáo lý của đạo Bon, và chính trong tông phái này Phật giáo và đạo Bon tiếp tục tác động qua lại với nhau. Việc phái Ninh-mã sa sút xuống vị trí thấp nhất thường được nêu lên để chống lại họ. Tuy nhiên, điều chắc chắn là, bất chấp điều đó, hoặc có lẽ chính vì điều đó, mà họ cũng đủ năng lực để có thể đạt đến địa vị cao nhất như những người đồng đạo thuần khiết hơn của họ đã làm được.

Sự vượt thắng phái Ninh-mã cuối cùng đã đến với Hoàng phái. Tông phái này được sáng lập bởi Tông-khách-ba[1] (1327-1419),[2] nhà tư tưởng vĩ đại cuối cùng của Phật giáo. Ngài là một nhà cải cách, tiếp tục công việc của ngài A-đề-sa trước

[1] Tsongkhapa (1357-1419), người đã áp dụng hệ thống giáo dục Geshe nổi tiếng, theo đó tăng sĩ được đào tạo ở các tự viện cho đến khi đạt trình độ tương đương với học vị tiến sĩ triết học Phật giáo. Ngày nay, tăng sĩ thuộc tông phái Gelukpa vẫn được đào tạo theo hệ thống giáo dục này.

This sect has continually struggled for power against the others, and although it has several times attempted to gain control of the country, it could never hold it. This was due less to the greater spiritual power of their more virtuous rivals, as to their superior political gifts.

So great is the hold of the Nyingmapa over the people that the other sects must make concessions to them. Many of their magical practices are suspect to the other Buddhists not so much because they regard them as ineffective, but because they seem to show an undue concern for worldly well-being. When the Gelugpas want to foresee the future, they normally do not do so themselves but employ an oracle-priest belonging to the ranks of the "Ancient Ones".

The Nyingmapas have absorbed many Bon teachings, and it is in their midst that Buddhism and Bon continuously interact. The fact that they go down to the lowest has often been held against them. There is, however, no reason to doubt that in spite, or perhaps because, of that they were as capable of winning the highest as their "purer" colleagues were.

The victory over the Nyingmapa finally went to the Dge-lugs-pa, "The Virtuous Ones", the sect founded by Tsong-kha-pa (1327-1419), the last great thinker of the Buddhist world. He was a reformer who carried on Atisa's work, insisted on the observance of the moral precepts and monastic rules,

[2] Nguyên tác ghi là 1327-1419 nhưng chúng tôi đã đối chiếu nhiều tư liệu và xác định được niên đại chính xác phải là 1357-1419. Đây có thể chỉ là một lỗi in ấn chưa được phát hiện trong lần tái bản của sách này.

đây, nhấn mạnh đến việc tuân theo các chuẩn mực đạo đức và giới luật, điều hành chặt chẽ công việc hàng ngày của chư tăng, giảm nhẹ ảnh hưởng của pháp thuật bằng cách nhấn mạnh vào khía cạnh tâm linh của Phật giáo, và thành lập Hoàng phái, tông phái đã nắm quyền cai trị Tây Tạng cho đến năm 1950. Ngài là học giả vĩ đại, và bằng mọi cách luôn cố gắng để tìm được một vị trí trung dung giữa những cực đoan, tránh sự thiên lệch, và đạt đến kiến thức bao quát toàn diện.

Ảnh hưởng của ngài Tông-khách-ba được kéo dài nhờ vào số đệ tử rất đông, nhờ vào việc thành lập các tự viện sung túc, nhiều thế lực, và nhờ vào 16 bộ sưu tập các tác phẩm của ngài. Trong số đó, phải kể đến 2 tập yếu lược chỉ rõ những phương thức tu tập để đạt đến sự giải thoát, một tập trình bày đầy đủ về sáu phép ba-la-mật của Đại thừa, và tập kia nói rõ những phương thức công phu theo Mật tông. Tập sách đầu gọi là "Từng bước đi lên giác ngộ", dựa theo khuôn mẫu từ tập sách chỉ dẫn của A-đề-sa, nhưng chú ý nhiều hơn đến những người không có năng khiếu đặc biệt.

Sau khi thị tịch, ngài Tông-khách-ba được dân chúng thờ cúng nhiệt thành, và được tin là đã sanh về cung trời Đâu Suất, cũng giống như các vị Phật tương lai.

Ngoài việc thành lập các tông phái bản xứ, Phật giáo Tây Tạng trong thời kỳ này còn đạt được ba thành quả lớn.

Trước hết là việc hệ thống hóa toàn bộ kinh điển thành hai tạng đồ sộ, Kinh tạng[1] vào thế kỷ 13 và Luận tạng[2] vào thế kỷ 14. Kinh tạng được in lần đầu tiên ở Bắc Kinh khoảng năm 1411, và lần đầu tiên ở Narthang, Tây Tạng vào năm 1731. Luận tạng được in lần đầu tiên cũng ở Narthang, Tây Tạng vào năm 1742. Sau đó còn được in nhiều lần nữa. Đại tạng kinh với hình thức được gộp chung lại, với độ chính xác,

strictly regulated the daily routine of the monks, reduced the weight of magic by stressing the spiritual side of Buddhism and founded the "Yellow Church", which ruled Tibet until 1950. He was a very great scholar and in every way he tried to find a position between the extremes, to avoid one-sidedness and to attain an encyclopaedic universality.

His influence was perpetuated by many pupils, by the foundation of rich and powerful monasteries and by the sixteen volumes of his Collected Works. Among these we must mention two compendia which show the way to salvation, the one through the six Mahayanistic perfections, the other through Tantric practices. The first, "The Steps which lead to Enlightenment", is modelled on Atisa's manual but greater attention is accorded to those who are not particularly gifted.

After his death Tsong-kha-pa became the object of a fervent religious cult, and he is believed to reside now in the Tusita heavens, as future Buddhas do.

Apart from the formation of indigenous schools, three great achievements are to the credit of the Tibetan Buddhism of this period. First there is the codification of the canonical literature in two gigantic collections, the Kanjur (bka-'gyur) for the Sutras in the thirteenth, and the Tanjur (bstan 'gyur) for the Sastras in the fourteenth century. The Kanjur was printed for the first time in Peking about 1411, and both collections were printed in Tibet for the first time in sNarthang in 1731 and 1742 respectively. Many other

[1] Kanjur (bka-gyur)

[2] Tanjur (bstan-gyur)

đáng tin cậy và dễ tra khảo được hình thành từ khoảng thế kỷ 13 đến 18, và đã trở thành chỗ dựa cho tất cả những công trình nghiên cứu Phật pháp tại Tây Tạng.

Thứ hai là việc sản sinh ra một nền văn học bản xứ đồ sộ - các tập sách chỉ dẫn, những tác phẩm luận giải, tiểu luận v.v... Một lãnh vực văn học mà tín đồ Phật giáo Tây Tạng đã vượt trội hơn tất cả, đó là việc viết thánh sử Phật Thích-ca. Mối quan tâm về lịch sử này có liên quan đến cách nhìn của người Tây Tạng về sự phát triển của Phật giáo trong mối quan hệ với con người thật của đức Phật Thích-ca. Họ tin rằng việc du nhập hoàn toàn Phật pháp và ý nghĩa của giáo pháp đã tự phát qua nhiều thế kỷ, và những khía cạnh khác nhau của giáo pháp vô cùng phong phú này chỉ được tín đồ Phật giáo nắm bắt được một cách rất chậm chạp, trong suốt một giai đoạn kéo dài đến 15 thế kỷ.

Một điều hết sức kỳ lạ là, một người Tây Tạng - chứ không phải người Ấn Độ - đã viết được cuốn lịch sử Phật giáo hay nhất ở Ấn Độ. Thật vậy cuốn "Lịch sử Phật giáo ở Ấn Độ và Tây Tạng" quả là một kiệt tác thuộc loại này, mang tính tổng hợp cao và nổi bật với những kiến thức triết học sâu sắc. Tập đầu khảo sát về kinh điển. Tập thứ hai đề cập đến 12 sự kiện chính trong cuộc đời đức Phật Thích-ca Mâu-ni, tiếp đến là ba lần kết tập kinh điển, và nối tiếp cho đến những dự báo về sự diệt mất của giáo pháp ở Ấn Độ, và sự kế tục ở Tây Tạng. Tập thứ ba giới thiệu về ấn bản Đại tạng kinh ở Narthang, theo sau là một bản mục lục có hệ thống.

Còn nhiều tác phẩm xuất sắc khác đề cập đến lịch sử Phật giáo Tây Tạng, hoặc là lịch sử của các tông phái khác nhau.

editions followed, and the Canon in the comprehensive, accurate, authoritative and easily accessible form which it achieved between the thirteenth and eighteenth centuries has formed the backbone of all Buddhist studies in Tibet.

Secondly there is the production of an enormous indigenous literature - of manuals, commentaries, sub-commentaries and so on. In one field of literature the Buddhists of Tibet have excelled all others, and that was the writing of History. This historical interest is connected with the way in which the Tibetans see the development of Buddhism in relation to the historical Buddha. The full import and meaning of the Buddha's Dharma, so they believe, has revealed itself over many centuries, and the many facets of its infinite richness were grasped by His followers only very slowly, over a period of 1,500 years. It is a curious fact that it was not an Indian but a Tibetan who wrote the best history of Buddhism in India. Bu-ston's (1322) "History of Buddhism in India and Tibet" (chos-'byun) is indeed a masterpiece of its kind, comprehensive and marked by deep philosophical understanding. The first volume gives a survey of the Scriptures; the second deals with the "twelve principal events in the life of the Buddha Sakyamuni", followed by the "three rehearsals of the doctrine", and so on up to the "prophecies about the disappearance of the doctrine" in India, and its continuation in Tibet; the third volume gives an to the Narthang edition of the Canon, followed by a systematic table of contents.

Many other first-class works deal either with the history of Buddhism in Tibet, or that of the different sects.

Thành quả thứ ba là tăng đoàn Phật giáo đã bám rễ vững chắc trong đời sống dân chúng. Trong thế kỷ 15, những môn đồ của ngài Tsong-kha-ba đã điều chỉnh giáo lý cổ xưa của Phật pháp theo với những nhu cầu tổ chức xã hội. Theo đó thì chư Phật, Thánh và chư Bồ Tát có thể hóa hiện ra những thân xác hoàn toàn không khác gì với thân xác của người thường, và sử dụng những hóa thân ấy để cứu độ và giáo hóa mọi người. Đây không phải là sự tái sinh, mà là sự sáng tạo vô ngại bằng năng lực thần thông của các ngài để thực hiện những hạnh nguyện của mình, trong khi các ngài vẫn an trú trong trạng thái không tạo tác.

Cũng trong thế kỷ 15, Hoàng phái đưa ra một hình thức cụ thể cho giáo thuyết này, bằng cách tuyên bố rằng một số các vị Bồ Tát (như đức Quán Thế Âm và Di-lặc) và Phật (như đức A-di-đà) sẽ gửi đến những nơi như Lhasa, Urga v.v... những hóa thân của các ngài để làm các vị giáo chủ. Thêm vào đó, họ nghĩ rằng có thể tìm được hóa thân của một vị giáo chủ vừa qua đời trong một đứa trẻ được thụ thai sau đó 49 ngày.

Những hóa thân này được các vị cao tăng chọn lựa hết sức cẩn thận, dựa trên những quy luật cũng chi ly và phức tạp như là những quy luật đã giúp cho Hội đồng Lễ nghi có thể phân biệt được những phép mầu chân chính với ma thuật. Vai trò lãnh đạo của những vị hóa thân này là nét đặc trưng của thế giới Lạt-ma trong suốt 450 năm qua. Vai trò lãnh đạo này cũng mang lại một sự ổn định xã hội, và đến năm 1950 đã bảo vệ Phật giáo một cách có hiệu quả trước sự tràn ngập của nền văn minh hiện đại. Hơn thế nữa, Lạt-ma giáo còn chứng tỏ một cách đáng ngạc nhiên là họ hoàn toàn không bị ảnh hưởng của lòng ham muốn như thông thường, vốn đã dẫn đến sự sụp đổ của tăng đoàn trước đây ở châu Á.

Thirdly, the Buddhist Church became firmly rooted in the life of the people. In the course of the fifteenth century the disciples of Tsongkhapa adapted to the needs of social organization the old Buddhist doctrine according to which the Buddhas, saints and Bodhisattvas could conjure up phantom bodies, which to all intents and purposes are indistinguishable from ordinary bodies, and which they use as a kind of puppets to help and convert others. They are in no way "incarnations" of the saint in question, but free creations of his magical power, which he sends out to do his work, while he himself remains uncommitted.

In the fifteenth century the Gelugpas gave a concrete form to this teaching by claiming that certain Bodhisattvas (like Avalokitesvara and Maitreya) and Buddhas (like Amitabha) would send into certain places, such as Lhasa, Urga, and so on, a certain number of phantom bodies (sprul-sku, Tulku) to act as their priestly rulers. In addition they thought it possible to rediscover the phantom body of the deceased ruler in a child conceived forty-nine days after his death.

The rule of the Tulkus, carefully chosen by skilled monks on the basis of rules as elaborate as those which enable the Congregation of Rites to distinguish genuine from spurious miracles, was the distinguishing feature of the Lamaist world during the last 450 years. It brought with it a great measure of social stability and up to 1950 protected Buddhism effectively from the inroads of modern civilization. What is more, Lamaism has proved surprisingly immune against the upsurge of popular cupidity which accompanied the breakdown of the old order in Asia.

Năm 1953, ở vùng Ladakh theo Lạt-ma giáo, những tá điền trung thành canh tác trên các vùng đất của tự viện đã chống lại việc sung công đất đai của chư tăng. Chính phủ Ấn Độ đã phái đến một ủy ban, và họ báo cáo về rằng "... thật đáng ngạc nhiên là những người tá điền này có thể giành được những vùng đất đai từ các chủ sở hữu[1] bằng vào hiệu lực của Đạo luật đất đai (hủy bỏ các sở hữu đất đai quy mô lớn), nhưng họ lại thống nhất quyết định là những vùng đất đai này nên được giữ nguyên thuộc quyền các chủ sở hữu và nên đưa ra ngoài ảnh hưởng của Đạo luật... " (trang 30-31 trong báo cáo của Ủy ban Wazir).

Tín đồ Phật giáo trước đó vẫn thường cố nắm lấy cả quyền lực thế tục và quyền lực tâm linh. Đây là lần đầu họ thành công trong việc này. Lợi thế có thể nhìn thấy rất rõ ràng. Những điều kiện thuận lợi cho một đời sống tín ngưỡng có thể được đảm bảo, chủ nghĩa quân phiệt bị kiềm chế đến mức tối thiểu, súc vật được bảo vệ, nạn cướp giật của cải bị ngăn chặn, sự náo loạn và bạo động bị loại trừ.

Vai trò lãnh đạo đương nhiên của các vị Lạt-ma được hỗ trợ bởi sự nới rộng các lãnh vực tinh thần mà họ quan tâm, có thể thấy trong những chương trình học tập mà Hoàng phái áp dụng, trong hệ thống thần linh rộng rãi và đa dạng, và trong sự hiện diện khắp nơi của những đối tượng tín ngưỡng.

Tuy nhiên, bất chấp sự thành công rõ nét này, một sự suy thoái tín ngưỡng đã bắt đầu từ sau thế kỷ 17. Thói quen dựa vào bạo lực của vị Đạt-lai Lạt-ma thứ 5 (1617-1682)[2] là một dấu hiệu xấu cho tương lai. Hệ thống Lạt-ma dần dần trở nên cứng nhắc. Cho đến thế kỷ 18, những ảnh hưởng từ

[1] Ở đây là chư tăng ở các tự viện.

[2] Nguyên tác ghi là 1617 - 1715 nhưng không đúng, vì Đạt-lai Lạt-ma thứ 6

In Lamaist Ladakh the loyal tenants of monastic lands in 1953 resisted the expropriation of the monks. The Indian State Government sent a Commission which reported that "it was rather surprising that the tenants who were likely to gain by the operation of the Act (abolishing the big landed estates) on the lands attached to the gumpas have unanimously decided that these lands should remain attached to the gumpas and be free from the operation of the Abolition Act" (pp. 30-1 of the Report of the Wazir Committee).

The Buddhists had often before attempted to combine both secular and spiritual power in their hands. This was the first time they succeeded in doing so. The advantages are obvious. Conditions favourable to a religious life can be assured, militarism reduced to a minimum, animals protected, acquisitiveness discouraged, noise and unrest suppressed.

The undisputed rule of the Lamas was backed up by the universality of their intellectual interests, which can be seen in the programme of studies pursued by the Gelugpas, by a pantheon which was extensive and comprehensive, and by the omnipresence of the objects of faith.

Nevertheless, in spite of this outward success, a religious decline set in after the seventeenth century. The Great Fifth Dalai Lama's (1617 1715) habitual reliance on violence boded ill for the future. The Lamaist system gradually became

---

(được tin là hóa thân của vị thứ 5) sinh năm 1683 và mất năm 1706. Chúng tôi căn cứ Từ điển Phật học của Chân Nguyên (NXB Thuận Hóa, 1999) và một số tài liệu khác để điều chỉnh năm mất của vị Đạt-lai Lạt-ma thứ 5 là 1682.

nước ngoài đã từng được đón nhận và khuyến khích. Nhưng từ đó trở đi, Tây Tạng hoàn toàn khép kín, và biện pháp này phản ánh một sự e ngại nhất định từ trong nước. Sự suy thoái tự nó được bộc lộ một cách rõ ràng qua các tác phẩm nghệ thuật, từ đó trở đi chỉ cho thấy một kỹ năng máy móc hơn là tài năng sáng tạo. Dấu vết của những phẩm chất đã từng nổi bật trong nền nghệ thuật Tây Tạng ở đỉnh cao của nó, giờ đây trở nên rất hiếm hoi, mặc dù là vẫn còn có thể nhận ra được - với sự cháy bỏng và vẻ quyến rũ gần như kỳ diệu, lòng từ bi và kinh hãi vượt mức, vẻ nhẹ nhàng thanh thoát và sự rung động ma quái, cũng như sự khéo léo gần như siêu việt trong việc phối trí, điều hòa màu sắc.

Trong một thời gian dài, địa hình hiểm trở và sự kình chống nhau giữa các thế lực đã giữ cho nước này không bị chinh phục. Giờ đây, nền văn minh hiện đại đang tràn vào. Đường sá, y tế, cải cách đất đai và sự phát triển các nguồn tài nguyên thiên nhiên đều đã bắt đầu, với những hậu quả hủy diệt khôn lường đối với các truyền thống tôn giáo.

8. MÔNG CỔ

Người Mông Cổ hai lần được giáo hóa bởi các cao tăng Tây Tạng. Lần đầu vào năm 1261 là vị đứng đầu dòng Saskya tên là Thags-pa, và lần tiếp theo vào năm 1577 là đức Đạt-lai Lạt-ma.[1] Trong khoảng thời gian từ năm 1368 đến năm 1577, họ lại quay lại với đạo Shaman ở bản xứ.

Chính khả năng làm pháp thuật của người Tây Tạng đã gây ấn tượng mạnh nhất đối với người Mông Cổ. Marco Polo đã kể lại nhiều điều kỳ lạ về những pháp thuật đa dạng mà các vị Lạt-ma đã làm tại triều đình của Đại Hãn,[2] và

fossilised. Up to the eighteenth century foreign influences had been welcomed and encouraged. From then onwards the country was shut off and this measure reflected a certain inward timidity. The decline shows itself clearly in the works of art, which from now on show more mechanical competence than creative genius. Rare, though still discernible, are the traces of the qualities which had marked Tibetan art at its height - with its fire and almost magical fascination, its overpowering compassion and horror, its ethereal lightness and demonic compulsion, and its nearly superhuman skill in the handling of proportions and colours.

For a long time geographical inaccessibility and the rivalry of the powers prevented the country from being conquered. Now modern civilization flows in. Roads, medicine, land reform and the development of natural resources have begun their work, with consequences quite disastrous to religious traditions.

8. MONGOLIA

The Mongols were twice converted by the Tibetan hierarchs, first in 1261 by the Saskya ruler Thags-pa, then again in 1577 by the Dalai Lama. In the interval between 1368 and 1577 they had reverted to their native shamanism.

It was the Tibetans' ability to work magic which most impressed the Mongols. Marco Polo tells us wonderful things about the various magical tricks the Lamas performed at the

---

[1] Tức là vị Đạt-lai Lạt-ma thứ 3, tên là Sonam Gyatso (Toả-lãng Gia-mục-thố), sinh năm 1543 và mất năm 1588.

[2] Tức Thành Cát Tư Hãn.

sau này, khi đức Đạt-lai Lạt-ma du hành đến thăm Altan Chagan, thủ lĩnh của miền đông Mông Cổ, ngài cũng bộc lộ năng lực mầu nhiệm của mình ở khắp mọi nơi, như làm cho những con sông chảy ngược lên đồi, những con suối trào lên giữa sa mạc, và những dấu móng ngựa của ngài để lại tạo thành hàng chữ "Án Ma Ni Bát Di Hồng".[1]

Do việc người Mông Cổ tin theo Phật giáo, các vị Lạt-ma giờ đây đảm nhận những nghi lễ pháp thuật mà trước kia do đạo Shaman thực hiện. Việc coi trọng sinh mạng theo giáo lý đạo Phật được bắt buộc thực hiện theo luật pháp, cấm hẳn việc hy sinh đàn bà, nô lệ và súc vật theo tập tục của đạo Shaman, và hạn chế việc săn bắn.

Với kết quả của lần hóa đạo đầu tiên, Lạt-ma giáo chia sẻ sự giàu có của đế quốc Mông Cổ, có thể lập nên nhiều chùa và đền thờ ở Trung Hoa, đặc biệt là ở Bắc Kinh, và có được quyền lực mạnh mẽ dưới triều nhà Nguyên (1279-1367).[2]

Lần hóa đạo thứ hai được theo sau bởi một sự nhiệt thành tín ngưỡng cho thấy những gì mà Phật giáo có thể tạo ra được trên khắp lãnh thổ của một quốc gia. Lòng sùng đạo của dân Mông Cổ dường như là không có giới hạn. Kinh điển được dịch sang tiếng Mông Cổ, và hàng ngàn tự viện nguy nga được xây cất, với số người xuất gia chiếm đến 45% số nam giới trong nước, và là những trung tâm thường xuyên của các sinh hoạt văn hóa đáng kể.

Vào thế kỷ 13, sự chinh phục Iran của người Mông Cổ đã dẫn đến việc thành lập các trung tâm văn hóa Phật giáo trên lãnh thổ Iran khoảng nửa thế kỷ trước khi các lãnh tụ Mông Cổ chuyển sang theo Hồi giáo vào năm 1295.[3]

[1] Om mani padme hum - Lục tự đại minh chân ngôn, Hán dịch âm là Án ma ni bát di hồng (唵嘛呢鉢彌吽).

court of the Great Khan, and later on, when the Dalai Lama journeyed to Altan Chagan, ruler of the Eastern Mongols, he everywhere showed his magical powers, forced rivers to flow uphill, made springs well up in the desert, and the traces of his horse's hoofs formed the Om mani padme hum.

As a result of the Mongol conversion to Buddhism the Lamas took over many of the magical rites which formerly the shamans had performed. Buddhist respect for life was enforced by legislation forbidding the shamanistic sacrifices of women, slaves and beasts, and restricting hunting.

In consequence of the first conversion, Lamaism shared in the wealth of the Mongol Empire, could establish many monasteries and sanctuaries in China, particularly in Peking, and acquired great power under the Yuan dynasty (1260-1368).

The second conversion was followed by a religious fervour which shows what hold the Buddhist religion can have over the mind of a nation. There seemed to be no limits to the piety of the Mongol people. The holy scriptures were translated into Mongol and many thousands of often splendid monasteries were built, which contained up to 45 per cent of the male population and were not infrequently centres of considerable intellectual activity. In the thirteenth century the conquest of Iran by the Mongols had led to the establishment of centres of Buddhist culture in Iranian lands for about half a century before the Il-khanid rulers became Muslims in 1295.

---

[2] Ở đây nguyên tác có sự nhầm lẫn. Thật ra, năm 1260 Hốt-tất-liệt lên ngôi vua tại Mông Cổ nhưng chưa đánh chiếm Trung Hoa, cũng chưa lập nhà Nguyên. Năm 1271 mới chính thức đổi quốc hiệu là Nguyên và tiến hành xâm lược Trung Hoa. Năm 1279 mới diệt nhà Tống, thiết đặt sự cai trị của nhà Nguyên tại Trung Hoa và kéo dài 88 năm, cho đến năm 1367 bị nhà Minh (Chu Nguyên Chương) đánh bại phải rút về Mông Cổ.

[3] Lãnh tụ Mông Cổ đầu tiên theo Hồi giáo là Ghazan Khan, vào năm 1295.

Lần thứ hai người Mông Cổ quay sang với Phật giáo đã lan rộng tôn giáo này sang các sắc dân du mục khác, như người Buryat và Kalmuk. Urga trở thành một trung tâm lớn của Lạt-ma giáo.

Vị Hutuktu[1] cuối cùng mất năm 1924, và quyền hạn chuyển sang nhà nước Cộng hòa nhân dân Mông Cổ. Suốt trong 300 năm, lòng sùng kính của người Mông Cổ đối với Phật giáo đã thể hiện rõ qua sự nhiệt thành mạnh mẽ, và bởi vì niềm tin sâu xa, họ đã không tính đến cái giá phải trả: một mức độ suy kiệt nhất định của đất nước, như trường hợp tương tự của Triều Tiên vào thế kỷ 14. Lẽ tất nhiên là khi ấy họ buộc phải quay sang một đối tượng khác hơn.

9. THỰC TRẠNG HIỆN NAY

Trong suốt thế kỷ vừa qua, Phật giáo đã phải dành phần lớn năng lực của mình để tự duy trì trước những thế lực mạnh mẽ của lịch sử hiện đại, và quả thật điều đó không dễ dàng. Không có nơi nào Phật giáo giành được thế chủ động. Vào thập kỷ 50, nhiều tín đồ Phật giáo châu Á chào đón lễ kỷ niệm lần thứ 2.500 sự giác ngộ của đức Phật, được biết đến với tên gọi là Buddha Jayanti,[2] hàm ý về sự chiến thắng của ngài trước Ma vương, tượng trưng cho cái chết, cho tội lỗi, và cho thế giới trần tục này. Tuy nhiên, sự kiện này được đánh dấu bằng lòng nhiệt thành lớn lao trong mối quan tâm đến Phật giáo không phải về mặt tinh thần, mà là một lực lượng xã hội. Có lẽ còn hơn cả người châu Âu, ngày nay đa số người châu Á không còn quan tâm đến các vấn đề tôn giáo. Những vấn đề xã hội và chính trị dường như đối với họ cấp thiết hơn nhiều.

After their second conversion the Mongols spread Buddhism to other nomadic populations, like the Buryats and Kalmuks. Urga became a great centre of Lamaism.

The last Hutuktu died in 1924, and his functions were taken over by the Mongolian Peoples Republic. For three hundred years the devotion of the Mongols to Buddhism had been distinguished by the intensity of its fervour, and because their deep faith had not counted the cost a certain degree of national exhaustion ensued, as in the parallel case of Korea in the fourteenth century. It is only natural that now they should have turned to something else.

9. THE PRESENT SITUATION

During the last century Buddhism had to spend most of its energies in maintaining itself, not without difficulties, against the driving forces of modern history. Nowhere has it had the initiative. In the nineteen-fifties many Asian Buddhists celebrated the 2,500th anniversary of the Buddha's enlightenment, which was known as the "Buddha Jayanti", because it implied His "victory" over Mara, who personifies death, evil and this world. The event was marked by great enthusiasm which did not, however, concern Buddhism as a spiritual but as a social force. More so perhaps even than Europeans, Asians as a mass have at present withdrawn their interests from religious matters. Social and political issues seem to them so much more urgent.

---

[1] Lãnh tụ trước đây của người Mông Cổ.

[2] Lễ Thành đạo, được tổ chức vào ngày mồng 8 tháng 12 âm lịch hằng năm.

Phật giáo là yếu tố chung duy nhất đối với tất cả các nền văn hóa châu Á, ít nhất là kể từ sông Indus và rặng Hindu Kush cho đến Kyoto và đảo Java. Tất cả những ai sống ở châu Á đều có thể tự hào về một tôn giáo không những có trước tôn giáo của phương Tây đến 5 thế kỷ, mà còn được truyền bá và tồn tại mà không dựa vào bạo lực, không vấy máu của các cuộc thánh chiến và không sử dụng đến những biện pháp tàn bạo, cuồng nhiệt.

Tinh thần dân tộc là động lực chính trong giai đoạn lịch sử này, và những thành quả mà tín đồ Phật giáo đạt được là rất đáng tự hào. Ấn Độ trân trọng đức Phật như một trong những bậc đạo sư vĩ đại nhất của họ, và vua A-dục, một người Phật tử, là một trong những nhà cai trị xuất sắc nhất của họ. Không chỉ ở Ấn Độ, mà cả ở Trung Hoa, Nhật Bản và Tích Lan, những giai đoạn lịch sử huy hoàng nhất đều đúng là những giai đoạn Phật giáo hưng thịnh nhất.[1] Những công trình kiến trúc nguy nga và vô số tác phẩm nghệ thuật cũng như một nền văn học đồ sộ, tinh tế và hoàn mỹ đã chứng tỏ được sức phát triển không ngừng của những giá trị văn hóa cao. Dĩ nhiên, theo quan điểm Phật giáo thì tất cả những điều này chỉ là tầm thường, là những thành quả phụ thuộc có được nhờ vào sự tận lực tu dưỡng tinh thần. Nhưng quả thật, sự tầm thường này là quá sức rực rỡ.

Những lời tiên đoán từ đầu công nguyên đã đưa ra một hạn kỳ 2.500 năm như là thời gian tồn tại của Phật giáo. Sau thời gian đó, ngay cả các vị tăng cũng sẽ chỉ giỏi việc tranh chấp và bất đồng, còn giáo lý thì dần dần ngày càng mờ nhạt.

Thực tế quan sát cũng cho thấy rằng, giống như những tôn giáo truyền thống khác, Phật giáo đã chịu ảnh hưởng nghiêm trọng của nền văn minh công nghiệp. Sự hủy hoại

Buddhism is the only factor common to all Asian culture, at least from the Indus and *Hindu* Rush to Kyoto and Java. All those who dwell in Asia can take pride in a religion which is not only five centuries older than that of the West, but has spread and maintained itself with little recourse to violence and has remained unstained by religious wars, holy inquisitions, sanguinary crusades or the burning of women as witches.

Nationalistic self-assertion is a prime motive at this stage of history and the achievements of the Buddhists are certainly something to be proud of. India cherishes the Buddha as one of her greatest religious teachers and Aśoka, and Buddhist emperor, as one of her most outstanding rulers. Not only in India, but also in China, Japan and Ceylon, the most brilliant periods of history were precisely those in which Buddhism flourished most. Splendid buildings and works of art in profusion, as well as a vast, subtle and often beautiful literature testify to the continuous outpouring of cultural values of a high order. From the Buddhist point of view all these things are, of course, mere trifles, accidental by-products of intense spiritual contemplation. But they are splendid trifles.

Prophecies dating from the beginning of the Christian era have given 2,500 years as the duration of the teaching of the Buddha Sakyamuni. After that even the monks "will be strong only in fighting and reproving" and the holy doctrine will become more and more invisible.

It is also a fact of observation that, like the other traditional religions, Buddhism has suffered severely from the impact of industrial civilization which has nearly

[1] Lịch sử Việt Nam vào hai đời Lý, Trần cũng chứng minh điều này.

của nó gần như đã có thể kịp hoàn thành trong khoảng 20 năm kể từ dịp lễ kỷ niệm 2.500 năm của Phật giáo.

Cũng phải ghi nhận thêm rằng, đáng chú ý nhất là những công trình đáng kể đã được thực hiện trong những năm gần đây ở Miến Điện, Thái Lan, Nhật Bản và Tích Lan để duy trì sự sinh động của Phật giáo và khôi phục những phương pháp thiền định cổ xưa. Chính trong môi trường cách biệt của những trung tâm thiền định mà niềm tin xưa kia được khôi phục, và mang lại những lợi ích mới cho cuộc sống.

Trong khi những nền tảng vững chắc của Phật giáo ở phương Đông dần dần theo nhau sụp đổ, thì để bù đắp lại, tôn giáo này đã từng bước, chậm chạp nhưng vững chắc, lan rộng dần ra khắp các nước phương Tây. Tại đây, Phật giáo được tiếp nhận theo ba mức độ khác nhau: triết học, học thuật và tôn giáo.

1. Sự tiếp nhận về mặt triết học được khởi đầu với Athur Schopenhauer[1] vào năm 1819, và tiếp tục duy trì với một tốc độ khá ổn định kể từ đó. Mặc dù chỉ có được rất ít các kinh văn nguyên thủy, Schopenhauer đã tái tạo hệ thống tư tưởng Phật giáo của những người Kantian thời cổ một cách chính xác đến nỗi người ta có thể tin chắc rằng ông đã nhớ lại những điều này từ trong tiền kiếp. Về phần mình, ông đã ảnh hưởng rất mạnh mẽ đến các nhạc sĩ như Richard Wagner,[2] triết gia như Bergson,[3] và rất nhiều tài năng sáng tạo khác ở Tây Âu. Từ một góc độ khác biệt hơn, thiên tài Helena Petrovna Blavatsky[4] đã giới thiệu với phương Tây nhiều giáo lý cơ bản của Phật giáo Đại thừa, và trong một

[1] Triết gia người Đức (1788-1860)

[2] Richard (Wilhelm) Wagner, (1813-1883), nhà soạn nhạc người Đức

completed its work of destruction in the twenty years which have passed since the Buddha Jayanti.

On the credit side what is chiefly to be noted is the considerable work done in recent years, in Burma, Thailand, Japan and Ceylon, to keep alive and to revive the ancient methods of meditation. It is in the seclusion of the meditation centres that the old faith will be recharged, and confer new benefits on the world.

While the strongholds of Buddhism in the East were being destroyed one by one, it was some compensation that the religion has slowly but steadily spread to the capitalist countries of the West. There it has been absorbed on three different levels -the philosophical, the scholarly and the sectarian.

1. The philosophical reception began with Arthur Schopenhauer in 1819 and has continued at a fairly steady pace since. Although he had access to very few original documents, Schopenhauer reproduced the Buddhist system of thought from Kantian antecedents with such an accuracy that one may well believe that he remembered it from a previous life. He in his turn greatly influenced musicians like Richard Wagner, philosophers like Bergson, and many other creative people in Western Europe. From quite another angle the genius of Helena Petrovna Blavatsky introduced the West to many of the basic teachings of Mahāyāna

---

[3] Henri Bergson (1859-1941), triết gia người Pháp và là người đoạt giải Nobel văn chương năm 1927.

[4] Helena Petrovna Blavatsky (1831-1891). Bà là người Mỹ gốc Nga, đã sáng lập và đứng đầu một hệ thống triết học tôn giáo hiện đại được biết với tên gọi là Theosophy (Thông thiên học).

chừng mực nào đó, tổ chức Theosophical Society[1] của bà đã tạo điều kiện cho những nghiên cứu sâu xa hơn nữa. Trong những năm gần đây hơn, các triết gia khác biệt nhau như Rickert, Jaspers,[2] Wittgenstein[3] and Heidegger[4] đã tỏ ra chịu nhiều ảnh hưởng từ Phật giáo. Trong 20 năm vừa qua[5] đã hình thành một số lượng tác phẩm văn chương đồ sộ viết về mối quan hệ giữa các hệ thống tư tưởng khác nhau của Phật giáo với hệ thống tư tưởng của các tư tưởng gia châu Âu hiện đại. Những tác phẩm này hầu hết đều có giá trị cao đến mức đã để lại nhiều dấu ấn trong tư tưởng triết học phương Tây cũng như phương Đông.

2. Trong vòng 150 năm, vô số các tư liệu trong lịch sử Phật giáo, cho dù là dưới hình thức văn bản hay các tác phẩm nghệ thuật, đã lôi cuốn sự chú ý của rất nhiều học giả. Trong một chừng mực nào đó, mối quan tâm này được thúc đẩy bởi nhu cầu cai trị của những chính phủ xâm lược, những người đã nhận ra tín đồ Phật giáo trong số dân ở những vùng mới bị chinh phục. Theo chiều hướng này, người Nga bắt đầu nghiên cứu quan điểm tín đồ Phật giáo vùng Siberia của họ. Người Anh, với Rhys David là một trong số đó, quay sang nghiên cứu về Phật giáo ở Tích Lan để tìm câu trả lời cho thái độ của người dân về quyền sở hữu đất đai đã làm họ bối rối. Người Pháp đã làm việc này một cách xuất sắc với Viện Viễn Đông Bác Cổ[6] đặt trụ sở tại Sài Gòn cũ. Về sau, ngay cả người Mỹ cũng đưa vào trong quân đội của họ một trường học dạy các ngôn ngữ phương Đông, trước hết đã đào tạo ra những nhà Đông phương học mà hiện nay đang làm việc tại các trường đại học Hoa Kỳ. Sinh viên tốt nghiệp từ trường này được hưởng tài

[1] Thường được người Việt Nam biết đến với tên gọi là Hội Thông thiên học.

[2] Jaspers Karl (1883-1969), triết gia người Đức.

[3] Ludwig Josef Johann Wittgenstein (1889-1951), triết gia người Anh gốc Áo.

Buddhism and her Theosophical Society has fostered further research in many ways. In more recent years such divers philosophers as Rickert, Jaspers, Wittgenstein and Heidegger have testified to their having been influenced by Buddhism, and over the last twenty years there has grown up a vast literature on the relationship between various Buddhist thought systems and those of modern European thinkers. It is of such a consistently high quality that it cannot fail to leave its mark on Western, as well as Eastern, philosophical thought.

2. For 150 years the countless documents of Buddhist history, whether literary or artistic, have attracted the attention of many scholars. To some extent this interest was prompted by the administrative needs of imperialist governments who found Buddhists among their newly conquered subjects. In this way the Russians came to study the views of their Siberian Buddhists; puzzled by the Ceylonese attitude to land tenure the English in Ceylon, among them the Rhys Davids, turned to their religious books for an answer; the French did exceptionally fine work through the Ecole Frangaise d'Extreme Orient which was based on Saigon; lately even the Americans had attached to their Army a school of Oriental languages which first trained many of the Orientalists now at work in American universities, whose graduate students live on grants from

[4] Martin Heidegger (1889-1976), triết gia người Đức.

[5] Theo thời điểm tái bản sách này, tác giả đã tính từ năm 1978.

[6] École Française d'Extreme Orient

trợ từ ngân sách quốc phòng, được hưởng trợ cấp làm việc từ CIA, FBI và nhiều tổ chức lớn.

Nhưng vẫn chưa phải đã hết. Vì Phật giáo tỏ ra là hình thức dễ truyền bá nhất của nền văn hóa Ấn Độ, nên không có bất cứ một hình thức tư tưởng nào khác của châu Á có thể thu hút được nhiều sự quan tâm hơn ở châu Âu. Không một tôn giáo nào khác có thể thu hút được một số lượng khổng lồ các tài năng học thuật đến như vậy. Không chỉ là các nhà ngôn ngữ học hàng đầu bị lôi cuốn vào những loại ngôn ngữ, thường là rất khó hiểu, mà Phật giáo sử dụng để trình bày, mà cả những trí tuệ bậc thầy cũng phải hết sức tập trung vào việc diễn dịch sự tinh tế và thông tuệ trong tư tưởng Phật giáo. Phải mất một thời gian dài để có thể hiểu hết được cách suy nghĩ của tín đồ Phật giáo, hay thậm chí chỉ để hiểu được những thuật ngữ mà họ dùng.

Ban đầu, người châu Âu xuất phát từ vị trí tương tự như các nhà nghiên cứu Ai Cập cổ đại, với tất cả giáo sĩ đều đã chết, buộc phải suy đoán bừa bãi và loay hoay để giảm thiểu những gì mà đối với người Ai Cập là những thành quả trí tuệ cao nhất trở thành một mớ hỗn độn phi lý. Sự việc giờ đây cũng tương tự với những người phiên dịch đầu tiên - các viên toàn quyền, các nhà truyền giáo, các viên chức quân sự và các nhà quản lý tài chánh. Với họ, Phật giáo dường như là một sự vô nghĩa đến phi lý.

Dĩ nhiên cũng có một vài ngoại lệ, như trường hợp của R. C. Childers (khoảng năm 1870) là một. Và noi theo dấu chân ông, sau một thời gian thì những kẻ chinh phục châu Á ngạo nghễ kia đã phải cúi xuống và cố tìm học về Phật giáo từ những tăng sĩ còn sống sót ở Nhật Bản, Tích Lan và Siberia. Cho đến thập kỷ 1930 thì mọi việc tạm ổn, và người phương

the N(ational) D(efence) E(xpense) A(ccount), and who are heavily subsidized by CIA, FBI and the large Foundations.

But this was not all. Just as Buddhism proved to be the most exportable form of Indian culture, so no form of Asian thinking has evoked more interest in Europe. No other religion has attracted such a galaxy of scholarly talent, not only first-class philologists drawn to the often difficult languages in which the Buddhists expressed themselves, but first-class minds bent on interpreting the subtleties and profundities of Buddhist thought. It took a long time to get to the bottom of Buddhist thinking or to even understand the terminology they employed.

At first we were in the position of Egyptologists who, with all the priests dead, have to guess wildly and who have managed to reduce to a farrago of absurdities what to the best Greeks was the highest wisdom. Likewise to the first interpreters - proconsuls, missionaries, military men and financial administrators - the Buddhist religion seemed to be ludicrous nonsense.

There were a few exceptions, of course, like R. C. Childers (c. 1870), and, following in his footsteps, after a time the proud conquerors of Asia unbent and tried to learn from Buddhist monks who survived in Japan, Ceylon and Siberia. By the 1930s things began to fall into shape,

Tây giờ đây có thể phần nào tự tin trong việc nắm bắt những ý nghĩa tinh thần mà các tác giả Phật giáo muốn truyền đạt.

3. Từ đỉnh cao thượng tầng triết lý, thấp dần xuống triền núi học thuật, và giờ đây chúng ta xuống đến vùng đồng bằng với Phật giáo như một tôn giáo phổ cập cho mọi người. Các tổ chức Phật giáo đã hình thành nhanh chóng trong khoảng gần 80 năm qua, chủ yếu là ở các nước theo đạo Tin Lành. Ở đó, họ thành lập một trong những chi phái nhỏ hơn không theo tôn giáo chính.[1] Họ cố vượt qua lòng bác ái của Chúa với tâm từ bi của Phật vốn ôn hòa hơn, cố xác định ý nghĩa của kinh điển từ những bản dịch Anh ngữ thường là không chính xác mà lại không dùng nhiều đến nguyên bản, và cố đưa thêm phép thiền định với những sức hấp dẫn xa lạ vào trong số những việc thiện, một cuộc sống không lỗi lầm và sự phê phán không ngừng của hàng trí giả.

Trong vòng 20 năm qua, các nhóm này và những cuộc họp mặt trao đổi của họ đã nhanh chóng gia tăng về số lượng và sức mạnh tài chánh. Ban đầu, họ khơi nguồn cho những hoạt động của mình hầu như chỉ hoàn toàn từ những gì học được trong các kinh điển bằng tiếng Pāli. Như những tín đồ Tin Lành thuần thành, họ tin rằng đây là một kiểu Phúc Âm nguyên thủy - giáo pháp của đức Phật trong sự thuần khiết hoàn toàn. Và rồi sau đó, những ấn bản đầy ấn tượng tuyệt vời của Daisetz Teitaro Suzuki vào thập kỷ 1930 đã khơi dậy một cao trào của những gì được tự mô tả là Zen (Thiền học). Conze và một số tác giả khác cung cấp thêm những kiến thức đầy đủ hơn về kinh Bát-nhã Ba-la-mật-đa và các kinh văn Đại thừa khác của giai đoạn đầu. Và từ năm 1950, đã có nhiều nỗ lực để đưa thêm một số kinh điển Tan-tra vào. Ở Hoa Kỳ, cùng với những nhóm Phật giáo có tổ chức, một số cá nhân tài năng như Alan Watts và Gary Snyder đã gieo

and we can now be fairly confident to catch the spiritual meaning which the Buddhist authors wished to convey.

3. From the stratospheric heights of philosophy and the mountainous terrain of scholarship we now descend to the low-flying flatlands of popular sectarian Buddhism. Buddhist societies have sprung up for nearly eighty years, chiefly in Protestant countries. There they form one of the smaller Nonconformist sects. They try to outshine active Christian Love with their more non-violent Metta, to determine the meaning of the Holy Scriptures from often inaccurate English translations without much recourse to the originals, and to add meditation and some exotic glamour to good works, a blameless life and a ceaseless denigration of the intellect.

Over the last twenty years these groups and conventicles have rapidly grown in numbers and financial weight. At first they took their inspiration almost exclusively from what they could learn about the Pali scriptures which, as good Protestants, they believed to be the original Gospel, the Buddha-dhamma in its pristine purity; then, in the wake of the magnificent publications of Daisetz Taitaro Suzuki in the thirties, there has been a flood of what describes itself as "Zen"; Conze and others added a fuller knowledge of the Prajnaparamita and other early Mahāyāna texts; and since 1950 there have been many attempts to add also some Tantra to the mixture. In America side by side with the organized Buddhist groups a few gifted individuals, like

[1] Nghĩa là không theo đạo Tin Lành.

rắc khắp nơi rất nhiều ý tưởng mới lạ, như những hạt giống được tung về mọi hướng.

Và đến thập kỷ 1960, họ tạo được một số ảnh hưởng đối với lối sống "phản văn hóa" vốn là hệ quả kéo dài của sự chống đối lại áp lực từ một xã hội tiêu thụ công nghệ và nỗi kinh hoàng trước cuộc chiến tranh ở Việt Nam. Tuy nhiên, nói chung thì những tín đồ Phật giáo thường chỉ sống trong cộng đồng của mình và có rất ít ảnh hưởng đối với thế giới bên ngoài. Hiện nay, không ai có thể ước đoán được những tiềm năng của họ. Mọi thứ liên quan đến họ đều khó hiểu - cho dù đó là số lượng tín đồ, là năng lực tài chánh, nguồn gốc xã hội của các thành viên, những động lực, sự trưởng thành về tâm linh, quan điểm về giáo lý, hay mức độ ảnh hưởng... Vậy thì tại sao lại phải dự đoán chuyện tương lai? Tinh thần bất vụ lợi và sự quên mình đã từng là những vũ khí công hiệu nhất của tín đồ Phật giáo trong quá khứ. Nếu giờ đây họ lại bắt đầu lo lắng về việc liệu các tổ chức Phật giáo có tồn tại nổi trong thế giới phương Tây hay không, họ sẽ không còn giữ đúng theo được những gì mà các bậc tiền bối tinh thần của họ đã vạch ra.

Khi được hỏi rằng: "Làm thế nào để một giọt nước có thể chẳng bao giờ khô đi?" Đức Phật đã trả lời: "Hãy cho nó vào biển cả." Chính vì những phát ngôn sâu sắc theo cách như thế mà ngài đã được tôn xưng là Đấng Giác Ngộ.

Alan Watts and Gary Snyder, liberally scattered a variety of uncoordinated ideas like seed-pods in all directions.

In the sixties they had some influence on the "counter culture" which fed on the revulsion against the strains of a technological consumer society and the horrors of the war in Vietnam. Generally speaking, however, sectarian Buddhists keep themselves to themselves and have little impact on the world in general. No one can at present estimate their potentialities. Everything about them is obscure - whether it be their numbers, their financial resources, the social origin of their members, their motivation, their spiritual maturity, their doctrinal stance or the range of their influence. So why pry into the future? Disinterestedness and self-effacement have been the most effective weapons of the Buddhists in the past. They would sadly depart from the outlook of their spiritual forebears if now they were to start worrying about whether Buddhist institutions can maintain a foothold in our present world.

When asked "how a drop of water could be prevented from ever drying up", the Buddha replied, "by throwing it into the sea". It is for sayings such as this that he has been revered as the Enlightened One.

Mục lục

Content

Lời thưa

Trong kinh Pháp Cú, đức Phật dạy rằng: "Pháp thí thắng mọi thí." Thực hành Pháp thí là chia sẻ, truyền rộng lời Phật dạy đến với mọi người. Mỗi người Phật tử đều có thể tùy theo khả năng để thực hành Pháp thí bằng những cách thức như sau:

1. Cố gắng học hiểu và thực hành những lời Phật dạy. Tự mình học hiểu càng sâu rộng thì việc chia sẻ, bố thí Pháp càng có hiệu quả lớn lao hơn. Nên nhớ rằng **việc đọc sách còn quan trọng hơn cả việc mua sách**.

2. Phải trân quý kinh điển, sách vở in ấn lời Phật dạy. Khi có điều kiện thì mua, thỉnh về nhà để tự mình và người trong gia đình đều có điều kiện học hỏi làm theo. Không nên giữ làm của riêng mà phải sẵn lòng chia sẻ, truyền rộng, khuyến khích nhiều người khác cùng đọc và học theo. Không nên để kinh sách nằm yên đóng bụi trên kệ sách, vì **kinh sách không có người đọc thì không thể mang lại lợi ích**.

3. Tùy theo khả năng mà đóng góp tài vật, công sức để hỗ trợ cho những người làm công việc biên soạn, dịch thuật, in ấn, lưu hành kinh sách, **để ngày càng có thêm nhiều kinh sách quý được in ấn, lưu hành**.

Thông thường, việc chi tiêu một số tiền nhỏ không thể mang lại lợi ích lớn, nhưng nếu sử dụng vào việc giúp lưu hành kinh sách thì lợi ích sẽ lớn lao không thể suy lường. Đó là vì đã giúp cho nhiều người có thể hiểu và làm theo lời Phật dạy. Mong sao quý Phật tử khắp nơi đều lưu tâm đóng góp sức mình vào những việc như trên.

TINH YẾU THỰC HÀNH PHÁP THÍ

- *Mua thỉnh kinh sách về đọc, tự mình sẽ được rất nhiều lợi ích.*
- *Chia sẻ, truyền rộng bằng cách cho mượn, biếu tặng kinh sách đến nhiều người thì lợi ích ấy càng tăng thêm gấp nhiều lần.*
- *Đóng góp công sức, tài vật để hỗ trợ công việc biên soạn, dịch thuật, giảng giải, in ấn, lưu hành kinh sách thì công đức lớn lao không thể suy lường, vì có vô số người sẽ được lợi ích từ việc lưu hành kinh sách.*

www.ingramcontent.com/pod-product-compliance
Lightning Source LLC
LaVergne TN
LVHW090221051026
849517LV00001B/144